ரெட்டமலை சீனிவாசன்

எழுத்துக்களும் - ஆவணங்களும்

தொகுதி ஒன்று

தொகுப்பும் பதிப்பும்

கௌதம சன்னா

முதல் பதிப்பு 2019
இரண்டாம் பதிப்பு 2022
மூன்றாம் பதிப்பு 2024

நூல் - ரெட்டமலை சீனிவாசன் எழுத்துக்களும் ஆவணங்களும் / தொகுப்பாசிரியர் - கௌதம சன்னா / பதிப்பு - 3ஆம், சூலை 2024 / அட்டை வடிவமைப்பு - மணிவண்ணன், / ஒளியச்சு - கோ.பார்த்திபன் (ஜிகேபி எண்டர்பிரைசஸ், அரக்கோணம்) / அச்சிட்டோர் - மாணவர் நகலகம் / வெளியீடு - பிளாக் டவுன் பதிப்பகம் / விலை - ரூ.470/-

Book Title - Rettmalai Srinivasan Writing and Documents / Editor - J.Gowthama Sannah / Edition - 3rd, July 2024 / Cover designed by - Manivannan / Laser typeset by G.Parthiban (GKP Enterprises, Arakkonam), / Printed by - Student Xerox, Chennai / Published By - Black Town Publication / Price - Rs.470-

- Contact - blacktownpublisher@gmail.com

ISBN 9 788197 337413

தலித் வரலாற்று ஆவணங்களை
அடுத்தத் தலைமுறைகளுக்கு
கொண்டு சேர்க்க
ஊக்கம் வழங்கிய
நினைவில் வாழும்
முன்னோர்கள்

அன்பு.பொன்னோவியம்
தி.பெ.கமலநாதன்
மெயில்.முனுசாமி
கடலூர்.ஜெயசீலன்
பாஸ்கர் ராய்
மு.ப.எழிலரசு
வே.அலெக்ஸ்

ஆகியோருக்கு

⌘

பொருடக்கம்

பகுதி - 1

ரெட்டமலை சீனிவாசனாரின் சமகால வரலாற்றுத் தலைவர்கள்

பகுதி - 2

ரெட்டமலை சீனிவாசனாரின் வாழ்க்கை வரலாற்று ஆவணங்கள்

பகுதி - 3

மனுக்களும் சட்ட ஆணைகளும்

பகுதி - 4

சைமன் குழுவிடம் அளித்த அறிக்கைகளும் சாட்சியமும்

பகுதி - 5

வட்ட மேசை மாநாட்டு உரைகள் - அறிக்கைகள்

பகுதி - 6

பூனா ஒப்பந்தமும் ஆவணங்களும்

பகுதி - 7

தொகுதி மறுசீரமைப்புக் குழுவிடம் அளித்த சாட்சியம்

பகுதி - 8

காந்தி - ரெட்டமலை சீனிவாசம் சந்திப்பும் எழுத்துப் பூர்வமான கேள்வி பதில்களும்

பகுதி - 9

கோயில் நுழைவு போராட்டம் பற்றி

பகுதி - 10

கடிதங்கள்

பகுதி - 11

இதழ்கள் ஆவணங்கள்

பகுதி - 12

வாழ்க்கைக் குறிப்புகள் - நினைவுப் பதிவுகள்

பகுதி - 13

நினைவேந்தல்கள் ஆவணங்கள்

பகுதி - 14

புகைப்படங்கள்

பகுதி - 15

பின்னிணைப்புகள்

⌘ ⌘ ⌘

யாவருக்கும் வழிகாட்டும் விசைகொண்ட திசைநூல்

டாக்டர்.தொல்.திருமாவளவன்
நாடாளுமன்ற உறுப்பினர்
தலைவர் - விடுதலைச் சிறுத்தைகள் கட்சி

தாத்தா ரெட்டமலை சீனிவாசன் அவர்களைப் பற்றி வரலாற்று ஆய்வுகளுக்கு ஏதுவான பல குறிப்புகளைத் தேடித் திரட்டித் தொகுத்துப் போற்றுதலுக்குரிய வகையில் ஒரு நூலாக ஆவணப்படுத்தியுள்ளார் தோழர் கௌதம சன்னா அவர்கள். ஏற்கனவே வெளியாகியுள்ள சீனிவாசனாரின் 'ஜீவிய சரித்திரம்' என்னும் வாழ்க்கை வரலாறும் இத்தொகுப்பில் மீள்பதிவாகியுள்ளது என்றாலும், இதுவரை வெளிவராத பல அரிய தகவல்களைக் கொண்டதாகவும் இது விளங்குகிறது என்பதே இதன் சிறப்பாகும். தோழர் சன்னா அவர்களின் இந்த அளப்பரிய முயற்சி வெகுவான பாராட்டுதலுக்குரியதாகும்.

தமிழகத்தில் ஆங்கிலேயர் ஆட்சிக் காலத்தின்போது, பூர்வீகக் குடிகளான ஆதிதிராவிட பெருமக்களின் தலைநிமிர்வுக்காக அவர் ஆற்றிய பங்களிப்பு எவ்வளவு மகத்தானது என்பதை ஆதாரப்பூர்வமாக உறுதிப்படுத்தும் அளப்பரிய வரலாற்று ஆவணமாக இத்தொகுப்பு விளங்குகிறது. 'ஆரியம்-திராவிடம்', 'பிராமணர்- பஞ்சமர்' என்கிற முரண்களை அடிப்படையாகக் கொண்ட கூர்மையான-தீவிரமான உரையாடலைத் தொடங்கி வைத்தவர் சீனிவாசனார் அவர்களே என்பதை இத்தொகுப்பு முன்மொழிகிறது. நீதிக்கட்சிக் காலத்தில் தமிழகமெங்கும் இத்தகைய உரையாடல் பரந்துபட்ட அளவில் வெகுமக்களிடையே விரவிப்பரவியது என்றாலும், ஓரிரு தலைமுறைகளுக்கு முன்பே இதற்கான கருத்தியல் வித்தினை ஊன்றிய பெருமை தாத்தா ரெட்டமலை சீனிவாசனாரையே

சாரும். இதனை ஆதாரங்களுடன் நிறுவுகிறது இத்தொகுப்பு.

ரெட்டமலை சீனிவாசனார் அவர்கள், புரட்சியாளர் அம்பேத்கர், தந்தை பெரியார் ஆகியோருக்கு மூத்தவர் ஆவார். எனவே, இவர்கள் இருவரும் முன்னெடுத்த பார்ப்பன ஆதிக்க எதிர்ப்பு அல்லது பார்ப்பனிய எதிர்ப்பு என்பதை 1890-காலகட்டத்திலேயே ரெட்டமலை சீனிவாசன் மிகவும் தீவிரமாக மேற்கொண்டார். அதாவது, தமிழகத்தைப் பொறுத்தவரையில் நீதிக்கட்சிக்கும் முன்னரே பார்ப்பன ஆதிக்க எதிர்ப்பைக் கையிலெடுத்து சனாதனக் கட்டமைப்பின்மீது பெருந்தாக்குதலைத் தொடுத்திருக்கிறார். ஆரியமா? திராவிடமா? என்கிற இனம் சார்ந்த சொல்லாடலும் கருத்தாடலும் பெரியாருக்கும் அம்பேத்கருக்கும் முன்னரே சீனிவாசனாரின் காலத்தில் தொடங்கிவிட்டது என்பது கவனத்தில் கொள்ளவேண்டிய ஒன்றாகும்.

குடிமைப் பணிகளுக்கான (சிவில் சர்வீஸ்) தேர்வுகளை இங்கிலாந்தில் மட்டுமின்றி இந்தியாவிலும் நடத்த வேண்டுமென சாதிஇந்துக்கள் ஆங்கிலேய ஆட்சியாளர்களிடம் கோரிக்கை விடுத்தபோது, அதற்குக் கடுமையான எதிர்ப்புத் தெரிவித்து சீனிவாசனார் அவர்களும்

மனு ஒன்றை அளித்தார். அதில் அவர் பிராமணர்களின் நீண்டகால ஆதிக்கத்தையும் பூர்வீகக் குடிமக்களுக்கு எதிராகக் காலங்காலமாகத் தொடரும் சாதிக் கொடுமைகளையும் விரிவாக எழுதியுள்ளார். குறிப்பாக, அதிர்ச்சியளிக்கக் கூடிய இரண்டு முக்கியமான சாதிய வன்மங்களைச் சான்றுகளாகச் சுட்டிக்காட்டியுள்ளார்.

அதாவது, சென்னை, மயிலாப்பூர் பகுதியில் உயர்நீதிமன்ற நீதிபதி ஒருவர் குடியிருக்கும் வீட்டுக்கு அருகேயுள்ள பிராமணர் தெருவில் ' பறையர்கள் உள்ளே வரக்கூடாது' என்கிற அறிவிப்புப் பலகை இருந்ததையும்; 'பச்சையப்பன்' கலாசாலையில் ஆதிதிராவிடர் பிள்ளைகளுக்கு (பட்டியல்படுத்தப்பட்ட அனைத்துப் பிரிவினருக்கும்) இடமில்லை என்கிற அறிவிப்பையும் பதிவுசெய்து சாதி இந்துக்களின் கோரமுகத்தை அம்பலப்படுத்தியுள்ளார். இத்தகைய சனாதன சக்திகள் ஐசிஎஸ் தேர்வுகளில் தேர்ச்சிப்பெற்று

உயரதிகார ஆட்சிநிர்வாகப் பொறுப்புகளில் அமர்ந்தால் சாதியத்தின் குரூரம் எத்தகையதாக வலிமை பெறும் என்கிற அச்சத்தை வெளிப்படுத்தி ஆங்கிலேயர்களின் கவனத்தை ஈர்த்திருக்கிறார்.

அடுத்து, தனது ஜீவிய சரித்திரத்தில் ஓரிடத்தில் இந்து சமயவாதிகளான சாதி இந்துக்களும் தமிழ் சமயிகளான தாழ்த்தப்பட்டோரும் ஒரே மதசார்பினராவர் என்று குறிப்பிடுகிறார். அதாவது, இன்றைக்குத் தலித்துகள் என அடையாளப்படுத்தப்படும் மக்களை 'தமிழ்ச்சமயிகள்' என்று குறிப்பிடுவது கவனிக்கத்தக்க ஒன்றாகும்.

சாதியத்தை எதிர்ப்பவர்கள், 'சாதியற்றவர்கள்' என்றாலும் 'சமயமற்றவர்கள் அல்லர்' எனக் கூறமுடியாது; அவர்களுக்கும் சமயமுண்டு. அதாவது, சாதியமில்லாத தமிழ்ச்சமயம் எனக் குறிப்பிடுகிறார். தமிழைத் தாய்மொழியாகக் கொண்டிருந்தாலும் சாதி இந்துக்களைத் தமிழர்கள் என்று அடையாளப்படுத்துவதை விட, அவர்கள் சாதியத்தைக் கடைப்பிடிப்பதால் அவர்களை இந்து சமயவாதிகள் அல்லது ஆரியர்கள் என்பதே பொருத்தமானது எனக் கருதுகிறார். அதாவது, சாதியற்றவர்களே திராவிடர்கள் அல்லது தமிழர்கள் என்றும் பார்ப்பனர்கள் மட்டுமின்றி, சாதியத்தைக் கடைபிடிப்பவர்கள் யாவரும் சாதிஇந்துக்கள் அல்லது ஆரியர்களே என்றும் காண்பதுவே சீனிவாசனார் அவர்களின் பார்வையாக உள்ளது.

இந்துசமயம், தமிழ்சமயம் என இருவேறு சமயங்களாகக் குறிப்பிட்டாலும் இவ்விரு சமயத்தவர்களும் 'ஒரேமத சார்பினராவர்' என்கிறார் சீனிவாசனார். இதன்மூலம் சமயம் வேறு ; மதம் வேறு என்று கூறுகிறார். இவர்களுக்கான சமயம் எது எது பிரித்துக் கூறியிருக்கும் அதேவேளையில், சமயத்திலிருந்து மதம் வேறுபட்டது என்றால், மதம் எது என்கிற கேள்வி எழுகிறது. இன்று நாம் காணும் இந்துமதமா? அல்லது வேறு ஏதேனும் ஒரு மதமா? என்பது ஆய்வுக்குரியதாகும்.

சாதியமைப்பை ஏற்கும் சாதிஇந்துக்களுடன் சாதி ஒழிப்பை முன்னெடுக்கும் எதிர்ப்பாளர்களையும் உள்ளடக்கி, இவர்கள் அனைவரையும் இன்று இந்து மதம் என்கிற ஒரே அடையாளமாகக் காட்டப்படுகிறது. அதாவது, இந்து

சமயம் உள்ளிட்ட பல்வேறு சமயங்கள் காலப்போக்கில் ஒருங்கிணைந்து இன்று நாம் காணும் இந்துமதமாக அறியப்படுகிறது. சாதி எதிர்ப்பாளர்களும் இந்துக்கள் தான் என அடையாளப்படுத்தப்படுவது இந்து மதத்தின் புதிர்களில் ஒன்றாக உள்ளது.

சாதி எதிர்ப்பாளர்களையும் இந்துக்களாக உள்வாங்கியுள்ள இந்துமதம், அவர்களுக்கு எதிரான இழிவுகளையும் வன்கொடுமைகளையும் கைவிடவில்லை. இதனால், இந்து மதத்துக்கெதிராக மதமாற்றங்கள் அவ்வப்போது நிகழ்ந்து வருகின்றன. மதமாற்றம் என்பது சாதிக்கெதிரான ஒரு எதிர்வினையே என்றாலும் இதில் சீனிவாசனாருக்கு உடன்பாடில்லை. மதமாற்றம் கூடாது என்பதே அவரது வலுவான நிலைப்பாடு என்பதை தெளிவுசெய்யும் ஒரு சான்றாவணமாக இந்நூல் விளங்குகிறது.

இலண்டன் வட்டமேசை மாநாட்டில் புரட்சியாளர் அம்பேத்கர் அவர்களுடன் இணைந்து பங்கேற்றவர் சீனிவாசனார். இருவரும் நெருங்கிய நண்பர்கள் என்றாலும், புரட்சியாளர் அம்பேத்கர் அவர்கள் மதமாற்றம் மேற்கொண்டபோது, அதற்கு எதிரான நிலைப்பாட்டை எடுத்தார் சீனிவாசனார் என்பதை இந்நூல் சான்று பகருகிறது.

புரட்சியாளர் அம்பேத்கர் பௌத்தம் தழுவ முடிவெடுத்தபோது, 'சாதி இந்துக்களுக்கு அடக்கமாக ஏன் இருக்க வேண்டும்? இந்துமதத்தை வெளியேறுவோம்' என்று தலித்துகளுக்கு அறைகூவல் விடுத்தார்.அப்போது நாம் எங்கே சாதி இந்துக்களுக்கு அடக்கமாக இருக்கிறோம்? தொடர்ந்து எதிர்ப்பவர்களாகவே இருப்பதால்தான் இத்தகைய ஒடுக்குமுறைகளை இன்னும் சந்திக்க வேண்டியுள்ளது என்று புரட்சியாளர் அம்பேத்கருடன் சீனிவாசனார் முரண்பட்டிருக்கிறார் என்பதை இத்தொகுப்பில் காணமுடிகிறது.

அடுத்து, சீனிவாசனாரின் அரசியல் பார்வையில் மிகவும் கவனத்தில் கொள்ளவேண்டிய ஒன்று 'தமிழ்நாடு தமிழருக்கே' என்னும் முழக்கமாகும். 'தென்னிந்திய ஆதிதிராவிடர் வாலிபர் கழகம்' என்னும் அமைப்பின் சார்பில் **1936**ஆம் ஆண்டு மும்பையில் நடைபெற்ற மாநாட்டில் இந்தக் கோரிக்கை

தீர்மானமாக நிறைவேற்றப்பட்டுள்ளது. இந்த அமைப்பு 'தென்னிந்திய ஆதிதிராவிடர் மகாஜன சபையின் இளைஞர் பிரிவாகச் செயல்பட்டது என்பதும் சீனிவாசனார்தான் அக்கழகத்தின் புரவலர் மற்றும் வழிகாட்டி என்பதும் ஆவணங்களிலிருந்து தெரியவருகிறது. அந்த வாலிபர் கழகத்தின் இலச்சினையில் 'தமிழ்நாடு தமிழருக்கே' எனப் பொறிக்கப்பட்டுள்ள ஆதாரமும் இந்நூலில் பதிவாகியுள்ளது. எனவே, இந்த அரசியல் நிலைப்பாடானது சீனிவாசனாருக்கு உடன்பாடான கருத்தியல்தான் என்பதையும் உணரமுடிகிறது. எண்பது ஆண்டுகளுக்கு முன்பே, தமிழர் நலன்களில் அக்கறைகொண்ட ஒரு முன்னோடியாகப் பணியாற்றியுள்ளார் என்பதையும் அறியமுடிகிறது.

1939இல் தந்தை பெரியார் எழுப்பிய தமிழ்நாடு தமிழர்க்கே என்னும் முழக்கத்தை, சற்று மூன்றாண்டுகளுக்கு முன்னர் 1936 இல் தென்னிந்திய ஆதிதிராவிட வாலிபர் கழகம் முன்மொழிந்துள்ளதை இன்றைய தமிழ்த்தேசிய சக்திகள் கவனத்தில் கொள்ள வேண்டிய ஒன்றாகும். 1968இல் பேரறிஞர் அண்ணா தமிழ்நாடு என்று தமிழகத்திற்குப் பெயர்சூட்டுவதற்கு முன்பே-1936இலேயே 'தமிழ்நாடு' என்கிற சொல்லாடலைப் பயன்படுத்தியிருப்பதையும் வெள்ளையர் ஆட்சிக்காலத்திலேயே தமிழ்த்தேசிய உணர்வை அரசியல் முழக்கமாக முன்வைத்ததையும் இன்றைய கால தமிழ்த்தேசிய அரசியலோடு பொருத்தி ஆழ்ந்து சிந்திக்கவேண்டும். ஆங்கில ஏகாதிபத்தியத்துக்கு எதிராக இந்திய விடுதலைக்குப் போராடிக்கொண்டிருக்கிற சூழலில், சென்னை மாகாணத்துக்குட்பட்ட ஒரு பகுதியான தமிழர் வாழிடத்திற்கு மட்டும் தனியே விடுதலை வேண்டும் என்கிற உணர்வு அந்த வாலிபர் கழகத்தினரிடம் மேலோங்கியிருந்தது என்றால் அவர்களின் அரசியல் பார்வை எத்தகைய பரந்த பார்வை என்பதை உணரமுடிகிறது. அவ்வாலிபர்களின் வழிகாட்டியான சீனிவாசனாரின் சிந்தனை எத்தகைய தொலைநோக்கைக் கொண்டிருக்கிறது என்பதையும் அறியலாம்.

தலித் சமூகத்தைச் சார்ந்தவர்கள் என்பதாலேயே பண்டிதர் அயோத்திதாசர், ரெட்டமலை சீனிவாசனார், ரெவெரன்ட் ஜான்ரத்தினம், போன்றவர்களின் பொதுநீரோட்டத் தலைமைத்துவத்தை ஏற்க இயலாமல் அவர்களைச் சாதித்

தலைவர்களாகவே சுருக்கிப் பார்க்கும் அவலம் உள்ளது. இது சாதியவாதிகளின் குறுகிய பார்வை என்பதை உணரலாம்.

*1890*களின் தொடக்கத்திலேயே - அதாவது,*19*ஆம் நூற்றாண்டின் இறுதிப் பகுதியிலேயே ஆரியம், திராவிடம், பார்ப்பனர் ஆதிக்க எதிர்ப்பு, சாதி ஒழிப்பு, சமூகநீதி, இடஒதுக்கீடு, தமிழ்ப்பற்று, தமிழ்ப்பௌத்தம், தமிழ்சமயம், தமிழர் நலன், தனித்தமிழ் நாடு போன்ற முற்போக்கான சனநாயக சிந்தனைகளை முகிழ்த்த பெருமைக்குரிய பெருந்தலைவர்களை, சாதியவாத பிற்போக்கு சனாதன சக்திகள் ஏற்க மறுத்து, வரலாற்றின் இருட்டில் உருட்டிப் புதைத்தனர் என்றாலும், இன்று அவர்களின் சிந்தனைகளெல்லாம் திமிறியெழுந்து மீண்டுயர்ந்து வெளிச்சத்தில் மிளிர்வதைக் காணமுடிகிறது. இதற்கான சான்றாக விளங்கும் ஒரு வரலாற்றுப் பேராவணம்தான் தோழர் சன்னாவின் இந்த அரிய தொகுப்பாகும்.

இவை போன்ற ஏராளமான வரலாற்று ஆதாரங்கள் இந்த நூலில் கொட்டிக் கிடக்கின்றன.அரசியல் தெளிவுபெற விழையும் முனையும் இளைய தலைமுறையினர் யாவருக்கும் இது வழிகாட்டும் விசைகொண்ட திசைநூலாகும் இதனைத் திரட்டிய தோழர் கௌதம சன்னா அவர்களுக்கும் பதிப்பித்த ஆழி பதிப்பகத்தாருக்கும் எனது நெஞ்சார்ந்த வாழ்த்துகள்...

09.09.2019 — இவண்
வேளச்சேரி — **தொல்.திருமாவளவன்**

⌘ ⌘ ⌘

மூன்றாம் பதிப்பிற்கான முன்னுரை

ரெட்டமலையார் தென்னகத்தின் தவிர்க்க முடியாத சக்தியா திகழ்ந்தவர். சமூக அமைப்புகளின் மீது பெருந்தாக்கத்தை உருவாக்கியவர் என்பதெல்லாம் ஒரு புறமிருந்தாலும், அவர் உருவாக்கியத் தாக்கங்களை இச்சமூகம் புரிந்துக் கொள்வதில் தொடர்ந்து தயக்கம் காட்டுவது ஏன்? என்பதை சீர்தூக்கிப் பார்க்கும் தேவையுள்ளது. பறையன் என்ற வார்த்தையை உச்சரிக்கத் தயங்கியக் காலத்தில் அதை கலகத்தின் குரலாக, எதிர்ப்பின் குறியீடாக முன்னிருத்தி தமது அரசியலைத் தொடங்கினார் ரெட்டமலையார். அவர் காலத்தில் திராவிடன், ஆதிதிராவிடன் போன்ற சொற்களைக் கொண்ட அரசியல் தலித் தலைவர்களால் முன்னெடுக்கப்பட்ட நேரத்தில்தான் தமது பறையர் அரசியலையும் முன்னெடுத்தார் ரெட்டமலையார். ஆனால் பறையர் என்பதை ஒரு சமூகத்திற்கான அரசியலாக முன்வைக்காமல் தீண்டாமையினால் பாதிக்கப்பட்ட அனைத்து மக்களுக்குமான குறியீடாக முன்வைத்ததில் அவர் வெற்றிக்கண்டார். கெடுவாய்ப்பாக, அதை அவரது மைத்துனரான பண்டிதர் அயோத்திதாசர் கடுமையாக எதிர்த்தார். அதற்காக வழக்கினை எதிர்கொண்டு நீதி மன்றத்தில் தண்டத் தொகையினையும் கட்டினார் ரெட்டமலையார்.

பிறகு, தமது அரசியல் நோக்கங்களை நிறைவேற்ற லண்டன் பயணமானார். வழியில் ஏற்பட்ட உடல்நலக் குறைவினால் தென்னாப்பிரிக்காவில் பல ஆண்டுகள் தங்க நேர்ந்தது. பிறகு நாடு திரும்பி அரசியல் பணிகளை மேற்கொண்டபோது அவர் உருவாக்கியப் பறையர் மகாஜன சபை உயிரோடுதான் இருந்தது. இருந்தாலும், அதை புரணமைப்பதை விட்டுவிட்டது மட்டுமின்றி பறையர் அடையாள அரசியலையும் கைவிட்டார்.

தொடர்ந்து. ஆதிதிராவிடர் என்னும் பெயரில் தமது அரசியலை முன்னெடுத்து மக்களை ஒருமுகப்படுத்தினார். பிறகு ஒடுக்கப்பட்டோர், ஷெட்யூல் காஸ்ட்ஸ் அரசியலை முன்னெடுத்து அரசியல் கோரிக்கைகளை வென்றெடுத்தார். இப்படி பெயர்களை அரசியல் அதிகாரத்தை கைப்பற்றும் கருவியாகப் பயன்படுத்தியதில் அவர் வெற்றிகரமானத் தலைவராக விளங்கினார்.

ஆனால் தற்காலத்தில் ரெட்டமலையாரின் பெயரைப் பயன்படுத்தும் சிலர் அவரது தொடக்கக்கால அரசியல் நிலைபாடுகளை மட்டும் அவருடைய ஒட்டுமொத்த அரசியல் போல முன்னிருத்தி அவரை சிறுமைப்படுத்துகிறார்கள். தனது காலத்தில் ரெட்டமலையார் அனைத்து சமூக தலைவர்களும் நேசிக்கத்தக்க தலைவராக இருந்தார். பல உயர்சாதி மற்றும் இடைச்சாதிகளைச் சேர்ந்தவ தலைவர்களின் மானசீக அரசியல் குருவாக அவர் விளங்கினார் என்று ஆவணங்கள் கூறுகின்றன.

இப்படி சிறப்பு மிகுந்த ஒரு தலைவரின் சிந்தனைகளும், அது தொடர்பான ஆவணங்களும் பரந்துப்பட்ட மக்களுக்கும் கிடைக்க வேண்டும் என்ற நோக்கத்தில் இந்த நூல் மூன்றாம் பதிப்பாக வெளிவருகிறது. இத்தொகுப்பை வெளியிட முன்வந்த பிளாக் டவுன் பதிப்பகத்திற்கும், அச்சிட்ட அச்சகத்தாருக்கும் எனது நன்றி.

23.06.2024 **கௌதம சன்னா**

சென்னை *-21* தொகுப்பாசிரியர்

⌘ ⌘ ⌘

முதல் பதிப்பிற்கான முன்னுரை

மண்ணின் மைந்தர்களின் பெருந்தலைவர்

நீண்ட காலத்தின் இருள் திரையொன்று அகற்றப்படுகிறது. உதயசூரியனின் ஒளிக்கதிர்களை மறைத்திருந்த கருமுகில்கள் பறந்து எங்கோ கண்காணாத வெளியில் கரைந்து போகப் போகின்றன. வரலாறு வரலாறாகத் திரும்புகிறது. மீண்டும் நிகழ வேண்டுமா வேண்டாமா என்பதைச் சூழல் முடிவு செய்யும்.

அவர்ணர்கள், பஞ்சமர்கள், தீண்டத்தகாதவர்கள், ஒடுக்கப்பட்டோர், தாழ்த்தப்பட்டோர், சேரி வாசிகள், ஆதிதிராவிடர்கள் எனப் பல பெயர்களில் அழைக்கப்படும் மக்கள் திரளின் வரலாறு குறித்து இந்தத் தமிழ்ச் சமூகத்திற்கு ஏதும் தெரியவில்லை. அவர்களுக்குத் தெரிந்ததெல்லாம் அறிவுக்கு ஒவ்வாத சாதிப் பெருமைகள் மட்டுமே. அதுமட்டுமின்றி அந்தப் பெருமிதத்தின் அடியாழத்தினைக் கண்டு பிடித்துவிட்டோம் என்று கற்பித்துக் கொண்டு ஓயாமல் பின்னோக்கி ஓடிக் கொண்டே இருக்கிறார்கள். வெள்ளையர்கள் ஆண்ட காலம் தொட்டு, மனிதன் தோன்றிய காலம்வரை ஓடுகிறார்கள். அவர்கள் ஓடும் வேகத்தில் வரலாறு ஏதும் அவர்கள் கண்ணில் படவில்லை, அவர்களின் அறிவில் ஒட்டவில்லை. கண்மூடித்தனமாக ஓடிப்போய்ப் புராணக் குப்பைகளின் அழுகிய மேடுகளில் ஆயாசமாய் அமர்ந்து இதுதான் தமது வரலாறு என்று குப்பைகளைக் கிளறி கைகளை உயர்த்திக் கூச்சலிடுகிறார்கள்.

இன்னொருபக்கம் இந்தப் புராண மோகிகளை விமர்சித்து அம்பலப்படுத்தும் முற்போக்காளர்கள், எல்லாவற்றிற்கும் அறிவியல் அடிப்படைகளைத் தேடும் அறிவார்ந்த குழுவினர் சான்றுகளின்றி எதையும் நம்ப மறுக்கும் திண்மைப் படைத்தவர்கள். வரலாற்றின் கடந்த காலத்தினை அறிவியல் கருவிகளைக்

கொண்டு கண்முன்னே நிறுத்த கால வர்த்தமானங்களைக் கடந்து உழைக்கிறார்கள். ஏனோ இடைவெளிகளைத் தாண்டித் தாண்டி கடந்து போகிறார்கள். அந்த இடைவெளிகளில் கசிந்து கொண்டிருக்கும் ஒளிக்கீற்றுகளைக் கண்டுங்காணாமல் கடக்கிறார்கள் ஏன்? ஏனென்றால் அந்த ஒளிக்கீற்றுகள் ஆதி மக்களின் பெருமைமிகுந்த ஒளிக்கீற்றுகளாக இருப்பது ஒரு காரணம்.

அந்தப் பெரும் ஒளிக்கீற்றுக்களின் அற்புதங்களுள் ஒன்றுதான் ரெட்டமலை சீனிவாசனார் எனும் ஒளி. தன் காலத்தின் வரலாற்றில் மாபெரும் தாக்கங்களை உருவாக்கியிருந்த அவர் வரலாற்றின் பக்கங்களிலிருந்து கிழித்தெறியப்பட்டிருந்தார். பல காலம் கழித்து மீட்கப்பட்டபோது அவருக்குத் தாம்தான் அடையாளம் தந்தோம் எனச் சில சில்லறை சிந்தனையாளர்கள் தம்பட்டம் அடித்துக் கொண்டனர். அது மட்டுமின்றி மீட்கப்பட்ட ரெட்டமலையார் குறித்தவை முழுமையாகவும், குற்றம் குறையுமற்றதாகவும் இல்லாமல், போகிற போக்கில் கண்டுபிடிப்பாளர்களின் கருணையால் அங்கீகரிக்கப்பட்டவரைப் போன்ற தோற்றத்தினை உருவாக்கினார்கள். அதற்குக் காரணம் அவரின் எழுத்துக்களும் பேச்சுக்களும் ஆவணங்கள் அதிகமாகக் கிடைக்காமலிருந்ததுதான். இப்போது அந்தக் குறை ஏறக்குறைய நீங்கும் சூழல் உருவாகியிருக்கிறது. அதை இந்தத் தொகுப்பு உருவாக்கும் என நம்புகிறேன்.

ரெட்டமலை சீனிவாசனார் வாழ்ந்த சூழல் முன்னெப்போதும் இல்லாத ஒரு குறிப்பிடத்தக்க வரலாற்றுச் சூழல். இந்திய மண்ணிற்குத் தொடர்பே இல்லாத ஐரோப்பியர்களால் ஆளப்பட்ட சூழல். அவர்களிடமிருந்து அதிகாரத்தினைக் கெஞ்சியோ அல்லது வஞ்சித்தோ பங்கிட்டுக் கொள்ளத் துடித்த சாதி இந்துக்கள் எனும் வல்லூறுகள் அதிகம் அரசியல் வானில் வட்டமிடத் தொடங்கிய காலம். ஆங்கில ஆட்சியர்களும் அவர்களை நம்பியே அரசியல் மாற்றங்களை உருவாக்க முனைந்த காலமும் அதுதான். இக்காலத்தில் முழுவதுமாக ஐம்பது ஆண்டுகள் தென்னிந்திய அரசியல் அரங்கத்தின் வரலாற்றில் பெரும் தாக்கங்களை உருவாக்கி மாபெரும் பாய்ச்சல் நிறைந்த மாற்றங்களை உருவாகக் காரணமாகத் திகழ்ந்தார் ரெட்டமலை சீனிவாசனார் என்பது வியப்பூட்டும்

நிகழ்வுத் தொடராக இருக்கிறது.

1867ம் ஆண்டு ஜூலை மாதம் 7ம் நாள் சென்னைக்கு அருகேயுள்ள கோழியாளம் என்னும் கிராமத்தில் ரெட்டமலையார் என்பாருக்கு மகனாப் பிறந்தார். பெற்றோர் இட்ட பெயர் சீனிவாசன். பின்னர்க் கோயம்புத்தூரில் உள்ள அரசினர் கல்லூரியில் இளங்கலை பயின்றார். ஆனால் சாதிக் கொடுமையின் காரணமாகப் படிப்பை இடையில் நிறுத்திவிட்டு நீலகிரியில் ஒரு நிறுவனத்தில் கணக்கராகப் பணியில் சேர்ந்தார். அக்காலத்தில் அவருடைய சகோதரியைப் பண்டிதர் அயோத்திதாசர் திருமணம் முடிந்திருந்தார். எனவே பண்டிதரும் சீனிவாசனாரும் உறவினர்கள். இருவரும் சேர்ந்து தமது பணிகளை மேற்கொண்டிருந்த காலம். அக்காலத்தில்தான் அவர்கள் பிளவாட்ஸ்கி அம்மையாரையும் கர்னல் ஆல்காட் அவர்களையும் சந்தித்தனர். அந்தச் சந்திப்பு இருவரின் மனதிலும் இருவேறுவிதமான தாக்கங்களை உருவாக்கியிருந்தது. பண்டிதர் பௌத்தத்தின் மூலம் தமது பணிகளைத் தொடரவும், அதிலிருந்து விலகி நேரடியான அரசியல் செயல்பாடுகள் மூலம் விடுதலைக்கான வழிகளைத் தேடும் எண்ணத்திற்கும் சீனிவாசனாரும் வந்திருந்தனர் என்பதைத் தொடர்ந்து வந்த ஆண்டுகளின் வரலாறு காட்டுகிறது.

அக்காலத்தின் மெட்ராஸ் மாநகரத்தில்தான் இந்திய வரலாற்றின் திசைவழிப் போக்குகள் கட்டமைக்கப்பட்டு வந்தன. இயல்பாகவே மண்ணின் மைந்தர்களான தலித்துகளின் வரலாற்றுப் போக்கும் அதையொட்டியே கட்டமைக்கப்பட்டன. தலித் சமூக அரசியலில் மூன்று பெரும் இயக்கப் போக்குகள் அப்போது உருவாகின. ஆதிதிராவிடர் அரசியலை முன்னிருத்திய ஆதிதிராவிடர் மகாஜன சபையினர் 1845 முதல் தொடங்கி 1887லிருந்து தீவிரமாகச் சமூக அரசியல் பணியின் முன்னேறினர். 1891ல் பண்டிதர் தலைமையில் திராவிடர் மகாஜன சபையினர் தமது பணிகளை முன்னெடுத்தனர். இதிலிருந்து விலகியவராய் பறையர் என்னும் அடையாளத்தினை முன்னிருந்து பறையர் மகாஜன சபை என்னும் இயக்கத்தின் மூலமும் அதே பெயரில் தனிப் பத்திரிக்கையினையும் தொடங்கித் தமது வரலாற்றுப் பயணத்தினை ரெட்டமலையார் தொடங்கினார்கள். ஏறக்குறைய பத்தாண்டுக்காலம் அவர் தீவிரமாகப் பணிகளை முன்னெடுத்தார்.

பிற்பாடு பண்டிதரோடு உருவான முரண்பாடு காரணமாகவும், இந்தியாவிலேயே இருந்து பணியாற்றினால் மக்களின் அரசியல் விடுதலை தேங்கிப் போய்விடும் என்று நம்பிய காண முடியாது என்று தீர்கமாய் நம்பியக் காரணத்தினால் மெட்ராசை விட்டு வெளியேறி கடல் மார்க்கமாக லண்டன் மாநகரை அடைந்து அங்கே அரசிடம் முறையிட வேண்டும், அதன் மூலம் தலித் மக்களின் சமூக மற்றும் அரசியல் உரிமைகளைப் பெற முடியும் என்கிற செயல் திட்டத்தோடு புறப்பட்டார்.

இடையில் பாம்பாயில் தங்கி மறு கப்பலைப் பிடித்து இங்கிலாந்து கிளம்பினார். பயணத்தின் இடையில் உடல்நிலை பாதிக்கப்பட்டக் காரணத்தினால் தென்னாப்பிரிக்காவில் இறங்கிவிட்டார். பிறகு அங்கேயே இருபது ஆண்டுகள் அவர் தங்க நேர்ந்தது. அந்த இருபது ஆண்டுகள் அவர் தமக்காக வாழ்ந்தார் என்று சொல்ல முடியாது. உடல் நிலையின் தேற்றிக் கொண்டு, நீதிமன்ற மொழிப் பெயர்ப்பாளராகப் பணியாற்றிக் கொண்டும், அங்கிருந்த மக்களோடு பழகி அவர்களின் அரசியல் மற்றும் சமூக நடவடிக்கைகளில் பங்கெடுத்துக் கொண்டுமிருந்தார். அப்போது அங்கே பணியாற்றிக் கொண்டிருந்த காந்தியடிகளிடம் நட்பு பாராட்டிக் கொண்டுமிருந்தார். ஆயினும் அவரது எண்ணம் முழுமைக்கும் தான் கொண்ட வைராக்கியத்தின் மீது உறுதியாக இருந்தது. பம்பாயில் தங்கியிருக்கும்போது தனது தந்தைக்கு எழுதிய பதில் கடிதத்தில் சுடுகாடு போன பிணம் திரும்பாது அதுபோல ஒரு கொள்கையோடு லண்டன் பயணம் போன நான் குறிக்கோளை நிறைவு செய்யாமல் திரும்ப முடியாது என்று குறிப்பிட்டிருந்ததை உறுதிப்படக் கடைபிடித்தார். ஆனால் வாய்ப்புகள் அவர் நினைத்ததைப் போல அமையவில்லை. பத்தொன்பது ஆண்டுகள் அவர் தென்னாப்பிரிக்காவின் நெட்டால் நகரத்தில் தங்கியிருந்து பின்பு 1919களின் இறுதியில் இந்தியாவிற்குத் திரும்பினார். ஏறக்குறைய இந்த இருபதாண்டுகளின் கால இடைவெளியில் பெரும் மாற்றங்கள் இந்தியாவில் நிகழ்ந்திருத்தாலும் ரெட்டமலை சீனிவாசனாரின் தலைமைக்கான அவ்வளவு காலம் பாராமரிக்கப்பட்டுப் பேணப்பட்டு வந்தது என்பது ஒரு பேரதிசயமாக இருக்கிறது. வரலாற்றில் வேறு எந்த மாமனிதருக்கும் கிடைத்திராத பேறு

என்றுதான் எண்ணத் தோன்றுகிறது.

மெட்ராசுக்குத் திரும்பிய பிறகு பெரும் வரவேற்பு மட்டுமின்றி வந்தவுடன் தாம் விட்டுச் சென்ற இயக்கத்தின் தலைமைப் பொறுப்பை மீண்டும் ஏற்றுக் கொண்டதுடன், அடுத்த ஆண்டிலேயே மெட்ராஸ் மாகாண சட்ட மேலவையின் உறுப்பினராக நியமிக்கப்பட்டார். ஏறக்குறைய இருபதாண்டுகளுக்கு மேலாக அந்தப் பொறுப்பில் திறம்படப் பணியாற்றினார். அது மட்டுமின்றிப் பிரிட்டிஷ் இந்திய அரசு நியமித்த எல்லா அரசியல் சீர்திருத்தக் குழுக்கள் முன் சாட்சியமளித்தும் மண்ணின் மைந்தர்களின் சமூக அரசியல் கோரிக்கைகளை முன்வைத்தும் இடைவிடாமல் பணியாற்றினார்.

அதன் சிறப்புமிக்க உச்சமாக **1927**ல் சைமன் குழுவின் முன் சாட்சியமளித்ததுடன், வட்ட மேசை மாநாடுகளில் கலந்து கொள்ளும் வாய்ப்பினையும் பெற்றார். அதன்பொருட்டு அவர் லண்டன் பயணம் மேற்கொண்டார். தொடர்ந்து **1929** முதல் **1933**வரை மூன்று வட்ட மேசை மாநாடுகளில் கலந்து கொண்டார். ஏறக்குறைய **1900**ஆம் ஆண்டு எந்தக் காரணத்தினை முன்னிட்டு அவர் லண்டன் போக நினைத்தாரோ அது **1932**ல் நிறைவேறியது என்பது ஆச்சரியமூட்டும் வரலாற்று உண்மை. லண்டனில் இருந்த போது தமது வாழ்க்கைப் பயணத்தின் நோக்கம் நிறைவேறியதை அவர் நினைத்துப் பார்த்தார். அதற்கான சான்றினை சீனிவாசனாரின் ஜீவிய சரித்திரத்தில் காண முடியும்.

இப்படி எடுத்த காரியத்தில் கண்ணும் கருத்துமாக இருந்தது மட்டுமின்றி அதற்காகச் சுமார் முப்பது ஆண்டுக்காலம் காத்திருந்த காத்திருப்பை என்னவெனச் சொல்வது. இது போன்ற வைராக்கியம் ஒப்பீடு இல்லாத வைராக்கியம் என்றால் அது மிகையில்லை.

இக்காலக்கட்டத்தில்தான் ரெட்டமலையார் புரட்சியாளர் அம்பேத்கர் அவர்களுடன் நெருக்கமாக நின்று பணியாற்றினார். தொடர்ந்து வந்த ஆண்டுகளில் செட்யூல்ட் சாதிகளின் கூட்டமைப்பை வலுப்படுத்துவதில் முனைப்புக் காட்டினார். நீதிக் கட்சித் தலைவர்களுடன் இணைந்து பணியாற்றினார். பல நேரங்களில் அவர்களுக்கு வழி காட்டினார். நீதிக்கட்சி

தலைவர்களுள் ஒருவரான சுந்தர் ராவ் நாயுடு சீனிவாசனாரின் சீடராகவே கடைசிவரை பணியாற்றினார். பறையர், சக்கிலியர், பள்ளர் உள்ளிட்ட தீண்டத்தகாத சாதிகளின் இணக்கத்திற்கும் அவர்கள் இணைந்துப் பணியாற்ற வேண்டும் என்கிற அரசியல் முக்கியத்துவத்தினைத் தொடர்ந்து வலியுறுத்தி வந்தார். அதை நிறைவேற்றும் விதமாக அனைத்திந்திய ஆதிதிராவிடர் மகாசன சபையில் மேற்கண்ட சாதியினருக்கான பிரதிநிதித்துவத்தினை நிலைநாட்டினார். மெட்ராஸ் மாகாண ஒடுக்கப்பட்டோர் சம்மேளனத்தினை உருவாக்கிச் செயல்பட்டபோதும் அதையே கடைப்பிடித்தார். செட்யூல்ட் சாதிகள் கூட்டமைப்பு உருவானபோதும் அது தானாகவே நிறைவேறியது.

தொடக்கத்தில் பறையர் அடையாளத்தினை முன்னிறுத்தி அரசியல் சூழல் மாறும் போதெல்லாம் அதற்கேற்ப தமது வியூகங்களை மாற்றி, தான் எந்தப் பெயரில் அரசியலைத் தொடங்கினோமோ அதன் மீது விடாப்பிடியாக நிற்காமல் ஆதிதிராவிடர், ஒடுக்கப்பட்டோர் மற்றும் செட்யூல்ட் சாதிகள் என அடையாளங்களை முன்னெடுத்து தமது அரசியல் கோரிக்கைகளில் வெற்றி கண்டார்.' சாதி அடையாளத்தில் அவர் ஒருபோதும் தேங்கி நிற்கவில்லை என்பதை இதிலிருந்து புரிந்து கொள்ள முடியும். தற்காலத்தில் உட்சாதி அரசியலை முன்னெடுப்பவர்கள் ரெட்டமலையாரின் அரசியல் பணிகளிலிருந்து கற்க வேண்டிய மிக முக்கியமான பாடம் இது என்று உறுதியாகச் சொல்ல முடியும்.

தன் காலத்தின் இறுதிவரை சீனிவாசனார் இடைவிடாமல் பணியாற்றினார். சலிப்பின்றி உழைத்தார். தனக்கெனப் பெரும் சொத்து ஏதும் சேர்க்காமல் தனது பிள்ளைகளுக்கும் பேரப் பிள்ளைகளுக்கும் கல்வி மட்டுமே வழக்கியிருந்தார். நிலையான முகவரியில் அவர் வசிக்கவில்லை. செங்கல்பட்டுக் கோழியாளம், குன்னூர், மெட்ராசில் ராயப்பேட்டையில் உள்ள லாயிட்ஸ் தெரு, பூவிருந்தவல்லி என அலைந்து தனது கடைசிக் காலத்தில் சென்னை பெரியமேட்டில் உள்ள வீரபத்திரன் தெருவில் தனது கடைசிக் காலத்தினைக் கழித்தார். அந்த முகவரியிலேயே தனது 86ம் வயதில், 1945ம் ஆண்டுச் செப்டம்பர் மாதம் 18ம் நாள் அதிகாலை 2.45 மணிக்கு இவ்வுலகை விட்டு மறைந்தார்.

இவ்வாறாகத் தமது சிறந்த வாழ்க்கையை வாழ்ந்த

சீனிவாசனாரின் வாழ்க்கை வரலாறு, அவரது பணிகள் மற்றும் அவருடைய படைப்புகள் அங்கொன்றும் இங்கொன்றுமாக மட்டுமே சேகரிக்கப்பட்டுப் பதிப்பிக்கப்பட்டுள்ளன. அவர் நடத்திய பறையன் இதழின் நகல்கள் எவையும் கிடைக்கவில்லை. அவர் அரசுடன் நடத்திய கடிதப் போக்குவரத்துக்களோ, இயக்க ஆவணங்களோ அல்லது அவரின் தனிப்பட்ட ஆவணங்களோ ஏதும் கிடைக்காத சூழலில் அவற்றைத் தேடிப் பல இடங்களுக்கு அலைந்திருக்கிறேன். 1996ஆம் ஆண்டிலிருந்து அதற்கான தேடுதலில் இருக்கிறேன். அவ்வப்போது சேகரித்தவைகளை சங்கம் என்ற பெயரில் பாஸ்கர்ராய், தலித் ராமதாஸ் மற்றும் நான் சேர்ந்து உருவாக்கிய அமைப்பின் மூலம் அவற்றை ஆவணப்படுத்தி வந்தோம். 2000ம் ஆண்டுக்குப் பிறகு சங்கம் அமைப்புத் தீவிரமாகச் செயல்படவில்லை. எனவே நாங்கள் சேகரித்த ஆவணங்களை அத்தனையும் நான் ஒருவனே பாதுகாத்து வைக்க வேண்டிய கட்டாயத்தில் இருந்தேன். இன்றும் அதே நிலைதான். அவற்றில் பெரும்பாலானவை செல்லரித்தும் மழையில் நனைந்தும் வீணாகிப் போய்விட்டன. இதனால் கடும் மன உளைச்சலுக்கு நான் ஆளாகிவிட்டேன். எல்லாவற்றையும் என்னால் மீட்க முடியாவிட்டாலும் பெரும்பகுதியை மீட்டேன் என்று நினைக்கிறேன். அது மட்டுமின்றித் தலித் வரலாறு தொடர்பான ஆவணத் தேடல்களை ஒருபோதும் நிறுத்தவில்லை.

இந்நிலையில்தான் ரெட்டமலை சீனிவாசம் அவர்கள் தொடர்பான ஆவணங்களைத் தொகுத்து வெளியிட வேண்டும் என நீண்ட காலமாக முயன்று வந்தேன். அது இப்போதுதான் கைகூடி வந்ததுள்ளது. அதுதான் உங்களிடையே பெரும் புத்தகமாக இருக்கிறது.

இந்தத் தொகுப்பில் உள்ள ஆவணங்கள் பல்வேறு காலகட்டங்களில் சேகரிக்கப்பட்டவை என்பது சொல்லாமலே விளங்கும். ஆயினும் இதில் உள்ள சில ஆவணங்களை யாரிடமிருந்து சேகரித்தேன் என்பதையும் யாரிடம் அவற்றைச் சரிபார்த்துக் கொண்டேன் என்பதையும் வாசகர்களுக்குத் தெரிவிக்க வேண்டியது ஒரு ஆய்வாளரின் கடமை.

இவற்றில் உள்ள ஆவணங்கள் தொடர்பான சந்தேகம் ஏற்பட்டால் மறைந்த அறிஞர்.அன்பு பொன்னோவியம் மற்றும்

தி.பெ.கமலநாதன் ஆகியோரிடம் தெளிவுபடுத்திக் கொள்வது எனது வழக்கம். அவர்கள் வாழ்ந்த காலம் வரை அந்த வாய்ப்பு எனக்கு இருந்தது. அதேபோல மறைந்த நண்பர் வே.அலெக்ஸ் அவர்கள் சில வேளை உதவியிருக்கிறார். இத்தொகுப்பில் இடம்பெற்றுள்ள கடிதங்களை மறைந்த மெயில் முனிசாமி அவர்களின் ஆவணச் சேகரிப்பிலிருந்து எடுக்கப்பட்டவை. அவருடைய மகன் மறைந்த அசோகன் எனக்குக் கொடுத்து உதவினார். ஆனால் அவற்றைப் பெறுவதற்குப் பல மாதங்கள் என்னை அலையவிட்டார் என்பது தனிக்கதை. இதில் இடம்பெற்றுள்ள சீனிவாசனாரின் பல புகைப்படங்கள் டாக்டர். அம்பேத்கர் பிரியன் மற்றும் மறைந்த எக்ஸ்ரே.கருணாகரன் ஆகியோரின் மூலம் கிடைத்தவை. மற்றவை என்னுடைய சேகரிப்பில் இருந்தவை. இதேபோலத்தான் இத்தொகுப்பில் இடம்பெற்றுள்ள ஆவணங்களும். ஆனால் சீனிவாசனாரின் எழுத்துத் தொடர்பான ஆவணங்கள் பெரும்பாலும் என்னுடைய முயற்சியில் சேகரிக்கப்பட்டவையே.

எனவே, இந்தத் தொகுப்பு சீனிவாசனாரின் படைப்புகளையும் ஆவணங்களையும் கொண்ட பெரும் தொகுப்பாக விரிந்துள்ளது. கிடைத்தவற்றை அவற்றின் மூலம் கெடாமல் தமிழிலும் ஆங்கிலத்திலும் உள்ளது உள்ளவாறே கொடுத்ததுடன் அவற்றுக்கான முன்குறிப்புகளையும் கொடுத்திருக்கிறேன். அவை வாசகர்களுக்குத் தெளிவினைத் தரும் என நம்புகிறேன். மேலும் இத்தொகுப்பில் ரெட்டமலையார், சீனிவாசனார் மற்றும் சீனிவாசம் என குறிக்கப்படுவது ரெட்டமலை சீனிவாசன் அவர்களையே குறிக்கும்.

இனி இத்தொகுப்பினை உருவாக்க உதவியவர்களுக்கு நன்றி கூறியாக வேண்டும். மறைந்த அன்பு பொன்னோவியம், தி.பெ.கமலநாதன், மெயில் முனிசாமி, எக்ஸ்.ரே.கருணாகரன், மு.அசோகன் மற்றும் பாஸ்கர் ராய் ஆகியோரை நன்றியோடு நினைவுக்கூறுகிறேன். இவர்களுக்கே இத்தொகுப்பைக் காணிக்கையாக்குகிறேன்.

இத்தொகுப்பு உருவாக்கத்தில் ஆங்கில மூலத்தினை ஒப்பு நோக்கவும் சரிபார்த்துக் கொள்ளவும் எனக்குப் பெரிதும் துணை புரிந்தவர் டாக்டர்.க.சுபாஷிணி (ஜெர்மனி) அவர்கள். பல மணி நேரம் இணையத்தின் மூலமாகவும் நேரிலும் இதிலுள்ள

தரவுகளின் ஆங்கில மூலங்களை அவரின் மூலமாகவே சரிபார்க்க முடிந்தது. அது மட்டுமின்றி ஐரோப்பிய ஆவணக் காப்பகங்கள் மூலமாகச் சில தரவுகளைச் சரிபார்த்துக் கொள்ளவும் உதவினார். எனவே அவருக்கு எனது மனமார்ந்த நன்றியினைத் தெரிவித்துக் கொள்கிறேன்.

இத்தொகுப்பில் இடம்பெற்றுள்ள சீனிவாசனாரின் ஆங்கிலக் கடிதங்களைப் படித்துப் புரிந்துக் கொள்வது கடினமாக இருந்தது. அதைப் போக்கும் விதமாக பேராசிரியர்.டாக்டர். தயானந்தன், திருமதி. ஆன்னி தயானந்தன் மற்றும் கவிஞர்.சதா ஆகியோருக்கு எனது நன்றியினைத் தெரிவித்துக் கொள்கிறேன்.

இத்தொகுப்பினை உருவாக்கும் நேரத்தில் எனது வீட்டில் எனக்கு உதவியாக இருந்த கா.ஆல்பர்ட், சு.அரசு, இர.அசோக் மற்றும் நரேஷ் சந்ரு ஆகியோருக்கு எனது நன்றியினைத் தெரிவித்துக் கொள்கிறேன்.

இத்தொகுப்பினை சிறந்த முறையில் பதிப்பிக்கவும் வெளியிடவும் உதவிய ஆழி பதிப்பகத்தின் உரிமையாளர் ஆழி. செந்தில்நாதன் அவர்களும் அப்பதிப்பகத்தின் ஊழியர்களுக்கும் எனது மனமார்ந்த நன்றியினைத் தெரிவித்துக் கொள்கிறேன்.

இத்தொகுப்பிற்குச் சிறந்த முறையில் ஆய்வுரையினை எழுதி என்னைப் பெருமைப்படுத்திய விடுதலைச் சிறுத்தைகள் கட்சியின் எழுச்சிமிகுத் தலைவர் டாக்டர்.தொல்.திருமாவளவன் (நாடாளுமன்ற உறுப்பினர்) அவர்களுக்கு இந்நேரத்தில் எனது மனமார்ந்த நன்றியினைத் தெரிவித்துக் கொள்கிறேன்.

மேலும் எனது எழுத்து பணிகளுக்கு எப்போதும் துணை நிற்கும் எனது பெற்றோருக்கு எனது வணக்கத்தினையும் நன்றியினையும் தெரிவித்துக் கொள்கிறேன்.

அன்புடன்

கௌதம சன்னா

மெட்ராஸ்
18.09.2019
ரெட்டமலையார் நினைவுநாள்
www.sannaonline.com
writersannah@gmail.com

⌘ ⌘ ⌘

நான்! நான்!! என்ற மகா மந்திரத்தை ஜெபித்து கொண்டிருப்பவன் தன்னையுணர்ந்து சகலமுமறியும் ஞானியாகி தலைவனை காண்பதுபோல நான்! நான்!! என்று எவன் ஒருவன் தன்னையும் தன் இனத்தையும் மறுக்காமல் அச்சமும் நாணமுமில்லாமல் உண்மை பேசி தன் சுதந்தரத்தை பாராட்டுகிறானோ அவன் மதிக்கப்பெற்று இல்வாழ்க்கையில் சம்பத்துள்ளவனாய் நித்திய சமாதானத்துடன் வாழ்வான்.

ரெட்டமலை சீனிவாசன்

ஜீவிய சரித்திரம் புத்தகத்தில்

⌘

பகுதி

1

ரெட்டமலை சீனிவாசனாரின் சமகால வரலாற்றுத் தலைவர்கள்

⌘

முன் குறிப்பு - திரிசிபுரம் ஆ.பெருமாள் பிள்ளை அவர்கள் எழுதிய ஆதி திராவிடர் வரலாறு என்னும் புத்தகம் 1922ஆம் ஆண்டு வெளியிடப் பட்டது. அந்த புத்தகத்தின் வரலாற்று முக்கியத்துவம் கருதி அந்த புத்தகத்தின் ஒரு அத்தியாயத்தை மெயில் நாளிதழ் வெளியிட்டது. *("THE MAIL" 21.1.1922 Page 9 - Colum 1.)*

மெயில் ஆங்கில நாளிதழில் பணியாற்றிய மறைந்த சேத்துப்பட்டு மெயில் முனுசாமி அவர்கள் தலித் வரலாற்று ஆவணங்களைச் சேகரித்தவர். அவர் அப்பத்திரிக்கையில் பணியாற்றும் போது தி மெயில் நாளிதழில் வெளிவந்த தலித் வரலாற்றுச் செய்திகளையும் சேகரித்தார். அப்படி சேகரித்ததில் ஒன்றுதான் ஆதிதிராவிடர் வரலாறு புத்தகத்தின் முதல் அத்தியாயத்தை தி மெயில் வெளியிட்ட செய்தி. ஆனால் மெயில் இதழின் அசல் நமக்கு கிடைக்கவில்லை. நல்வாய்ப்பாக மெயில் முனுசாமி அவர்கள் தனது வரலாற்றுக் குறிப்பேட்டில் மேற்கண்ட செய்தியை முழுமையாக தனது கைப்பட எழுதி வைத்திருந்தார். அது நமது சேகரத்தில் இருக்கிறது.

ரெட்டமலை சீனிவாசம் அவர்களின் இத்தொகுப்பில் இத்தலைப்பு நேரடி தொடர்பில்லை என்றாலும், அவர் வாழ்ந்த காலத்தில் நிகழ்ந்த வரலாற்றுச் சூழலை உள்ளது உள்ளபடி புரிந்துக் கொள்ள உதவுகிறது. மேலும் ரெட்டமலையார் வாழ்ந்த காலத்தில் அவருடன் பணியாற்றிய தலித் தலைவர்களின் பெயர்கள் இதில் சிறப்புற பட்டியலிடப்படுகின்றன என்பதால் வாசகர்களின் புரிதலுக்கான ஓர் ஆவணமாக இங்கே சேர்க்கப்பட்டுள்ளது.

மேலும் இக்கட்டுரையில் வரும் ஸ்ரீ ஸ ஷெ மீ ஆகிய எழுத்துக்களுக்கான பொருள் பின்வருமாறு

ஸ்ரீ – **திரு**

ஸ – **வருடத்திய**

ஷெ – **மேற்படி**

மீ – **மாதத்திய... என சேர்த்துப் படித்துக்கவும்**

- சன்னா

⌘

1

சமகாலத் தலைவர்கள்

திரிசிபுரம் ஆ.பெருமாள் பிள்ளை

இந்தியாவில் அநேக நூற்றாண்டுகளாக சுதேசிகளெனவிருந்து வாழ்ந்து வருபவரோ ஆதி திராவிடர்களை அவரது பிறவிக்கும் மாறாக யாதென்றோ! எண்ணுமோர் புல்லிய எண்ணமும் உலோபமும் உடையவர்களாகி அவர்களைத் தாழ்த்துமோர் அறிவே பெரிதும் உடையராய் இருப்பவரானார்.

சுயநலப் பிரியரான சாதிபேதம் பாராட்டும் முன்னோர்களின் பிற்றைய காலத்திலே தோன்றினவர்களும் தங்களின் மூதாதையரின் சூழ்ச்சிகளை இனைய தென்றுணராமல் தாழ்வாய் நடத்தற்கானதை யுணர்ந்து அவரது அறியாமையையகற்றும் வண்ணம், கபிலரகவல்ஞானவெட்டி முதலிய நூலாசிரியர்கள் அறிவு சுடர் அருளியுள்ளபடி 50 வருஷங்களுக்கு முன்னிருந்த பெரியாருள், பாலவாகட திரட்டு என்ற நன்னூலாற்றிய வல்ல காளத்தி ஈசர் ஸ்ரீமான் அயோத்திதாச பண்டிதர் அவர்களும் (45) ஆண்டுளுக்குமுன் சுகிர்தவசனி யென்ற பத்திரிகை நடாத்தி வந்த ஸ்ரீமான். நாராயண சாமிப் பிள்ளையவர்களும் மற்றும் பலரும் ஆதிதிராவிடர் எனப்படும் பழங்குடிகளைப் பஞ்சமர் பறையர் என்று தீய பொருளடியே அழைத்து வரும் பழக்கத்தைக் கண்டித்து வந்தனர். சென்னைக் காசிமேடு. ஷட்டாவதானம். வைரக்கண். வேலாயுத புலவர், ஸ்ரீமான். அரங்கையதாசப் பண்டிதர் முதலிய கற்றோர்கள் பலர் கூடி "ஆதி திராவிடர் மகாஜனசபை" என்றொரு பெருங்கழகத்தைக் கடந்த 1890-ம் ஆண்டில் ஆரம்பித்து 1892-ம் ஆண்டில் 1860-ம் ஞுத்திய XXI-ம் சட்டத்தின்படி ஆளுகையாரின் முத்திரையுறச் செய்வித்தனர். ஷ ஆதி திராவிட மகாஜன சபைக்குத் தனது நீடிய ஆயுள்பரியந்தம் சபாநாயகமாய் விளங்க நேர்ந்து கொண்டார் பெருந்தகையாளர் ஸ்ரீமான். ஷாப்பு P.V.சுப்பிரமணியம் பிள்ளையவர்கள். 1890-ம் ஞு ஏப்ரல் மீ 8ந் திகதிய மகா விகடதூதன் பத்திரிகையைக் காண்க.

இவ்வாறு தோன்றிய ஆதி திராவிட மகாஜன சபையின்

கருத்தின்படியே, ஆதி திராவிடர்களை அழைக்கப்படும் பெயர் பலவற்றுள், பறையன் என்றவொரு பெயரைக் கொண்டு விவாதிக்கும்படியாக ஸ்ரீமான்.ரெட்டைமலை ஸ்ரீநிவாசம் அவர்கள் "பறையன்" என்றொரு பத்திரிகை நடாத்தி அக்கால் சென்னைக் கவர்னராயிருந்த லார்ட் வென்லாக் பிரபுவிடம், ஆதி திராவிடர்களுக்கு உண்டாயுள்ள குறைகளை யெல்லாம் எடுத்துக் காட்டி நன்மையுண்டாக்க விளங்கினார்.

ஸ்ரீமான். T. ஜான் இரத்தினம் அவர்கள் "திராவிட பாண்டியன்" பத்திரிகை நடாத்தித் தென்னிந்திய பழங்குடிகளின் வரலாறுகளை விளங்கக் கூறி வந்தனர். ஸ்ரீமான். வே. இரத்ந முருகேச பண்டிதர் அவர்கள் ஸ்ரீமான், வேலூர் து.முனிசாமிப் பண்டிதர் அவர்கள் "ஆன்றோர் மித்திரன்" எனும் பெயரிய பத்திரிகையொன்று நடாத்திச் சாதிபேத தவறுகளை எடுத்தோதி வந்தனர். சதாவதானம். ஸ்ரீமான். பூஞ்சோலை முத்துவீர நாவலரவர்கள் "பூலோகவியாசன்" எனும் பத்திரிகை யொன்று நடாத்தி ஆதி திராவிடர் முன்னேற்றத்தை யவாவி நின்றனர்.

ஆதி திராவிடர்கள் புராதன மக்கள் என்றும்; தமிழர்களென்றும்; வஞ்ச நெஞ்ச பிராமணர்களது சூழ்ச்சியால் பழந்தமிழர் சரிதங்களும் அவரது செல்வங்களும் நாளுக்கு நாள் மறைவுண்டு போக அன்னோர் தாழ்த்தப்பட்டாரென்றும்; ஆன்ற கல்வி கேள்வி பெருக்கினால் "தமிழன்" – என்றொரு பத்திரிகை நடாத்தி இரவும் பகலும் பழங்குடிகளாகிய ஆதி திராவிடர்களின் முன்னேற்றத்தையே கருதினவராகப் பிரகாசித்திருந்தார் ஸ்ரீலஸ்ரீ.க.அயோத்திதாச பண்டித பெருமான் அவர்கள்.

இத்தியாதி உழைப்பில் வளர்ந்துவந்த ஆதி திராவிட மகா ஜன சபையானது மூன்று வருடங்களுக்குமுன், டாக்டர் T.M. நாயர். சர். P.தியாகராய செட்டியார் ஆகிய பெருந்தகையாளரது இராஜிய கிளர்ச்சி, வகுப்புவாரி பிரதிநிதித்துவம் என்ற அமைப்பின்கண் வன்மையுடன் நின்று தோன்றற்காயிற்று.

அக்காலையில் ஆதி திராவிட மகாஜன சபையின் நாயகராகிய ஸ்ரீமான். ஷாப்பு, P.V. சுப்பிரமணியம் பிள்ளை யவர்களின் தலைமையின்கீழ், ஷெ மகா சபைக்குக் கௌரவ காரியதரிசியாய் பரோபகார திடமனதுடன் எழுந்தார் ஸ்ரீமான். M.C.இராஜா அவர்கள்.

கல்வி கேள்வி நிறைந்த பண்டிதர்களாகிய சீமான்கள் T. ஜான் இரத்தினம் அவர்கள். "இல்லற வொழுக்கம்" எனும் நுலாசிரியர் ஸ்ரீமான். ம.க.சின்னதம்பி பிள்ளையவர்கள். சைவ பிரசாரகர் ஸ்ரீலஸ்ரீ. கி.ஊ.பா. கங்காதர நாவலர் அவர்கள். ஸ்ரீலஸ்ரீ. சகஜானந்த சுவாமிகள். வித்வான்.

மதுரவாசகம் பிள்ளையவர்கள் வேதாந்த வித்வசிரோமணி, களத்தூர் முனிசாமிப் பிள்ளையவர்கள் ஸ்ரீமான். மா. தேசிகானந்த சுவாமிகள். ஸ்ரீமான். திரு. பழநிசாமிப் பிள்ளையவர்கள். ஸ்ரீமான் பெ.மா. வெங்கடபதி நாவலர் அவர்கள். ஸ்ரீமான். R. இராஜகோபால். ஸ்ரீமான் M.C.D. வரதராஜலு அவர்கள். ஷட்டாவதானம். கங்காதர பாலதேசிகர். நரசிங்கபுரம் ஸ்ரீமான். பொ.இரத்தினப் பிள்ளையவர்கள். ஸ்ரீமான். ஐ.பலகுருர்சிவம் அவர்கள். திரிசிரபுரம் ஆ.பெருமாள் பிள்ளையவர்கள். பின்னும் பல நல்லிசைப் புலவர்கள் எல்லோரும் கிராமங்கடோறும் சென்று ஆங்காங்கு ஆதி திராவிட சபையின் நலத்தை எடுத்தோதி வந்தனர்.

இந்தியாவின் சீர்திருத்த விஷயமாக 1917–ம் ஞு சென்னைக்கு விஜயஞ் செய்ய செய்தருளிய H.E. Lord Chemsford, Right Honourable Mr. E.S. Mantagu ஆகிய பிரபுக்களிடம் ஆதி திராவிடர் என்னும் பெயரைப் பற்றியும் ஆதி திராவிடர்களின் முன்னேற்றத்தைப் பற்றியும் அவாவிய பத்திரமொன்று விடுக்க சென்னை விக்டோரியா பொதுக்கூட்டத்தில், திருமயிலை. திவ்ய கவி. இராகவதாசர் அவர்களின் தலைமையின் கீழ் ஆதி திராவிடர்களின் பெருங்கூட்டமொன்று நிறைவேற்றி ஷ பத்திரத்தில்,

ஸ்ரீமான். P.V. சுப்பிரமணியம் பிள்ளை, ஸ்ரீமான். T.ஓங்காரம், ஸ்ரீமான். V.முக்குந்துபிள்ளை, ஸ்ரீமான். M.சண்முகம் பிள்ளை, ஸ்ரீமான். M.C.இராஜா, ஸ்ரீமதி. திருப்புகழ் அம்மாள், ஸ்ரீமான். K. முனிசாமிப் பிள்ளை, ஸ்ரீமான். V.G. வாசுதேவ பிள்ளை, ஸ்ரீமான். V.G.இராஜரத்தினம் பிள்ளை, ஸ்ரீமான். வேணுகோபால் பிள்ளை

ஆகிய இவர்கள் தங்களது கையொப்பஞ் சார்த்தி இந்திய மந்திரியாகிய மாண்டேகு பிரபுவிடம் சமர்ப்பித்தனர்.

அதன் பிறகு ஆதிதிராவிடர்களின் முன்னேற்றத்திற்கு அறிகுறியாக சென்னை கவர்னர் H.E. Lord Willingdon பிரபு ஷ ஆதிதிராவிடர் மகாஜன சபையின் காரியதரிசியாகிய ஸ்ரீமான் M.C.இராஜாவை ஆதி திராவிடர்களின் பிரதிநிதியாக சட்டசபையில் அமர்த்தினார். ஸ்ரீமான் M.C. இராஜா அவர்கள் பிரதிநிதியாகத் தெரிந்தெடுக்கப்பட்ட அந்நாள் தொட்டுத் தான் தனது கடமையைப் பூர்த்தியாய்ச் செய்துமுடிக்க வேண்டுமென்ற விரதமே பூண்டவராய்க் கைம்மாறொன்றுங் கருதாமலும் பிறரால் உண்டாகும் பல கஷ்டங்களைப் பொருள் பண்ணாமலும், ஷ சபைக்காக உழைத்து வருவதோடு ஆதிதிராவிடர் எனும் பெயரை ஆளுகையாரின் புத்தகங்களிலே பதிவு செய்விக்க வேண்டும் என்று திட மனதுடன் முயன்றதின் பலனாக நிகழும் 1922–ம் ஞு ஜனவரி மீ 20–ம்

தேதியன்று நடந்த சென்னை சட்டசபையில் ஸ்ரீமான், M.C.இராஜா M.L.C அவர்கள் ஆதி திராவிடர் எனும் பெயரைப் பிரேரேபிக்க ராவ். பஹதூர் ஸ்ரீமான். T. நம்பெருமாள் செட்டியார் அவர்கள் அதனை ஆமோதிக்க, ஆனரெரி மாஜிஸ்ட்டிரேட்டும் ஆதிதிராவிடர்களின் பிரதிநிதியுயாகிய ஸ்ரீமான். மதுரைப்பிள்ளை M.L.C. அவர்கள் மிக்க நயம்படும் இத மொழி களால் ஆதிதிராவிடர் என்ற பெயரை ஷெ சட்டசபை பெருங்கழகத்தில் ஆதரித்துப் பேச ஆதிதிராவிடர் என்ற பெயர் ஆளுகையரால் மங்களகரமாக ஏற்றுக்கொள்ளப்பட்டது.

"THE MAIL" 21.1.1922 Page 9 – Colum 1.

⌘ ⌘ ⌘

பகுதி

2

ரெட்டமலை சீனிவாசனாரின் வாழ்க்கை வரலாற்று ஆவணங்கள்

⌘

Victoria Public Hall Madras

திவான் பகதூர்

※ திராவிடமணி ரெட்டமலை ஸ்ரீனிவாசன், எம். எல். சி.,—எப். எம். யு.

அவர்களின்

85-வது ஆண்டு பிறந்தநாள் கொண்டாடிய

மாபெருங்கூட்டத்தில் விநியோகித்த

திருவிதழ்.

சரித்திரச் சுருக்கம்.

திராவிடமணியின் பிறப்பு:—ஸ்ரீனிவாசன் அவர்களின் முன்னோர் 'சாம்பவ' பாரம்பரையினர். பெரியாரின் தந்தை தஞ்சாவூரில் பிறந்தவர். அவருக்கு, அவ் வூரிலுள்ள 'இரட்டமலை' என்னும் சுவாமியின் திருப்பெயரையே அவர் தம் இரு முதுகுரவர் பெயரிட்டு அழைத்தனர். இச்சாம்பவ பாரம்பரையினர் கிழக்கு இந்திய கம்பனியார் விருப்பத்தின்படி வர்த்தகத் துறையில் சென்னைக்கு வந்தவர்கள். கம்பனியார் கொடுத்த பட்டேவியா தீவின் சாராயத்தைச் சென்னைப் புதுப் பேட்டையில் சாராயக்கடையொன்று திறந்து விற்பனைசெய்து வந்தவர்கள். இவ்வியாபாரத்தில் அதிக லாபம் அடைந்து செல்வந்தர்களாய் வாழ்ந்தார்கள்.

திருவாளர் இரட்டமலை அவர்களுக்கு 1860௵ ஜூலைமீ 7௳ நம் பெரியார் ஸ்ரீனிவாசன் அவர்கள் திருக்குமாரனாய்த் தோன்றினர்.

இளமை:—பெரியார் கோவை கலாசாலையில் வாசித்துக்கொண்டிருக்கையிலேயே தீண்டாமை ஒழிய யோசிப்பது வழக்கம்; தமது பழங்குடி மக்களைத் தீண்

2

திருவிதழ்

வி.நடேசன் பண்டிதர்

முன் குறிப்பு - இது ஒரு துண்டறிக்கை. ரெட்டமலை சீனிவாசன் அவர்களின் 85வது பிறந்த நாள் விழாவின் போது ரெட்டமலையாரின் சீடர்களில் ஒருவரான பண்டித V.நடேசன் அவர்களால் எழுதப்பட்டு வெளியிடப்பட்டது. ரெட்டமலை சீனிவாசனாரின் வழிக்காட்டலில் எழுதப்பட்ட இந்தச் சிறு வெளியீடு சீனிவாசம் அவர்களின் வாழ்க்கை வரலாற்றினையும் அவருடைய முன்னோர்களின் பின்புலத்தினையும் வெளிப்படுத்துகிறது.

மேலும், சீனிவாசனார் எழுதிய ஜீவிய சரித்திரம் என்னும் அவரது தன் வரலாற்று நூல் இரண்டு தனிப் பதிப்புகள் கண்டுள்ளது. ஆனால் மூலத்தில் சில பக்கங்கள் கிடைக்காமல் அந்த குறைபாடுடனும், அதனால் தகவல் இடைவெளியோடும் அந்தப் பதிப்புகள் வெளியாயின. இந்த திருவிதழ் வெளியீடு அந்த இடைவெளிகளில் விடுபட்ட சிலவற்றை நிரப்புகிறது என்பதால் இத்தொகுப்பில் ரெட்டமலை சீனிவாசம் அவர்களின் எழுத்தாகவே பதியப்படுகிறது.

இச்சிறு வெளியீட்டில் அசல் படி சேத்துப்பட்டு முனிசாமி அவர்களின் தொகுப்பிலிருந்து சங்கம் ஆவணச் சேகரிப்பில் சேர்க்கப்பட்டது.

ரெட்டமலையாரின் வழிகாட்டலில் எழுதப்பட்ட குறுநூல் என்கிற வகையில் இது முதன் முறையாக மீள் பதிப்புக் காண்கிறது.

- சன்னா

⌘

திவான் பகதூர்
திராவிடமணி ரெட்டமலை ஸ்ரீநிவாசன், எம்.எல்.சி.,- எப்.எம்.யூ.
அவர்களின்
85-வது ஆண்டு பிறந்தநாள் கொண்டாடிய
மாபெருங் கூட்டத்தில் விநியோகித்த

திருவிதழ்

சரித்திர சுருக்கம்

திராவிட மணியின் பிறப்பு:- ஸ்ரீநிவாசன் அவர்களின் முன்னோர் 'சாம்பவ' பரம்பரையினர். பெரியாரின் தந்தை தஞ்சாவூரில் பிறந்தவர். அவருக்கு அவ்வூரிலுள்ள 'இரட்டைமலை' என்னும் சுவாமியின் திருப்பெயரையே அவர் தம் இரு முதுகுரவர் பெயரிட்டு அழைத்தனர். இச்சாம்பவ பரம்பரையினர் கிழக்கு இந்திய கம்பனியார் விருப்பத்தின்படி வர்த்தகத் துறையில் சென்னைக்கு வந்தவர்கள். கம்பனியார் கொடுத்த பட்டேவியா தீவின் சாராயத்தைச் சென்னைப் புதுப்பேட்டையில் சாராயக்கடையொன்று திறந்து விற்பனை செய்து வந்தவர்கள். இவ்வியாபாரத்தில் அதிக லாபம் அடைந்து செல்வந்தர்களாய் வாழ்ந்தார்கள்.

திருவாளர் ரெட்டைமலை*[1] அவர்களுக்கு 1860 ஜூலை 7 நம் பெரியார் ஸ்ரீநிவாசன் அவர்கள் திருக்குமரனாய்த் தோன்றினார்.

இளமை:- பெரியார் கோவை கலாசாலையில் வாசித்துக் கொண்டிருக்கையிலேயே தீண்டாமை ஒழிய யோசிப்பது வழக்கம்; தமது பழங்குடி மக்களைத் தீண்டப்படாதார் என்று விலக்கி வைத்திருப்பதை உன்னியுன்னி மனங்கசிவர். தீண்டாதாரிழைத்த தீங்கு என்னோ என்று ஆய்வார். தம் சிறு வயதிலேயே பெரிய மதமாகிய இந்து மதம் தள்ளினும் உண்மை மதமாகிய சைவம் தள்ளாது என்ற தத்துவத்தைத் தெரிந்து, உண்மையுருவாம் உள்ளுரை இறையை உணர்ந்து, கடவுட் பக்தியில் ஆழ்ந்திருந்தார்.

1. ரெட்டைமலை என்பது தஞ்சை மற்றும் திருவாரூர் பகுதிகளில் காணப்படும் ஒரு குலத் தெய்வம்

தன்னலம் கருதாமை

1893-ம் ஆண்டில் பறையன் என்னும் ஒரு சமூக சீர்திருத்தப் பத்திரிகையைத் தன் சொந்தப் பணத்தில் தோறுவித்துத் தானே அப்பத்திரிகைக்குத் தலைவனாக அமர்ந்து நடத்தினார். அவ்விதழில் தம் ஜாதியினர் மற்றவர்களால் இம்சிக்கப்பட்டு வருவதையும், அதை ஒழிக்க வழியும், தாழ்த்தப்பட்டார் உயரும் நெறிகளையும் அவ்வப்போது வெளியிட்டு வந்தார். அப்பத்திரிகையால் ஜாதி உயர்ந்தது என்று கூறுவது மிகைப்படக் கூறலாகாது.

சங்கம் தோற்றுவித்தல்

அவ்வாண்டிலேயே 'பறையர் மகாஜன சபை' எனுஞ் சங்கத்தை ஸ்தாபித்தார். P.ஆறுமுகம் அவர்கள் சபை அக்கிராசனராகத் தெரிந்தெடுக்கப்பட்டார். அவ்வருடத்தில் சிவில் சர்வீஸ் பரீட்சையானது இங்கிலாந்திலும் இந்தியாவிலும் நடைபெறுதல் வேண்டுமென்று அகில இந்திய நேஷனல் காங்கிரஸ் சபையார் பாராளுமன்றத்துக்கு விண்ணப்பித்தனர். அதற்கு எதிராக பறையர் மகாசபையின் ஆதரவில் கூட்டங்கூட்டி, ஐ.சி.எஸ் பரீட்சை இந்தியாவில் நடந்தால் ஜாதி இந்துக்களே அதினின்று தேறி சிவில் சர்வீஸ் உத்தியோகங்கள் வகித்துத் தாழ்த்தப்பட்ட மக்களைத் தலையெடுக்கவொட்டாமல் அடிமையாக்கி இம்சிப்பார்கள் என்று பார்லிமெண்டாருக்கு ஒரு விண்ணப்பத்தில்[2] எடுத்துக் காட்டினார்கள்.

நேஷனல் காங்கிரஸ்காரரர்கள் தங்கள் விண்ணப்பத்தை வாப்பஸ் திருப்பி வாங்கிக் கொண்டார்கள். பறையர் மகாஜன சபையார் வெற்றி பெற்றார்கள். பறையர் மகாஜன சபைக்குத் தலைமை வகித்து சென்னைக்கு வந்த ஒவ்வொரு கவர்னர், கவர்னர் ஜெனரல் முன்பாக தூது சென்று நம்மினத்தவர் குறைகளை எடுத்துரைத்தார் நம் சீனிவாசப் பெரியார். இவ்வெதிர்ப்பு இங்கிலாந்திலும் இந்தியாவிலும் ஒரு பெருங்கிளர்ச்சியை உண்டாக்கியது.

2. இங்கே குறிப்பிடப்படும் ஐ.சி.எஸ் பரீட்சை எதிர்ப்பு விண்ணப்பத்தினை ரெட்டமலையார் தனது ஜீவிய சரித்திரம் புத்தகத்தில் பின்னிணைப்பாக இணைத்திருந்தார். இத்தொகுப்பில் தனியாக அது சேர்க்கப்பட்டிருக்கிறது. காண்க இத்தொகுதியின் பக்கம் 79இல் காண்க

லேபர் கமிஷனர் தோற்றம்

இந்தியாவின் பழங்குடி மக்களாகிய பறையர் விருத்தியடையவும், அவர் தம் உரிமை பாதுகாக்கப்படவும் அதிக அநுபவமுள்ள ஒரு சிவில் சர்வீஸ் அதிகாரியை அரசாங்கத்தார் 'லேபர் கமிஷனர்' என்று ஏற்படுத்தினர். இன்று இவரே நம் இனத்தாருக்கு வேண்டிய பணவுதவியையும், இடவசதியையும் செய்யவேண்டியவர். இத்தோற்றத்தால் நம் மக்கள் அனைவரும் கல்வியறிந்து, பரீட்சையில் தேர்ந்து, பல பட்டமும் சிவில் சர்வீஸ் பரீட்சையால் பெற்று உத்தியோகம் வகித்து வருகிறார்கள். இன்று அப்பரீட்சை இந்தியாவிலும் இங்கிலாந்திலும் நடைபெற்று வருகிறது.

சைமன் கமிஷன்[3]

சைமன் கமிஷன் வந்த காலத்தில் மேற்கண்ட பறையர் மகாஜன சபையோடு சில சபைகளை இணைத்துச் சென்னை மாகாண தாழ்த்தப்பட்டோர் சங்கம் என்று அழைக்கப்படுகிறது. மாண்டேகு செம்ஸ்போர்ட் சீர்திருத்தம் வந்தபோது இப்பழங்குடி மக்கள் தனிப்பட்ட சமூகமாக ஸ்தாபிக்கப்பட்டார்கள்.

தொண்டுகள் பல

கல்வி விஷயத்தில் இப்பெரியார் செய்த தொண்டு எண்ணில. விரிப்பின் பெருகுமென்றஞ்சி விடுத்தனம். தற்சமயம் உழவுத் தொழில் செய்யும் இப்பழங்குடி மக்களின் பிள்ளைகள் பி.ஏ., எம்.ஏ. பரீட்சை முதலியவைகளில் தேறுவதைக் காண்கிறோம்; தேர்ந்து உயர்ந்த உத்தியோகத்திலமர்ந்திருப்பதையும் காண்கிறோம். சீனிவாசன் அவர் செய்த தொண்டால் பல பறையர் உயர்ந்த வாழ்க்கைக்குரியவர்களானார்கள் என்பது வெள்ளிடைமலை.

---

3. இந்தியர்களின் அரசியல் சட்ட சீர்திருத்தத்திற்காக சர் ஜான் சைமன் அவர்களின் தலைமையில் ஏழு பிரிட்டிஷ் பிரதிநிதிகளைக் கொண்டு இந்திய சட்ட ஆணையம் குழுவே சைமன் கமிஷன் என்று அழைக்கப்பட்டது. 1928ல் இந்தியா முழுமையும் சென்ற குழுவினை காங்கிரஸ் உள்ளிட்டக் கட்சிகள் எதிர்த்தன. ஆனால் பூர்வகுடி மக்கள் அக்குழுவை வரவேற்று மனுக்களை அளித்தனர். அதன்படி ரெட்டமலை சீனிவாசம் அவர்கள் சைமன் குழுவிற்கு பெரும் வரவேற்பளித்தார். அதுபோலவே மாண்டேகு செம்ஸ்போர்டு குழுவிற்கும் வரவேற்று மனு கொடுத்தார். - சன்னா

சட்ட நிரூபண சபை

திவான்பகதூர் சட்ட நிரூபண சபையில்[4] சேர்ந்து பொதுவான ஊருணி, கிணறு, குளம், நீர்பாட்டை, சத்திரம், சாவடி, தரும கட்டடங்கள் முதலியவை ஜாதி மத பேதமின்றி சகலரும் அனுபவிக்கலாம் என்று ஒரு தீர்மானம் சட்ட நிரூபண சபைக்கு முன்பாகக் கொண்டுபோனார். அதை ஒரே மனமாக சபையோர் அங்கீகரித்தனர். இத்தீர்மானத்திற்கு விரோதமாய் நடப்பவர்களுக்கு ரூ.100 வரையிலும் அபராதம் விதித்துத் தண்டிக்கலாம் என்று லோக்கல் போர்ட்களிலுள்ளும் முனிசிபாலிட்டிகலிலுள்ளும் சட்டங்கள் திருத்தப்பட்டன. செயற்கரிய செயலன்றோ இது?

ராவ்சாகிப் பட்டம்

திவான்பகதூர் R.ஸ்ரீநிவாசன் அவர்களுக்கு முதன் முதல் ராவ்சாகிப்' பட்டத்தை கனம் கவர்னர் ஜெனரல் அவர்கள் செங்கற்பட்டு கலெக்டர் மூலமாக சன்னது அளித்தபோது, மேற்படி கலெக்டர் சீனிவாசன் அவர்கள் செய்த சீர்திருத்தங்களைப் பேசிக் கௌரவித்து, சிதருண்டு கிடந்த மக்களைச் சேர்த்து ஒரு சமூகமாகச் செய்தவரும், வாயில்லா பல கோடி மக்களை தம் சுதந்திரங்களைக் கேட்டு வாங்க வாய் திறந்து வைத்தவரும் ஸ்ரீநிவாசன் ஒருவரே என்று கூறிப் பட்டம் வழங்கினர்.

குடியேற்று நிலம்

லேண்ட் கலெக்ஸிகேஷன் ஸ்கீம் என்று ஒரு விஸ்தீரமான நிலத்தில் இம்மக்களைக் குடியேற்றி, அவர்களுக்கு வேண்டிய பொருளுதவி செய்து ஜீவிக்கும்படி செய்யவேண்டுமென்றார். அரசாங்கத்தார் அதை அங்கீகரித்து கூட்டுறவு சங்க விதிப்படி இதர ஜாதியார் அந்த இடங்களை அபகரிக்காதபடி ஏற்பாடுகள் செய்து நடத்திவருகிறார்கள்.

வட்டமேஜை மாநாடு

ஸ்ரீநிவாசன் அவர்கள் வட்டமேஜை மகாசபைக்குச் சென்று

---

4. சட்ட நிரூபண சபை என்பது அன்றைய சென்னை மாகாண சட்டசபை (*Madras Legislative Assembly*யைக் குறிக்கும். இச்சட்டசபையில் 1921ல் நியமன உறுப்பினராக சீனிவாசனார் நியமிக்கப்பட்டார் - சன்னா

அம்பேத்காருடன் இம்மக்களுக்குத் தனித் தொகுதி கேட்டு வாங்கினார்கள். அச்சமயம் மகாத்மா காந்தி அவர்கள் எதிர்த்து வாதாடினார்கள். இந்தியா திரும்பியபின் அவர் உண்ணாவிரதமிருந்து பூனாவில் இம்மக்கள் பிரதிநிதிகளோடு கூட்டுத் தொகுதியாக நடத்த வேண்டுமென்று 10 வருட ஒப்பந்தம் செய்தார்கள். அது சரிவர நடக்கவுமில்லை. 10 வருட காலமும் சென்றுவிட்டது. வட்டமேஜை மாநாடு கூடியபின் தாழ்த்தப்பட்ட ஜாதியார் பெயர்களை ஒரு ஜாபிதாவாக எழுதி "ஷெட்யூல் காஸ்ட்ஸ்" என்று 1935-வது இந்திய சட்டத்தில் சபையார் பதிப்பித்தார்கள். தாழ்த்தப்பட்டோர் பேர்களை ஒரு பட்டி, ஜாபிதா அல்லது செட்யூலில் எழுதி அதை 1935-வது இந்தியா சட்டத்தில் வட்டமேஜை மகா சபையார் சேர்ந்து செட்யூல் வகுப்பார் என்று அழைத்தார்கள்.

மதுவிலை குறைத்தல்

லாகிரி வஸ்துக்களைக் குறைந்த விலைக்கு ஏழை மக்களுக்கு விற்கவேண்டுமென்றும் வாதாடினார்கள்; சாராயக்கடைகளை ஞாயிற்றுக்கிழமைகளிலும், விடுமுறை நாட்களிலும் மூடிவைக்க வேண்டுமென வாதித்தபடி சின்னாள் கடைகளை மூடிவைத்து, கவர்ண்மெண்டாருக்கு வருமானம் குறைந்துவிடுகிறதென்று மறுபடியும் திறந்துவிட்டார்கள்.

யுத்த உதவி

இன்று யுத்தகளத்திற்குச் சென்றிருக்கும் இம்மக்கள் வீடு திரும்பியபின் அவர்களுக்கு நில வசதி அளிக்க வேண்டுமென்று கவர்ண்மெண்டாருக்கு மனு செய்து அவர்கள் சம்மதத்தைப் பெற்றிருக்கின்றார். கடந்த யுத்தத்திலும், இன்றைய யுத்தத்திலும்[5] வீரர்களாகக் கலந்தவர்கள் இம்மக்கள் என்பது கவனிக்கத்தக்கது. அரசாங்கம் இதை உணருவதும் அவசியம் அன்றோ!

பழங் கோயில்கள்

பூர்வ காலத்தில் கட்டப்பட்டிருக்கும் ஆலயங்களின் சரித்திரத்தை ஆராய்ச்சி செய்து, அவைகளில் திருச்சிராப்பள்ளியிலுள்ள சம்புகேசுவரர், தஞ்சாவூர் பிரகதீஸ்வரர், மாரியம்மன், திருவாரூர் தியாகராஜ பெருமான் ஆலயங்கள்

5. இரண்டாம் உலகப் போரினை (1939-1945) இங்கே குறிப்பிடுகின்றார்.

மேற்கண்டவர்களைத் தகனம் செய்த இடங்கள் என்று திவான் பகதூர் விளம்பரப்படுத்தியிருக்கிறார். திவான் பகதூர் ஸ்ரீநிவாசன் இப்பழங்குடி மக்களின் விருத்தியை நாடியும் இவர்களுக்கும் இதர சமூகத்தவர்களுக்கும் கலகம், சண்டை, சச்சரவு இல்லாமல் ராஜ விசுவாசமாகவும், சட்ட நீதிக்கு அடங்கியும் நடந்துகொள்ளவும் உழைத்தவர்.

சுயநலங்கருதாது பொதுநலங்கருதித் தமது செல்வத்தையெல்லாம் செலவழித்து உடல்நலம் கருதாமல் கடந்த 50 வருட காலமாக உழைத்துவந்தவர் திவான்பகதூர் திராவிடமணி ரெட்டைமலை ஸ்ரீநிவாசன் அவர்கள் ஒருவரே என்று பறைசாற்றுவிக்கலாம். நம்மனோர் இப்பெரியாரது திருவடிகளைப் போற்றுவதன்றி அவர் காட்டிய நெறிகளைக் கையாள்வதே அவர்க்குச் செய்யும் நன்றியாகும். ஆண்டவன் அவர்க்கு நீண்ட ஆயுளைக் கொடுக்க வேண்டுகின்றோம்.

பெரியார் யார்?

செயற்கரிய செய்வார் பெரியார் சிறியர்
செயற்கரிய செய்கலாகார்.

(வள்ளுவப்பயன்)

பெரியார் இலக்கணம்

உண்டால் அம்ம! இவ்வுலகம் இந்திரர்
அமிழ்தம் இயைவதாயினும் இனிது எனத்
தமியர் உண்டலும் இவரே; முனிவு இலர்;
அஞ்சலும் இலர்; பிறர் அஞ்சுவது அஞ்சிப்
புகழ் எனின் உயிரும் கொடுக்குவர்; பழியெனின்
உலகுடன் பெறினும் கொள்ளலர்; அயர்வு இலர்;
அன்ன மாட்சி அனையராகித்
தமக்கு என முயலா கோன் தாள்
பிறர்க்கு என முயலுகர் உண்மையானே. (புறநானூறு)

இது பண்டித *V.*நடேசன் அவர்களால் இயற்றப்பட்டு **7-7-44** மாலை **6**-மணிக்கு பிறந்த நாள் கொண்டாட்டத்தில்

திவான்பகதூர் *V.*பாஷ்யம் ஐயங்கார், *B.A., B.L.* அவர்கள் தலைமையில் ஆசிரியரே படித்துச் சொற்பொழிவாற்றியபின் விநியோகிக்கப்பட்டது.

⌘ ⌘ ⌘

Read & Co.,Printers, Triplicane, Madras.

3

ஜீவிய சரித்திர சுருக்கம்

திவான் பஹதுர் ரெட்டமலை சீனிவாசன்

முன் குறிப்பு - *ஜீவிய சரித்திரம் ரெட்டமலை சீனிவாசன் அவர்கள் எழுதிய சுயசரிதை. 193.. ஆண்டு அதை வெளியிட்டார். அதன் மூலப் படிகளில் ஒன்று அன்பு.பொன்னோவியம் அவர்களிடம் இருந்தது. அவரிடமிருந்து எனக்கு ஒரு நகல் படி கிடைத்தது. அதேபோல மறைந்த வே.அலெக்ஸ் அவர்கள் அதன் நகலை வைத்திருந்தார். ஆனால் மூலத்தில் இருந்தபடி அனைத்துப் பக்கங்களும் கிடைக்க வில்லை. புத்தகத்தின் தொடக்கம் சிதைந்திருந்தது. மேலும் அதன் பின்னிணிப்பின் கடைசி மூன்று பக்கங்கள் கிடைக்கவில்லை. இந்நிலையில் தலித் சாகித்ய அகாதெமி பதிப்பகம் மறைந்த வே.அலெக்ஸ் அவர்களிமிருந்த படியை வைத்து ஒரு பதிப்பைக் கொண்டு வந்தது. அப்போது வே.அலெக்ஸ் என்னிடம் விடுபட்ட முதல் மற்றும் கடைசி மூன்று பக்கங்களைக் கேட்டார். அந்த கடைசிப் பக்கங்களில் பூனா ஒப்பந்தம் குறித்த விவரங்கள் பின்னிணைப்பாகச் சேர்க்கப்பட்டிருந்தது. கெடுவாய்ப்பாக அவருக்கு என்னால் கொடுக்க முடியாமல் போய்விட்டது. அதை எந்த கோப்பில் வைத்திருந்தேன் என்பதை கண்டுபிடிக்க முடியாமல் போனதுதான் காரணம். எனவே குறைபாடுடனே அப்பதிப்பு வெளியானது. இந்தப் பதிப்பில் அக்குறை நிவர்த்தி செய்யபட்டுள்ளது. ஆனால் முதல் வரிகளை மீட்க முடியவில்லை. கடைசி மூன்று பக்கங்கள் சேர்க்கப்பட்டுள்ளன. அந்தப் பக்கங்களைசேத்துப்பட்டு மெயில் முனிசாமி அவர்கள் தமது கையேட்டில் எழுதி வைத்திருந்தார். அதை இப்பதிப்பில் ஜீவிய சரித்திரத்தின் பின்னிணைப்பாகச் சேர்க்காமல் தனி கட்டுரையாக சேர்க்கப்பட்டுள்ளது. எனவே ஜீவிய சரித்திரம் முழுமையாக பதிக்கப்பட்டுள்ளது. அடிக்குறிப்புகள் அனைத்தும் தொகுப்பாசிரியர் சேர்த்தவை.* **- சன்னா**

⌘ ⌘ ⌘

முகவுரை:

அநேக ஆயிரம் வருஷங்களில் மிக சொற்பமான ஐம்பது வருஷ காலத்தில் தற்போது ஆதிதிராவிடர்களென்றழைக்கப்படும் சமூகத்தவர்களடைந்த அபிவிருத்தியை என் ஜீவிய சரித்திரத்தில் கண்டிருக்கின்றேன். ஆதி திராவிட சமூக சரித்திரத்தில் இந்த சரித்திரமும் சேர்க்கப்படுமென்பது என் நோக்கம்.

இதர சமூகத்தவர்களும் சமயத்தவர்களும் இச்சமூகத்தவர் முன்னேற்றத்தை நாடி செய்து வந்திருப்பது தன்னயத் தேட்டம் என்றும் இச்சமூகத்தவர்கள் தங்கள் இடைவிடா முயற்சியால் விருத்தி பெற்று வருகிறார்கள் என்றும் இச்சரித்திரத்தால் விளங்கும்.

⌘

முன்குறிப்பு 2 – பின்வரும் வடமொழிக் குறிகள் முழுமையாக நீக்கப்பட்டு அதற்கான இணையான தமிழ்ச் சொற்கள் சேர்க்கப்பட்டுள்ளன.

ஸ்ரீ = திரு

ஸு = வருடத்திய

ஷ = மேற்படி

மீ = மாதத்திய

உ = நாளது

திவான் பஹதூர்

ரெட்டைமலை ஸ்ரீநிவாசன்

அவர்கள்

ஜீவிய சரித்திர சுருக்கம்

ஆதி திராவிடர்கள்
அபிவிருத்தியை நாடி
அரசாங்கத்தார் அனுசரணையைக் கொண்டு
ஐம்பது வருடங்களாய் உழைத்த
ஜீவிய சரித்திரத்தை
வெகு சுருக்கமாக குறிக்கப்பட்டிருக்கிறது

⌘ ⌘ ⌘

ராவ் சாஹிப் இரட்டைமலை ஸ்ரீனிவாசன் தன் சமூகத்தினருக்கு ஒரு ஞானியாகவும் வழிக்காட்டியாகவும் சிநேகிதனாகவுமிருந்து, அவர்களுடைய நன்மதிப்பைப் பெற்றார்.

செங்கல்பட்டு கலைக்டர்

⌘

அரசாங்கத்தார் அபிப்பிராயம்

1926 ஆண்டு பிப்ரவரி மாதம் 20-ம் நாள் சனிக்கிழமையன்று சைதாப்பேட்டையில் கூடிய தர்பாரின்போது மகராஜா ஸ்ரீ ரெட்டைமலை சீனிவாசன் அவர்களுக்கு மேன்மை பொருந்திய (H.E.) இராஜ பிரதிநிதியாகிய இந்தியாவின் கவர்னர் ஜெனரல் அவர்கள் ராவ்சாஹிப் பட்டமும் அதற்கு அறிகுறியாகிய ஓர் சின்னமும் கொடுத்ததை முன்னிட்டு செங்கல்பட்டு கலைக்டர் கனம் P. சீதாராமையா பந்துலுகாரு. M.A., கீழ்கண்டவாறு சொற்பொழிவாற்றினார் :

அடுத்தபடியாக கௌரவத்தை ஏற்கும் பாக்கியம் பெற்றவர் தற்சமயம் பூந்தமல்லியில் வசிக்கும் மகராஜஸ்ரீ இரட்டைமலை சீனிவாசன் அவர்களாவர். இப்பொழுது இவர் 65 வயதான வயோதிகப் பருவமடைந்த பெரியார். ஆதி திராவிடர்களுக்காக பாடுபடும் வீரர். இவர் கோயம்புத்தூர் கலாசாலையில் கல்வி பயிற்சி பெற்று கணக்கு நிர்வாகத்தில் பிரத்தியேக திறமையடைந்தார். தான் பிறந்த குலத்திற்கு தன்னால் கூடியவாறு ஊழியம் செய்வதே இவருடைய முக்கிய கொள்கை. 1891 இவர் பொது ஊழியத்தில் ஈடுபட்டு சென்னை (பறையர் மகாஜன சபை) ஆதி திராவிட மகாஜன சபையை நிர்ணயித்தார். 1893 ஆண்டில் "பறையன்" என்னும் வெறுக்கத் தக்க பெயரின் காரணமாக பல தலைமுறைகளாக வெளிப்பிரஸ்தாபமுமற்ற ஊழியத்தின் பலனாக இவர் தன் வகுப்பினரின் நன்நோக்கத்தையும் மரியாதையையும் பெற்று இருக்கிறார். வகுப்புவாத கிளர்ச்சிகளில் ஈடுபடாத நற்குணத்தினால் இவரை மற்ற வகுப்பிலிருக்கும் பொதுநல ஊழியர்களும் கௌரவிக்கின்றனர். நம்முடைய

இராஜதானியில் பேதைகளாய் இடுக்கண்களுக்குள்ளாகிக் கிடக்கும். ஆயிரக் கணக்கான மக்களினிடையே முதன் முதலாக தோன்றி உழைத்து வந்த இவருடைய உபகாரத்திற்காக அரசாங்கத்தார் இவருக்கு ராவ்சாஹிப் என்னும் பட்டத்தை மகிழ்ச்சியுடன் அளிக்கிறார்கள். இவர் என்றும் பொதுமக்களிடையே உழைத்து வரவேண்டுமென்று விரும்பி என்னுடைய நற்கோரிக்கைகளை கொடுப்பதோடு மேன்மை பொருந்திய இராஜ பிரதிநிதியாகிய இந்தியாவின் கவர்னர் ஜெனரல் அவர்களால் அளிக்கப்பட்ட ராவ்சாஹிப் பட்டத்தையும் அதற்கான ஒரு சின்னத்தையும் மனப்பூர்வமாய் பரிசளிக்கிறேன்.

⌘ ⌘ ⌘

ஜீவிய சரித்திர சுருக்கம்

(.......................???)[1] காலத்தில் தஞ்சாவூரிலிருந்து வியாபார சார்பாக சென்னை பட்டணம் வந்ததாக என் பெரியோர்கள் சொல்லுவார்கள்.

நான் செங்கல்பட்டு கிராமங்களிலொன்றில்[2] 1860-ம் ஆண்டு பிறந்தேன். கோயம்புத்தூர் கலாசாலையில் நான் வாசித்தபோது சுமார் 400 பிள்ளைகளில் 10 பேர் தவிர மற்றவர்கள் பிராமணர். ஜாதி கோட்பாடுகள் மிக கடினமாய் கவனிக்கப்பட்டன. பிள்ளைகளிடம் சிநேகித்தால் ஜாதி, குடும்பம், இருப்பிடம் முதலானவைகளை தெரிந்துகொண்டால் அவர்கள் தாழ்வாக என்னை நடத்துவார்கள் என்று பயந்து பள்ளிக்கு வெளியே எங்கேனும் வாசித்துக்கொண்டிருந்து பள்ளி ஆரம்ப மணி அடித்தபிறகு வகுப்புக்குள் போவேன். வகுப்பு கலையும்போது என்னை மாணாக்கர்கள் எட்டாதபடி வீட்டுக்கு கடுகன நடந்து சேருவேன். பிள்ளைகளோடு கூடி விளையாடக் கூடாமையான கொடுமையை நினைத்து மனங்கலங்கி எண்ணி எண்ணி இந்த இடுக்கத்தை எப்படி மேற்கொள்ளுவதென்று யோசிப்பேன்.

கணக்கர் தொழிலில் தேர்ந்து நீலகிரி என்னும் மலைநாட்டில் ஐரோப்பிய வியாபார சாலைகளில் கணக்கராக இருந்த பத்து வருடகால மட்டும் தீண்டாமை என்பதை எப்படி ஒழிப்ப தென்னும் கவலை எனக்குள் ஓயாமலிருந்தது.

1890-ம் ஆண்டு சென்னைக்கு வந்து "பறையர்" என்போரை இதர ஜாதியாரைப்போல் மேல் நிலைக்குக் கொண்டு வந்து

---

1. கிடைத்த மூலப்பிரதியில் இந்த ஒரு வரி மட்டும் சிதைந்து போயுள்ளது.
2. கோழியாளம் கிராமம். செங்கல்பட்டுக்கு தெற்கே, வேடந்தாங்கலுக்கு அருகே இருக்கிறது.

மதிக்கும்படி செய்வதெப்படி என்று மூன்று வருடமாய் பல ஆராய்ச்சிகள் செய்தேன். தெற்கு நோக்கி ரெயில் மார்க்கமாகவும் பெரும்பாலும் நடந்தும் கும்பகோணத்தில் பாழாக்கப்பட்ட நந்தன் கோட்டை மதில், தோல்காசு நந்தன், கலம்பகம் பாடிய நந்தன், கம்மாளர் கட்டியிருந்த காந்த கோட்டையானது சாம்பவ ராஜகுமாரியால் அழிக்கப்பட்டது, திருநாளைப்போவார் என்னும் நந்தனார் நின்று துதித்த ஓமகுளக் கரை, அதையடுத்த மடம், திருச்சிராப்பள்ளி சாம்பவ சாம்பான், தஞ்சாவூர் பிரவியடை சாம்பான் பெரியநாயகி, மாரியம்மை, திருவாரூர் தியாக சாம்பான் முதலானவர்களைத் தகனம் செய்த இடங்களில் கட்டியிருக்கும் திருப்பணிகள், யானையேறும் பெரும்பறையன் சமாதி, அவர் சந்ததியாருக்குத் திருவாரூர் தியாக சாம்பான் ஆலயத்திலுள்ள உரிமைகள், அவர்கள் வளவில்[3] ஒரு இரவு தங்கி விசாரித்துக் கொண்டு பல தேவாலயங்களை அடுத்து ஆங்காங்குள்ள இவ்வினத்தவர்களைக் கண்டும் குளிக்கவும் குடிக்கவும் நீரற்று, வசிக்கும் குடிசை நிலையற்று, நடக்க பாதையற்று, பிழைக்க வழிவகையற்று, எங்கு சென்றாலும் தீண்டாமை என்னும் கொடுமைக்காளாகி வாய்திறந்து பேசினால் அடி படுவதுமான குறை கோள்களைக் கேட்கும் அதிகாரிகளும் ஜாதி இந்துக்களுக்கு அஞ்சி வஞ்சகமாய் நடப்பதுமான ஆற்றொணா துன்பத்தினின்று அவர்கள் படும் துயரத்தையுணர்ந்து பூர்வ சரித்திரத்தையும் விசாரித்தறிந்து திரும்பினேன்.

சர்க்கார் ரிக்கார்டுகளை பரிசோதித்து பார்த்தபோது 1772-ம் ஆண்டு முதல் இவ்வினத்தவர் பொருட்டாய் அவர்கள் கவலை எடுத்துவந்ததாக காணப்பட்டது. 1818-ம் வருஷம் இவ்வின குடியானவர்கள் முன்னேற்றமடைய வழிவகைகளைத் தெரிவிக்கும்படி கலைக்டர்களை ரெவினியுபோர்டார் கேட்டிருந்தார்கள். அது எப்படியாயிற்றென்று தெரியவில்லை. 1893-ம் ஆண்டு கல்வி கற்பித்து கொடுக்க தலைப்பட்டார்கள். 120 ஆண்டுகள் தூண்டுவாரற்று இருந்தார்கள். 1893-ம் ஆண்டு ஆளும் சர்க்கார் வெளியிட்ட உத்தரவை ஒரு சிலாசாசனமாய் இவ்வினத்தார்கள் எண்ணினாலும் பலிதபடாமல் போய்விட்டது. அதற்கடுத்தபடியாகத்தான் 1893ஆம் ஆண்டு "பறையன்" என்ற

3. வளவில் = இடத்தில்

பத்திரிகையை தூண்டுகோலாக வெளியிட்டேன்.

இந்த ராஜதானியில் பேதைகளாய் இடுக்கண்களுக்குள்ளாகிக் கிடக்கும் கோடிக்கணக்கான மக்கள் மத்தியிலேயே முதன்முதலாக தோன்றி உழைத்து வந்த என் உபகாரத்திற்காக அரசாங்கத்தார் எனக்கு ராவ்சாஹிப் என்னும் பட்டம். 1926-ம் ஆண்டு ஜனவரி மாதம் 1-ந் தேதியிலும், ராவ்பஹதூர் பட்டம் 1930-ம் ஆண்டு ஜூன் மாதம் மூன்றாம் தேதியிலும், திவான் பஹதூர் என்னும் பட்டம் 1936-ம் ஆண்டு ஜனவரி மாதம் 1-ந் தேதியிலும் மகிழ்ச்சியுடன் அளித்திருக்கின்றார்கள்.

பத்திரிகை 1893-ம் வருஷம்

நான்! நான்!! என்ற மகா மந்திரத்தை ஜெபித்து கொண்டிருப்பவன் தன்னையுணர்ந்து சகலமுமறியும் ஞானியாகி தலைவனை காண்பதுபோல நான்! நான்!! என்று எவன் ஒருவன் தன்னையும் தன் இனத்தையும் மறுக்காமல் அச்சமும் நாணமுமில்லாமல் உண்மை பேசி தன் சுதந்தரத்தை பாராட்டுகிறானோ அவன் மதிக்கப்பெற்று இல்வாழ்க்கையில் சம்பத்துள்ளவனாய் நித்திய சமாதானத்துடன் வாழ்வானாகையால் பறையர் இனத்தவனொருவன் "பறையன் என்பவன் நான்தான்" என்று முன்வந்தாலொழிய அவன் சுதந்திரம் பாராட்ட முடியாமல் தாழ்த்தப்பட்டு என்றும் தரித்திரனாய் இருப்பானாகையால் "**பறையன்**" என்னும் மகுடம் சூட்டி ஒரு பத்திரிகை பிரசுரித்தேன். அது 1893 அக்டோபர் மாதம் வெளியாயிற்று. நாலு பக்கங்களுள்ள ஒரு சிறிய மாதாந்தர பத்திரிகை, விலை பிரதி ஒன்றுக்கு அணா இரண்டு. அதை கண்ட பறையர் என்ற என் குலத்தவர்கள் வெகு ஆவலுடன் அங்கீகரித்தார்கள். விளம்பரத்திற்கும் முதல் சஞ்சிகை பதிப்புக்கும் ரூ.10 (பத்து) செலவானது. இரண்டு நாளையில் சுமார் நானூரு பிரதிகள் சென்னை நகருக்குள் விற்கப்பட்டன. மூன்று மாதத்திற்கு பிறகு வாராந்தர பத்திரிகையாகவும் இரண்டு வருஷத்திற்கு பிறகு ஒரு அச்சுயந்திர சாலையுமேற்பட்டுவிட்டது.

பறையர் என்ற ஜன அங்கத்தவர்களுக்காக பரிந்து பேசுவதும், கவர்ன்மென்டார் அனுக்கிரகத்தை நாடியும், நல்லொழுக்க ஆசாரங்களைப் பற்றியும் பத்திரிகை பிரஸ்தாபித்து வந்தது. இந்த ஜனாங்கத்தவர்கள் எங்கங்கே கூடுகிறார்களோ அங்கங்கே

உற்சாகமாய் பேசி வந்தார்கள். தாங்களும் ஒரு சமூகத்தவர்கள் என்று நிரூபிக்க 1895-ம் ஆண்டு அக்டோபர் மாதம் 7-ம் நாள் மாலை வெள்ளை கொடிபிடித்து பாண்டு வாத்தியங்களுடன் பெருங் கூட்டமாய் சென்னை விக்டோரியா மகா மண்டபத்திற்குள் பிரவேசித்து தங்கள் அருமை பெருமைகளை பிரஸ்தாபித்து வெகு விமரிசையாக கூட்டத்தை நடத்தினார்கள். இந்த இனத்தவர்கள் முதன் முதலாய் விக்டோரியா மண்டபத்தில் கூடியது அப்பொழுதுதான். கிராம முனிசீப்புகள் முதல் கலைக்டர் கச்சேரிகளிலும் ரெவினியூ போர்டிலும் மற்றுமுள்ள இலாக்காகளிலுமுள்ள ஜாதி இந்துக்கள் பல சூட்சமங்கள் செய்துவந்தார்கள். காங்கிரஸ்காரரர்களும் ஜாதி இந்துக்களும், மதமாற்றம் பிரசாரிகளும் இந்த ஜனாங்கத்தவர்களுக்குள்ளேயே ஒரு பிரிவாரும் எதிர்த்து நின்றார்கள். எதிர் பத்திரிகையும் வெளியிட்டார்கள். மற்றும் சில பத்திரிகைகள் பலமாய் தாக்கின. இந்த இனத்தவரிலொருவர் பொய் பிராது செய்து நான் தேசத்தைவிட்டு ஓடிப்போகயிருப்பதாக வாரண்டில் என்னை பிடித்து அவமானப்படுத்த பார்த்தார். அது பலிதமாகவில்லை.

1896ஆம் ஆண்டு "பறையன்" பத்திரிக்கை கடிதக்காரரர் ஒருவர் ஏதோ அவதூறான விஷயம் எழுதியதை பத்திரிகையில் வெளிப்படுத்தினதின் காரணமாகக் கொண்டு இவ்வினத்தவரின் ஒரு பிரிவார் என்னை கோர்ட்டுக்கும் இழுத்தார்கள். கோர்ட்டுக்கு இந்த இனத்தவர் பெருங்கூட்டமாய் வந்தார்கள். அவர்கள் தலைச்சீராக்களிலும் மார்புகளிலும் "பறையர்" என்ற மகுடத்தை பூண்டு பண முடிப்புகளுடன் கோர்ட்டுக்கு வந்தார்கள். நூறு ரூபாய் அபராதம் விதிக்கப்பட்டது. அதை - யார் கொடுத்தார்கள் என்று தெரியவில்லை. தங்களினத்தில் வைத்திருந்த பற்றுதலையும் அன்பையும் வெளிப்படையாக காட்டினார்கள். இதனால் இந்த இனத்தவர் வாய் திறக்கப்பட்டதற்கும் முன்னேறி வந்ததற்கும் சபைகளும் சமூகமுமேற்றப்பட்டதற்கும் "பறையன்" என்ற பத்திரிகையே மூலகாரணமென விளங்கும்.

முதல் கடற்பயணம்

இந்த இனத்தவர்கள் அபிவிருத்தியை நாடி நான் லண்டன் நகருக்கு பிரயாணமானபோது பத்திரிகையை நடத்தத்தக்கவர் கிடையாமல் போனதால் பத்திரிகை பிரசுரம் நிறுத்தப்பட்டது.

பத்திரிகை ஏழு வருடம் தொடர்ந்து நடைபெற்று வந்தது. இந்த இயக்கம் இந்தியா முழுமையும் பரவியதால் பல கோடி மக்களும் அபிவிருத்தியடைந்து வருகிறார்கள்.

லண்டன் நகருக்குப்போய் தாழ்த்தப்பட்டார் இடுக்கண்களை எடுத்துக் காட்டி பிரிட்டிஷாரின் அனுதாபத்தை நாடி வரவேண்டுமென பம்பாயைச் சேர்ந்தபோது என் தகப்பனாரும் எனக்கு தந்தியனுப்பி திரும்பி வரும்படி கேட்டார்கள். சுடுகாடுபோன பிணம் திரும்பாதென்ற தீர்மானத்தோடு மேற்கு திசையை நோக்கி போகும் கப்பல்களில் முதலில் கிடைத்த கப்பலில் பிரயாணமாகி கீழ் ஆபிரிக்கா ஜான்ஸிபார் என்னும் தீவு சேர்ந்தேன். அங்கே இரண்டு வருடமிருந்து பணம் சேகரித்துக் கொண்டு தென் ஆபிரிக்கா மார்க்கமாக போனேன். டலகோபே என்னும் துறைமுகத்திலிறங்கி பாஸ்போர்ட்டுக்காக காத்திருந்த ஒரு வாரத்திற்குள் குளிர் ஜுரம் (மலேரியா) கண்டது. கப்பலில் கடல் காற்றில் ஆறு மாதமிருக்கவேண்டும் அல்லது அதிக குளிரான மலைதேசத்தை சேரவேண்டும். இந்தியா திரும்பினால் மரணம் என்றார்கள் டாக்டர்கள். நலிப்பட்டிருக்கையில் என் இனத்தவரான ஓர் வண்ணானும் அவர் நல்மனைவியும் எனக்கு வேண்டிய சிகிச்சை செய்து உபசரித்தார்கள். அங்கிருந்த ஓர் கனதனவானும் என்னை கூட்டிப்போய் உபசரித்தார். அதை விட்டு நெட்டால் மாகாணத்தைச் சேர்ந்த டர்பன் என்னும் துறைமுகத்தையடைந்தேன்.

அங்கேயும் அந்தோனி எச். பீட்டர் என்பவர் என்னை உபசரித்து மிக குளிரான மலை பிராந்தியங்களான இடத்திற்கு அனுப்பி சர்க்கார் உத்தியோகத்திலிருக்க உதவினார். இவர்கள் மூவருடைய நன்றியை மறக்க என்னால் முடியவில்லை, நெட்டாலில் வருளமென்னும் நகரில் முருகன் என்பவர் ஒரு பெரிய பயிர்க்குடியானவராகவும் தனவந்தராகவுமிருந்தார். பிராமணர் யோக்கியம் என்னிடத்தில்தான் அவர் கண்டதாக என்னை வற்புறுத்தி கோதானம் பெறச்செய்து என் ஆசீர்வாதம் கோரினார். ஏழை மக்களுக்கு நான் செய்த நன்றி தெங்கு தன் தலையால் நீர் தருவதுபோலாயிற்று. அந்த தேசத்தில் என் நலிதீர பல வருஷங்களாயின. குடும்ப பாதுகாப்புக்காக நான் என் தாய் தேசம் திரும்பினேன்.

திரும்பியபோது என் மக்களைக் கண்டு மகிழ்ந்தாலும் என் இனத்தவர் நிர்பாக்கிய நிலையைக் காண என் மனந்தாளாததாகுமே. சுடுகாடுபோய் திரும்பிய பிணத்திற்குயிருண்டாகி லண்டன் நகரையடுத்து என் நோக்கத்தை கடவுள் நிறைவேற்றுவாரோ வென்றெண்ணினேன்.

சென்னை சேர்ந்தபோது சட்ட சபைக்கு ஒரு அங்கத்தவராக சர்க்கார் நியமித்த சில வருடங்களுக்குள் வட்டமேஜை மகா நாட்டுக்கு தாழ்த்தப்பட்டார்பால் ஓர் பிரதிநிதியாக லண்டன் நகருக்கு என்னை கவர்ண்மெண்டார் அனுப்பினார்கள். அங்கே இரண்டு முறைச்சென்று சென்னை மாகாணத்தில் மாத்திரமல்லாமல் இந்திய தேச முழுமையுமுள்ள தாழ்த்தப்பட்டாருக்கு வேண்டிய தேச சுதந்தரமும் மற்றுமுரிமைகளையும் அடையச் செய்தேன். இருபது வருஷங்களாய் லண்டன்போக நான் கொண்டிருந்த நோக்கம் நிறைவேறியது என் இனத்தவர்கள் பெற்ற பாக்கியமாகும்.

சமூகம்

ஆரியர்கள் நமது தேசத்தில் குடியேறிவந்து ஜாதி கோட்பாடுகள் உண்டாக்கியபோது இப்போது பறையர், பஞ்சமர், ஆதிதிராவிடர்களென்னும் திராவிடர்கள் இசையாமல் பல துன்பங்களுக்குட்பட்டுக்கொண்டு தனியே சேரி என்னும் தங்கள் கிராமங்களையுண்டாக்கி கோயில், குளம், குரு, கிராம தலைவர் (நாட்டாண்மைக்காரர்) பஞ்சாயத்தார், வண்ணான், அம்பட்டன், சுடுகாடு, இடுகாடு, விதவாவிவாகம், விவாக சம்மந்த விலக்கு முதலியவையுடன் கிராமங்களில் தனி சமூகமாய் வாழ்ந்து வந்திருக்கிறார்கள். தேசாயி செட்டி என்போர் இவர்களுக்குள்ளுண்டாகும் வழக்கை தீர்ப்பதாக பணம் பறித்து போகும் வழக்கம் ஒழிந்துவருகிறது. நான் கண்டித்து வந்திருக்கிறேன். இவர்கள் வெளிப்படையாய் வந்து தங்கள் சுதந்தரங்களை பாராட்டாமல் ஆரியர் ஜாதி கோட்பாட்டுக்குள்ளானவர்கள் இவர்களையடக்கி வைத்து வந்தார்கள். இவர்கள் தங்கள் உரிமைகளைக் கேட்டு அனுபவிக்கும்படி பெரியதோர் சமூகமாக சேர்க்க முயன்றேன். பத்திரிகையில் வெளியான விஷயங்களை யுணர்ந்த இவ்வினத்தவர் தேசமெங்கும் கூட்டங்கள் கூடி தங்களுக்கிருக்கும்

இடுக்கண்களைப்பற்றியும் தங்கள் அபிவிருத்தியைப்பற்றியும் பேசி வந்தார்கள்.

சென்னையில் "பறையர் மகாஜன சபை" என்ற தலைமை சபையொன்று ஸ்தாபிக்கப்பட்டது, அதற்கு நானே காரியதரிசியாகவிருந்து நடத்தி வந்தேன்.

1895-ம் ஆண்டு வாக்கில் ஓர் சம்பவம் நேரிட்டது. அதாவது லண்டன் நகரில் சிவில் சர்வீஸ் பரிகைஷ நடந்து கொண்டிருந்தது. அந்த பரிகைஷயில் தேருகிறவர்கள் ஆங்கிலேயரே. அவர்கள்தான் கலைக்டர் களாகவும் ஜட்ஜிகளாகவும் இன்னும் தேசபரிபாலனத்தில் உத்திரவாதமான உயர்ந்த பதவிகளினின்று தேச பரிபாலனஞ் செய்து கொண்டுவந்தார்கள். அந்த பரீகைஷ இந்தியாவிலும் நடைபெற வேண்டுமென பிரிட்டிஷ் பார்டிலிமென்டில் காங்ரஸ்காரரர்கள் ஓர் மசோதா சமர்பித்தார்கள். அந்த பரீகைஷயானது இந்தியாவிலும் நடந்தால் ஜாதி இந்துக்கள் உயர்தர உத்தியோகங்களை வகித்து ஏழை ஜாதியாரானவர்களைத் தீண்டாதார் என்று இம்சிப்பார்களென பறையர் மகா ஜன சபையார் சென்னை வெசிலியன் மிஷன் காலேஜ் ஆலில் 1893ம் ஆண்டு டிசம்பர் மாதம் 23-ந் தேதி ஒரு பெருங்கூட்டம் கூடி அந்த மசோதாவை எதிர் மறுத்து 112 அடி நீளமுள்ள ஒரு மனுவில் 3412 கையொப்பங்கள் சேகரித்து ஜெனரல் சர் ஜார்ஜ் செஸ்னி (Gen. Sir Geo. Chesney) என்னும் பார்லிமென்டு மெம்பரைக் கொண்டு சமர்பித்தார்கள். அதைக்கண்ட காங்ரஸ்காரரர் தங்கள் மனுவை பின்னித்துக் கொண்டார்கள். அதின்பின் கீழ்தர உத்தியோகங்களிலிருந்து மேல்தர உத்தியோகத்தை வகிக்க யோக்கியதையுள்ளவர்களை நியமிக்கலாமென இந்திய செக்ரடரியார் உத்தரவளித்தார்[4]. எதிர் மறுப்பு மனு அனுபந்தம் 1-ல் காண்க[5].

கிராமங்களில் இவ்வின குடியானவர்கள் நிலைமையை திட்டமாய் குறித்ததோடு சென்னை நகரத்திலுங்கூட மயிலாப்பூரில் ஐகோர்ட்டு ஜட்ஜியாகவிருந்த ஓர் இந்தியர் வசிக்கும் வீட்டுக்குச் சமீபமாயுள்ள பிராமணர் தெருவில்

4. சீனிவாசனார் இங்கு குறிப்பிடுவது பணி உயர்வு குறித்த இடஒதுக்கீடு நடைமுறைக்கு வந்ததைத்தான். (*Promotion to higher post from lower post*)

5. இத்தொகுப்பின் அத்தியாயம் 4ல் இது சேர்க்கப்பட்டுள்ளது.

"பறையர் உள்ளே வரக்கூடாது" என்ற விளம்பர பலகையொன்று இருப்பதாகவும், ஜாதி இந்துக்கள் ஸ்தாபித்திருக்கும் "பச்சையப்பன்" கலாசாலையில் இவ்வினத்து பிள்ளைகளை சேர்ப்பதில்லை என்றும் மனுவில்[6] கண்டிருந்தது. அந்த பலகை யெடுபட்டுபோகவும் கலாசாலையில் பிள்ளைகளைச் சிலகாலத்திற்கு பிறகு சேர்க்கவும் இம்மனுவே காரணம்.

லேபர் கமிஷனர் ஸ்தாபிதம் மேற்கண்ட மனுவால் ஏற்பட்டது

மனு பிரதிகள் பார்லிமெண்டு[7] மெம்பர்கள் ஒவ்வொருவருக்கும் கொடுக்கப்பட்டன. இதனால் ஜாதி இந்துக்கள் குரூரமாய் பல கோடிக்கணக்கான உழவு தொழில் செய்யும் உழைப்பாளிகளை நடத்துவதைப்பற்றி இங்கிலாந்திலுள்ள எல்லா பத்திரிகைகளும் பிரஸ்தாபம் செய்தன. இவ்வித கொடுமை இந்தியாவில் வியாபித் திருக்க இந்தியா கவர்ண்மெண்டார் எப்படி அதை கவனியாதிருக்க கூடுமென்ற கிளர்ச்சியும் ஏற்பட்டு இந்தியா கவர்ன்மெண்டார் நடவடிக்கை எடுத்துக்கொள்ள வேண்டுமென இந்தியா செக்ரடரியார்[8] வற்புறுத்தியதின் பயனாக, இந்தியா கவர்ண்மெண்டார் சென்னை கவர்ன்மெண்டாரோடு ஆலோசிக்க தொடங்கினார்கள்.

இப்படி பல வருஷங்கள் சென்றபிறகு ஒடுக்கப்பட்டாரை கல்வியிலும் பொருளாதாரத்திலும் விருத்திக்கு கொண்டுவரும்படி சிவில் சர்வீஸ் உத்தியோகஸ்தர்களில் வயதிலும் உத்தியோகத்திலும் மூத்தவரும் அனுபோகமுள்ளவருமான ஒருவரை இரக்ஷகராக *(Protector)* நியமித்து, அவருக்கு ஒரு ஸ்தாபிதமும் கொடுத்து, இந்த ஒடுக்கப்பட்டாரை முன்னேற்றம் செய்ய தீர்மானித்தார்கள். அதுமுதல் பள்ளிக்கூடங்கள், குடியிருப்பு மனைகள், விவசாய நிலம் முதலியவைகளை ஒடுக்கப்பட்டார் பெற்று வருகிறார்கள். இவ்வினத்தவர் விருத்திக்காக யேற்படுத்திய இரக்ஷகரும் அவர் ஸ்தாபிதமும் கை தொழிலாளரையும் கவனிக்க வேண்டுமென யேற்பட்டபோது லேபர் கமிஷனர்[9] என்று

---

6. காண்க இத்தொகுப்பின் அத்தியாயம் 4.

7. இங்கு குறிப்பிடப்படுவது லண்டனில் உள்ள பிரிட்டிஷ் நாடாளுமன்றம்

8. லண்டனில் இருந்து இயங்கிய இந்தியாவிற்கான பிரிட்டிஷ் அரசின் செயலர் *(Seretary to India)*

9. சீனிவாசனாரின் முயற்சியினால் உருவான லேபர் கமிஷன்தான் தலித்

அவர் அழைக்கப்பட்டு வருகிறார்.

செங்கல்பட்டு ஜில்லாவில் தற்காஸ்து[10] நிலம் இவ்வினத்தவருக்கு கொடுக்கப்பட வேண்டுமென கவர்ண் மெண்டாரைக் கோரியிருந்தேன். அந்த ஜில்லாவில் இவர்களுக்கு கொடுக்க ஒரு ஏக்கரா நிலமும் கிடையாதென்று தெரிவித்தார்கள். 1894 ஆண்டு ஏப்ரல் மாதம் 28ம் நாள் கிருஷ்ணா ஜில்லாவில் வேண்டிய நிலமிருப்பதாக கலைக்டர் அட்கின்ஸன் துரை தெரிவித்தார். பண உதவியில்லாமல் அவ்வளவு தூரம் போய் ஏழைகள் விவசாயம் செய்யக்கூடாமல் போயிற்று. இப்போது ஆயிரக்கணக்கான ஏக்கரா நிலம் கொடுத்துவருவதுமன்றி ஆதி திராவிட ஏழை விவசாயிகள் நேராய் கலைக்டருக்கு தற்காஸ்து கொடுத்து நிலம் பெறுவதை காண்கிறோம். கல்வி விஷயத்திலும் லேபர் கமிஷனர் செய்துவரும் உதவிகள் பல. தற்போது கவர்ன்மெண்டார் இவர்களுக்கு செய்துவரும் அநுக்கிரகங்களானது சிவில் சர்வீஸ் பரிக்ஷையை பறையர் மகாஜன சபையார் மறுத்ததினால் தீண்டாதார் என்போர் படுங் கடுங்கொடுமை வெளிப்பட்டதனாலன்றோ? நான் இந்தியாவில் இல்லா காலத்திலும் பறையர் மகா ஜன சபையார் ஏகோபித்தும் தனிதனி அங்கத்தினர்களாகவும் அரும் பிரயாசம் செய்து வந்திருக்கின்றார்கள். இப்போதும் இனஞ்சேரா சிலரைக் காண்கிறேன்.

ஆதி திராவிடர் சமூக மேற்பட்டதெப்படி?

இராஜ பிரதிநிதியும் கவர்னர் ஜனரலுமான எல்ஜின் (Elgin) பிரபு 1895 ஆண்டு டிசம்பர் மாதம் 6-ம் நாள் சென்னைக்கு விஜயமானபோது பறையர் சமூகத்தை நிலைநாட்ட கருதி சென்னை நகரில் ஜனரல் பாட்டர்ஸ்ரோடும் மவுண்டு ரோடும் சந்திக்குமிடத்தில்[11] விசாலமான மவுண்டு ரோடுக்கு குறுக்கே

மக்களின் முன்னேற்றத்திற்கு செயல்பட்ட அரசு அமைப்பு. நீதிகட்சி ஆட்சிக் வந்தவுடன் இந்த அமைப்பிற்கான நிதி அடியோடு குறைக்கப்பட்டது. எம்.சி.ராஜா உள்ளிட்டத் தலைவர்கள் அதை கடுமையாக எதிர்த்துப் போராடினார்கள்.

10. தற்காஸ்து நிலமென்பது புறம்போக்கு நிலம் அல்லது அரசு நிலத்தைக் குறிக்கும். சீனிவாசனாரின் முயற்சியில் கொடுக்கப்பட்ட நிலங்கள் பின்னர் பஞ்சமி நிலங்கள் என்று அழைக்கப்பட்டன.

11. சென்னை அண்ணாசாலை எல்ஐசி கட்டடத்திற்கு அருகே, தர்காவிற்கு

நீண்டதோர் பந்தலிட்டு அதை சிங்காரித்து மத்தியில் இரு புரங்களிலும் "பறையர் மகாஜன சபையார். மாட்சிமை தங்கிய எல்ஜின் பிரபு பெருமாட்டி வரவேற்பு" என்று தங்கம் போன்ற எழுத்துகளை யொட்டி நாட்டிய பிரிடஷ்த்வ ஜங்கள்[12] காற்றிலசைந்து வருக! வருக! வென்றழைக்க, இந்திய அரசர் மற்றும் பிரதான கனவான்களுமுள் பிரவேசித்து ரதாரூடராய் போக அவ்வினத்தவர் கண்டு களித்து மகிழ்ந்து பெருமை கொண்டாடினார்கள். இரவிலும் தீபாலங்காரமிருந்தன.

கவர்னர் ஜனரல் அவர்களுக்கு வந்தனோபசார பத்திரிகை சமர்பிக்க உத்தரவு பெற்று மகா ஜன சபை தலைவரையும் ஆறு அங்கத்தினர்களையும் காரியதரிசியாகிய நான் கவர்னர் வீட்டுக்கு அழைத்து போனேன். போகும் வழியில் எங்களில் ஒருவர் ஓர் ஆலோசனைச் செய்து இவ்வினத்திலுள்ள ஓர் கனதனவானையும் அழைத்து போகலாம் என்றார். அதற்கிசைந்து சென்று அந்த தனவானைக் கண்டபோது அவர் தாமதம் செய்து வார்த்தைகளாடி வராமல்போனார். அதனால் காலதாமதமாகி குறித்த நேரத்திற்கு மேல் அரைமணி தாமதமாகிவிட்டது. எங்களைக் காணாததால் கவர்ன்மெண்டு மாளிகைக்குள் பிரவேசிக்க பயந்து எங்கேனும் நாங்கள் நின்று கொண்டிருப்போமென்று கட்டிடத்தைச் சுற்றி சேவகர்கள் தேடிப்பார்த்துக் கொண்டிருந்தார்கள். நேராய் கட்டிடத்திற்கு முன்புறம் சென்று வண்டிகளை விட்டிறங்கி உள்பிரவேசித்தோம். கவர்னர் மாளிகைக்குள் இதற்குமுன், இவ்வினத்தவர் பிரவேசித்ததில்லை யாகையால் சீப்செக்ரடியாருக்கு இந்த சந்தேகமுண்டாயிற்று. அங்கே ஆங்கிலேய இந்தியர்கள், மகமதியர்கள், கிறிஸ்தவர்கள் எட்டு எட்டு பேர்கள் கும்பல் கும்பலாக நின்றுகொண்டு காத்திருந்தார்கள். நாங்களும் ஒரு கும்பலாக சேர்ந்து நின்றோம். எங்களைக் கண்ட மற்ற சமூகத்தார் வெறுப்பும் சினமுங் கொண்டவர்களாகத் தோற்றப்பட்டார்கள். அவர்களோடு எங்களையும் சமமாக ஒரு சமூகத்தவராக அங்கீகரித்து தக்க சமாதானமான நல்மொழி கூறினார் எல்ஜின் பிரபு. அன்றுமுதல் இந்து சமூகத்தினின்று பிரிந்து பறையர் தனியதோர்

எதிரே உள்ள சாலை சந்திப்பு.

12. பிரிட்டிஷ் கொடிகள் மற்றும் இலச்சினைகள்.

சமூகத்தவர்களாக அங்கீகரிக்கப்பட்டார்கள்[13]. பின் இந்த இராஜபிரதிநிதிகளும் கவர்னர்களும் இவர்களை தனியதோர் சமூகமாக அங்கீகரித்தும் அனுசரித்தும் வருகின்றார்கள். 1898-ம் ஆண்டு மாட்சிமைபொருந்திய மகாராணி இந்திய சக்ரவர்த்தினியின் அறுவதாவது ஆளுகைவிழாவின் போது வாழ்த்து கூறி அனுப்பிய உபசார பத்திரிகையை ராணியார் அகமகிழ்ந்து அங்கீகரித்ததாக இந்தியா செக்ரடெரியார் 1898-ஆம் ஆண்ட ஜூன் மாதம் 11-ம் நாள் எழுதியிருக்கின்றார்.

மேற்கண்ட மூன்று சமூகத்தவர்போல் பறையர், பஞ்சமர், தாழ்த்தப்பட்டார் என்னும் பலபேரால் அழைக்கப்பட்டு வந்து இப்போது ஆதி திராவிடர் என வழங்கும் சமூகத்தவர்களுக்கு இதர சமூகத்தவர்கள் போல் அரசாங்கத்தில் காரிய நிர்வாகத்திலும், பரிபாலன நிறைவேற்றத்திலும், இராஜிய வியவகார மந்திரி பதவியிலும், பங்கு பெறும் உரிமை உண்டாகியிருக்கிறது. ஆதலால் சட்ட சபைகள், முனிசிபாலிட்டிகள், லோக்கல் போர்டுகள் பஞ்சாயத்துகள் மற்றுமுள்ள ஸ்தாபனங்களுக்கு அங்கங்களாகவும், சிவில் சர்வீஸில் உயர்தர உத்தியோகஸ்தராகவும் இந்த இனத்தவர்கள் மந்திரிகளாகவும் மேயர்களாகவும் அமையப்படுவதுமன்றி கல்வியிலும் செல்வத்திலும் விருத்தி பெற மேற்கண்ட இனத்தவர்களை நான் சேகரித்து ஒரு முக்கிய குல சமூகமாக நிலைநாட்டியதே மூலகாரணமாகும். இச்சமூகத்தவர்களின் மகாசபை தொடர்ந்து நடைப்பெற்றே வந்திருக்கிறது. காலவரையறுத்தல் முன்னிட்டு பெயர் மாற்றப்பட்டது. சென்னை மாகாண தாழ்த்தப்பட்டார் ஐக்கிய மகாசபை (Madras Depressed Classes Federaton) என்றும் (Scheduled Castes Party) செடியூல் காஸ்ட் பார்ட்டி என்றும் இவ்வினத்திலுள்ள கனவான்கள் நடத்தி வருகிறார்கள். அதில் என்னை தலைவராக தேர்ந்தெடுத்திருக்கிறார்கள். இன்றைக்கும் இவ்வினத்தவரை ஜாதி இந்துக்கள் இம்சித்தே வருகிறார்கள். சில வருஷங்களாக சிவில் சர்வீஸ் பரீக்ஷ

13. இந்த சம்பவம்தான் இந்திய சமூகத்தில் தீண்டத்தகாதவர் என்று ஒதுக்கப்பட்டிருந்த மக்கள் அரசியல் ரீதியாக தனித்த அடையாளம் பெறுவதற்கான முதல் படியாக அமைந்தது. பிற்காலத்தில் இது இந்தியா முழுமைக்கும் சட்டபூர்வமாக பின்பற்றப்படவும் அரசியல் உரிமைகள் நிலைநாட்டவும் காரணமானது.

இந்தியாவிலும் நடைப்பெற்று வருகிறது. இந்த பரீக்ஷையில் தேற நமது குல வாலிபர்களும் அபேக்ஷகராகும் திறமையில் வந்திருப்பதால் பரீக்ஷை இந்தியாவில் நடப்பதைப்பற்றி எதிர் மறுக்கப்படவில்லை. நித்திய கருமானுஷ்டங்களை நடத்துகிறபோது என் இனத்தவர்கள் தௌர்ப்பாக்கியமான நிலைமையை நினைத்து அவர்கள் அபிவிருத்தியடைந்து வாழக் கிருபைகூற கடவுளை நோக்கி நான் பிரார்த்தித்து வருகிறேன். தங்கள் சமூகத்தை சீர்தூக்க பாடுபடுபவர்கள் வம்ச பாரம்பரியமாய் சகல சம்பத்துடையவர்களாவார்கள்.

கல்வி

தாழ்த்தப்பட்டும் ஏழைகளாகவும் மௌடிகமுள்ளவர்களாகவுமிருக்கும் இச்சமூகத்தாரை உயர்த்த வேண்டுமானால் கல்வியை அவர்களுக்குள் பரவச் செய்யவேண்டுமென கருதி G.0.68-1893 கவர்ன்மென்டார் உத்தரவு ஒன்று வெளிப்படுத்தினார்கள். அது ஒரு சிலாசாசனமென்றே சொல்லலாம். குறைந்தது ஏழு பிள்ளைகள் வாசிக்க சேர்ந்தால் அதை ஒரு பள்ளிக்கூடமாக கவர்ண்மென்டார் ஒப்புக்கொண்டு கிறாண்டு[14] கொடுக்கவேண்டும் என்றும், இன்னும் பல அனுகூலமான விதிகளும் அதில் இருந்தன. தீண்டாதாருக்கு போதிக்க ஜாதி இந்துக்கள் முன்வராமலிருந்துவிட்டார்கள். தீண்டாதாருக்கு ஜன சமூகத்தில் உபாத்தியாயர்கள் கிடைக்கவில்லை. சென்னை நகரில் மதமாற்றுதலுக்கென்று அவரவர்கள் ஸ்தாபித்திருந்த பள்ளிக்கூடங்களுக்கு கவர்ன்மென்டார் உத்தரவு அனுகூலமாயிராததால் அந்த விதிகளின்படி இந்த இனத்து பிள்ளைகளை சேர்த்துக்கொள்ள மன மில்லாதவர்களாயிருந்தார்கள். ஆகையால் கவர்ண்மென்டார் உத்திரவு சென்னை நகருக்குள் பலிதப்படாமல் போய்விட்டது. இந்த தௌர்பாக்கியமான நிலையை கவர்ன்மென்டாருக்கு **1898**-ம் ஆண்டு அக்டோபர் மாதம் **21**ந் தேதி தெரிவித்தேன். நான் தெரிவித்ததின் பயனாக சென்னை முனிஸிபாலிட்டியார்[15] பாடசாலைகளை ஸ்தாபிக்க வேண்டி உத்திரவளித்தார்கள், நாளுக்குநாள் உயர்தர கல்வியில் தேர்ந்துவர இவ்வினத்தவர் ஆரம்பித்து விட்டார்கள்.

14. *GRANT* - உதவிநிதி அல்லது மானியம்
15. சென்னை மாநகராட்சி.

சர்க்கார் ரிக்கார்டுகளை பரிசோதித்து பார்த்தால் 1772 வருஷ முதல் சர்க்கார் இவ்வினத்தவர் பொருட்டாய் கவலை எடுத்து வந்ததாக காணப்படுகிறது. அக்காலத்தில் பார்லி மெண்டுக்கும் நமது கவர்ன்மென்டாருக்கும் கடிதபோக்கு வரவு நடந்து நம்மின குடியானவர்கள் பொருட்டாய் அனேக காரியங்களை நடத்தி இருக்கின்றனர். 1818 வருஷம் ரெவெனியூ போர்டார் கலைக்டர்களை நம்மின குடியானவர்களின் நிலைமையைப் பற்றி விசாரித்திருக்கின்றார்கள். பிறகு எப்படியோ கவனியாதிருந்து 1893ம் வருஷம் கல்வி கற்பித்து கொடுக்க சர்க்கார் தலைப்பட்டார்கள். அப்போதும் சர்க்கார் முயற்சி பலிதப்படாமல் போயிற்று.

கிராம முனிசீப்பு முதல் ரெவின்யூ இன்ஸ்பெக்டர்கள், தாசில்தார்கள், டெப்ட்டி கலைக்டர்கள், கலைக்டர்கள், ரெவின்யூ போர்டுமட்டுமுள்ள உத்தியோகஸ்தர்கள் ஜாதி - இந்து இன பந்துக்கள். அவர்களுக்குள் நிலபாத்தியமுள்ளவர்கள் அநேகர். இவ்வின குடியானவர்கள் முன்னேறாமல் சூட்சமா சூட்சிகளை இச்சாதி இந்துக்கள் செய்துவந்ததே காரணம். 121 வருஷம் தூண்டுவாரற்று இருந்தது போல இனியுமில்லாமல் நம்மினத்தவர்களுக்குள் கல்வியை பரவச்செய்ய விடாமுயற்சியாய் இடைவிடாமல் பாடுபட வேண்டுமென அந்த 1893-ம் வருஷத்தில் "பறையன்" பத்திரிகை பிரசுரித்தேன். அது ஒரு தூண்டு கோலாயிற்று. லேபர் கமிஷனர் மூலமாகவும் டைரெக்டர் மூலமாகவும் வருஷா வருஷம் 20, 30 லட்சம் ரூபாய் சர்க்கார் செலவு செய்து கல்வி போதித்து வருகிறார்கள். இவ்வினத்தின் பேரால் பெற்றதைத் தாங்களும் அனுபவித்து தங்களினத்தவர்களுக்கும் உதவி, இனத்தை விருத்தி செய்ய வேண்டும். முன்னேற்றத்திற்கு கல்வியே முக்கிய காரணமாகும்.

சென்னை சர்வகலா சங்கத்தில்[16] 10 வருடமாக அங்கத்தினராக ஆதி திராவிடர் அபிவிருத்தியை கண்ணும் கருத்துமாய் காத்து வருகிறேன்.

---

16. *Madras University Senete Membe*

சட்டசபை

1[17]. நான் சட்டசபையைச் சேர்ந்த மூன்று மாதங்களுக்குள் ஒரு தீர்மானத்தை சபை முன்பாக கொண்டுபோனேன். சபையார் யேகவாக்காய் ஒப்புக்கொண்டார்கள். அதாவது, தாழ்த்தப்பட்ட வகுப்புகளைச் சேர்ந்தவர்கள் பொது ரஸ்தாக்கள், கிணறுகள். பொது கட்டிடங்கள், மார்க்கெட்டுகள் முதலியவைகளை உபயோகிப்பது கவர்ன்மெண்டார் கொள்கை.[18]

2. மதுவிலக்குவதை ஆரம்பிக்க கருதி வாரத்திற்கொருநாள் ஞாயிற்றுக் கிழமைகளிலும் பண்டிகை நாட்களிலும், கவர்ண் மெண்டார் விடுமுறை நாட்களிலும் சாராயக்கடைகள் மூடப்படவேண்டுமென ஓர் தீர்மானம் சட்டசபை முன்பாக கொண்டுபோனேன். அதைச் சபையார் ஏற்றுக் கொண்டார்கள். சில மாதங்கள் மட்டும் சாராயக் கடைகளை ஞாயிற்றுக்கிழமைகளில் மூடி வைத்திருந்து அதனால் கலால் வருமானம் குறைவுபடுகிற தென்று கவர்மெண்டார் கடைகளை மறுபடியும் வழக்கம்போல் திறந்துவிட்டார்கள்.

3. எழுதப்படிக்கத் தெரியாத பாமர ஜனங்கள் பத்திரங்களில் கைநாட்டு அல்லது விரல் முத்திரை போட வேண்டுமானால் தாஸில்தார்களுக்கு முன்பாகவோ அல்லது அவர்களைப் போன்ற பொறுப்பாளிகள் முன்பாகவோ சாட்சிகளுக்கு முன் பத்திரத்தில் அடங்கிய விஷயங்களை தெளிவாய் வாசித்து காட்டி கைநாட்டு அல்லது விரல் முத்திரை போடும்படி செய்து சாட்சிகள் கையொப்பங்களும் செய்யவைத்து மேற்கண்ட பொறுப்பானவர்களும் கையொப்பமிட்டு பத்திரத்தை பூர்த்தி செய்யவேண்டும். கிராம முனிசீப்புகள் கணக்கர்கள் முன்பாக கைநாட்டு விரல் முத்திரைபோடப்பட்ட பத்திரங்கள் செல்லப்படாது என்று ஒரு மசோதா கொண்டு போனேன். அதை கவர்ன்மென்டார் அங்கீகாரம் செய்யவில்லை.

4. முனிசீப்பு, கணக்கர் முதலானவர்களை வம்ச பரம்பரை

---

17. இந்த வரிசை எண்கள் மூலத்தில் இல்லை. பதிப்பாசிரியரால் கொடுக்கப்பட்டது

18. இந்த ஆணையின் சாரத்தினை இந்த ஜீவிய சரித்திரத்தின் அநுபந்தம் 2 என சீனிவாசனார் சேர்த்திருந்தார். அந்த ஆணையையும் அவர் வெளியிட்ட மற்றொரு வெளியீட்டையும் இணைத்து தனி பிரிவாக இத்தொகுப்பின் இயல் 3ல் சேர்க்கப்பட்டுள்ளது.

பரியத்தை கொண்டு சர்க்கார் நியமனம் செய்யக்கூடாதென்று ஒரு தீர்மானம் கொண்டு போனேன். அதைபற்றி இந்த ராஜதானியிலுள்ள மேற்படி உத்தியோகஸ்தர்கள் கூட்டங்கள் கூடி வெகு வலுவாய் எதிர்த்திருக்கின்றார்கள். அந்தத் தீர்மானம் இன்னமும். சட்டசபைக்கு முன் வரவில்லை .

5. கிராம முனிசீப்பு கோர்ட்டுகளில் குற்றவாளிகளை தொழுவத்தில் போட்டுவைக்கும் சட்டத்தையும், வழக்கத்தையும் எடுபட செய்ததுமல்லாமல் தொழுவங்களைச். சுட்டெரிக்கவும் செய்தேன்.

6. உப்பு வரி முற்றிலும் எடுபட வேண்டுமென ஒரு தீர்மானம் சபைக்கு முன் கொண்டுவரப்பட்டது. உப்பு விலை மிகக் குறைவாயிருப்பதால் ஏழைகளுக்கு அதனால் கஷ்டமில்லை. உப்பு வரியால் சர்க்காருக்கு வரும் வருமானத்தைக் கொண்டு ஏழைக் குடிகளுக்கு உபகாரம் செய்யலாமென்று நான் எதிர்த்தேன். வரி எடுபடவில்லை. அப்படி எடுபடாததால் இந்திய கவன்மென்டார் சென்னை கவர்ன்மென்டாருக்கு பத்து லக்ஷத்திற்கு மேலாக கொடுக்க வேண்டிய யேற்பாடிருந்தது. அது ஆதிதிராவிடர்களுக்கு கவர்ன்மென்டார் கொடுப்பார்களென எண்ணினேன். அதை வேறு காரியத்திற்கு சர்க்கார் உபயோகித்துக் கொண்டார்கள்.

7. நிலவரியைக் குறைக்கவேண்டுமென ஒரு தீர்மானம் கொண்டு வரப்பட்டது. நிலசுவான்கள் சாகுபடி செய்யக் கூடியதற்கு மேலாக விஸ்தீரமான நிலங்களை வைத்துக் கொண்டிருக்கிறார்கள். அடுத்து கவர்ன்மென்டு நிலத்தை சாகுபடி செய்து பிழைக்க ஏழை குடியானவர்கள் மனு செய்து கொண்டால் நீர்பிடிப்பு, மேய்கால், மாடுகள் போகும் வழி, பொங்கலுக்கு மாடுகள் சேர்ந்து நிற்குமிடம், ஒரு கல்லை நட்டுவிட்டு எல்லைப்பிடாரியை பூசைசெய்யுமிடம் என்னும் பலவித ஆட்சேபனைகள் செய்து, உழவு உழைப்பாளிகளுக்கு நாளொன்றுக்கு இரண்டு அணா கூலியும் சரிவரக் கொடாமல் தனவந்தராய் தங்கள் பிள்ளைகளை கல்வியில் தேற்றி பெரும் உத்தியோகஸ்தராகச் செய்து மேல் மெத்தை வீடுகளிலும் மோட்டார்களில் சுற்றி சுகம் பெற்றிருக்குமிவர்கள் நிலவரி செலுத்த சக்தியற்றவர் களென்றாலெவ்வளவும் ஒப்புக் கொள்ள

கூடியதல்ல வென்று பலமாய் எதிர்த்து தாக்கினேன். வரி குறைக்கப்படவில்லை.

சபையின் பல கமிட்டிகளில் வீற்றிருந்தேன். அங்கே நான் பேசிய விஷயங்கள் அனேகம். பல கமிஷன்களுக்கு முன்னால் சாட்சியம் கூறியுமிருக்கின்றேன்.

சட்டசபையில் தாழ்த்தப்பட்ட இனத்தவரான கனம் தங்கிய அங்கத்தோர்கள் தங்கள் தொகுதியில் என்னை தலைவராக தெரிந்தெடுத்து வைத்திருந்தார்கள். பதினைந்து வருடம் சட்டசபையில் வீற்றிருந்தேன். பின்னும் தற்போது நடக்கும் சட்டசபையில் மேல்சபை (*Legislative Council*)யில் நான் நியமிக்கப்பெற்று வீற்றிருக்கின்றேன்.

பழக்க வழக்கம்

இந்த சரித்திரத்தை அச்சிடபோகும் தறுவாயில் ஆதி திராவிடர்களைப் பல இடுக்கண்களால் ஜாதி இந்துக்கள் வாதித்து வரும் பழக்கம், வழக்கம், மாமூல் என்பவைகள் வேரோடு களைந்தெறிய ஓர் மசோதாவை ராவ் பகதூர் எம். சி.ராஜா கொண்டு போனார். இரண்டு சட்ட சபைகளும் அங்கீகரித்திருக்கின்றன. இந்த சட்டமும் பிரிடிஷ் மலையாளம் ஜில்லா ஆலய பிரவேச சட்டமும் பல்லில்லா பாம்புகளை யொத்தன. இச்சட்டங்களை மீறினவர்கள் பேரில் சிவில் கோர்ட்டில் தாவா தொடுக்கவேண்டுமாம். ஜாதி இந்துக்கள் அவைகளைப் பசியால் வருந்த செய்து கொன்றுவிடாமல் இவ்வினத்தார் காப்பாற்றினால் சிலநாளில் பற்கள் முளைத்து விடும்.

வட்டமேஜை மஹாநாடு

சர்வகட்சி மகாசபை என்னும் வட்டமேஜை மஹா நாட்டுக்கு என்னையும் டாக்டர் அம்பேத்காரையும் இந்தியாவில் தாழ்த்தப்பட்டார் பிரதிநிதிகளாக கவர்ண்மென்டார் தேர்ந்தெடுத்து வரவழைத்திருந்தார்கள். நாங்களிருவரும் நகமும் சதையுமாகவிருந்து உழைத்தோம், 1928-1929-ம் வருஷங்களில் நடந்த மகா சபைக்கு நாங்களிருவரும் சென்றிருந்தோம். 1930-ம் வருஷம் டாக்டர் அம்பேத்கர் மட்டும் மகா சபைக்குப் போனார். என் ஆலோசனையை கேட்க இந்தியா இராஜபிரதிநிதி கமிட்டிக்கு (*Viceroy's Consultative Committee*) என்னை

அழைத்துக் கொண்டார்கள்.

இந்தியாவிலுள்ள இந்த ஜனாங்கத் தாரவர்களுக்கு தனி தொகுதியும் வோட்டு உரிமையும் மற்ற சமூகத்தார்களைவிட அதிக அனுகூலமாக அனுக்கிரகிக்கப்பட்டது. இதன் பலாபலன்களை அடுத்த இரண்டு மூன்று எலக்ஷன்களில் தாழ்த்தப்பட்டோர் தெரிந்து கொள்ளுவார்கள். சில நாட்களில் தாழ்த்தப்பட்டோர் உயர்த்தப்பட்டோராகியும் வெகு வலுவான சமூகத்தவர்களாகியும் ஆட்சியை கைப்பற்றும் நிலைக்கும் வந்துவிடுவார்கள். இதையறிந்த ஜாதி இந்துக்கள் தாழ்த்தப்பட்டோர் தங்களின்று பிரிந்து பெரியதோர் தனி சமூகமாக ஆகாதவண்ணம் தங்களோடு சேர்ந்துகொள்ள ஆலய பிரவேசம் என்றும் தீண்டாமையை யொழிப்பதென்றும் கிளர்ச்சி செய்து வருகிறார்கள்.

இந்த மகாசபை நடந்துகொண்டிருக்கும் காலத்தில் நேர்ந்த இரண்டொரு சம்பவங்களை மாத்திரம் சுருக்கி சொல்லுகிறேன்.

ஜார்ஜ் மன்னரையும் இராணியையும் காணும் பொருட்டு வின்சர் காஸ்சல் *(Windsor Castle)* என்னும் ராஜமாளிகைக்கு சபைக்கு சென்றிருந்த இந்தியா பிரதிநிதிகள் அழைக்கப்பட்டார்கள். என்னுடனும் சக்கரவர்த்தி. சர்க்கரவர்த்தினி இருவரும் கை குலுக்கி உபசரித்தார்கள். இப்படியாக மூன்று தடவை நடந்தது. ராஜமாளிகையில் சிற்றுண்டியும் பரிமாறப்பட்டது.

பின்னுமோர் தடவை மன்னவரிடம் சம்பாஷிக்க நேர்ந்தது.

தீண்டாமை என்றால் என்னவென்று மன்னவர் வினவினார்,

மேல்ஜாதியான் என்போன் கீழ்ஜாதியான் என்போனைத் தீண்டமாட்டான் என்றபோது

"ஒரு கீழ்ஜாதியான் தெருவில் விழுந்து விட்டால் மேல்ஜாதியான் தூக்கிவிடமாட்டானா" என்று மன்னவர் பின்னும் வினவினார்.

தூக்கிவிடமாட்டான் என்றபோது மன்னவர் திடுக்கிட்டு அசைந்து நின்று "அவ்விதம் நடக்க என் ராஜியத்தில் விடவேமாட்டேன்" என்றார்.

மன்னவர் மாளிகைக்குள் பிரவேசிக்கவும் மன்னரோடு கைகுலுக்கி பேசவுமுண்டான பாக்கியம் நமது சமூகத்தை பொருந்தியதல்லவா? இதர சமூகத்தவரோடு நம்மையும் சமமாக மன்னவர் நடத்தியதினால் ஆங்கிலேய அரசாட்சி எவ்வளவு அன்பும், அருமையுமானதென்றும், நம்மினம் முன்னேறவுஞ் செய்ததென்றும் விளங்குகிறது.

சிவில் சர்வீஸ் பரீக்ஷை இந்தியாவில் நடைபெற கூடாதென்று தாழ்த்தப்பட்டார் எதிர் மறுத்ததை முன்னிட்டு விவாதம் நடந்தபோது காங்கிரஸுக்கு சார்பாகவிருந்த நார்ட்டன் (*Eardly Norton*)[19] துரை அவர்கள் ஏளிதமாய் தாழ்த்தப்பட்டோனாயிருக்கும் நான் பாடிங்டன் (*Paddington*) என்னும் ஓர் குக்கிராம குடிசையினின்று செண்ட் ஜேம்ஸ் (*St. James Palace*)[20] என்னும் ராஜ மாளிகைக்குப்போக அபேட்சிக்கின்றேன் என்றார். வட்டமேஜை மகாசபை செண்ட் ஜேம்ஸ் மாளிகையில்தான் நடந்தது. ஒருநாள் அம்மாளிகையின் ஒரு பெரிய அறையில் நான் வீற்றிருக்கும்போது நார்ட்டன் துரை சொன்னது என் ஞாபகத்திற்கு வந்தது. நான் புன்சிரிப்பு கொண்டு ஏழை மக்களின் பொருட்டாக நடப்பதெல்லா மிறைவன் செயலென மகிழ்ந்தேன்.

நான் இந்தியா திரும்பிவந்தபோது மகாசபையில் இவ்வினத்தவர் பால் நடந்த விஷயங்களை என் சொந்த செலவில் பிரசுரம் செய்தும் பல கூட்டங்கள் கூட்டியும் விளக்கிக்காட்டினேன்.

---

19. *Eardly Norton* அக்காலத்தின் புகழ்பெற்ற சட்ட வல்லுநர். சென்னை உயர்நீதிமன்ற வளாகத்தில், மெட்ராஸ் சட்டக்கல்லூரி புதிதாக கட்டப்பட்டப் பிறகு அதன் முதலாவது முதல்வராக பதவி வகித்தவர்.

20. *Paddington* இங்கிலாந்தின் லிவர்பூல் பகுதியில் குக்கிராமாக இருந்து தற்போது பெருநகராக மாறியுள்ளது. *St. James Palace* வெஸ்ட்மினிஸ்டர் பகுதியில் அமைந்துள்ள பிரிட்டிஷ் அரசின் முதன்மை மாளிகை. அக்காலத்தில் பெட்டிங்டனிலிருந்து புனித ஜேம்ஸ் அரண்மனைக்கு போய் பார்ப்பதென்பது விவசாயிகளுக்கு முடியாத காரியமாக இருந்தது. பிரிட்டிஷ் தீவின் வடகோடியிலிருந்து தென்கோடிக்குப் போக சாத்தியம் குறைவாக இருந்ததால் நார்ட்டன் இவ்வாறு பிரிட்டிஷ் பழமொழிக்கேற்ப கிண்டலடித்தார்.

பூனா ஒப்பந்தம் (புதிய சீர்த்திருத்தம்)

இந்த ஒப்பந்தத்திற்கு பிறகு மாகாண சட்டசபையானது (மேல் சபை) கவுன்சில் (*Council*) என்றும் (கீழ்சபை) அசம்பிளி (*Assembly*) என்றும் சென்னையில் அமைக்கப்பட்டிருந்தது.

கூட்டுத்தொகுதி

அசம்பிளியில் ஒடுக்கப்பட்ட வகுப்பினர்களை இதர சமூக கக்ஷிக்காரர்கள் தங்கள் பக்கம் சேர்த்துக்கொள்ள முயன்றார்கள். அசம்பிளிக்கு தேர்ந்தெடுக்கப்பட்ட 30 மெம்பர்கள் தனியானதோர் கட்சியாயிராமல் அவர்களில் 27 பேர்கள் காங்ரஸ் கட்சியில் சேர்ந்துவிட்டார்கள். இவர்களை தெரிந்தெடுத்தவர்களும் (*Voters*) தெரிந்தெடுக்கப்பட்டவர்களும் (*Elected members*) தங்கள் சமூக சேவை இன்னதென்றும் அதனால் உண்டாகும் பலாபலன்களை கவனியாதவர்களாகவோ தெரியாதவர்களாகவோ நடந்து வருகிறார்கள் என்பதை தெரியாமல் கூட்டு தொகுதியாலுண்டான கெடுதி என்று இச்சமூகத்தவர்களில் பலர் அபிப்பிராயம் கொள்ளலாம். அறியாமையோ வறுமையோ இதற்கு காரணமாகக் கொள்ள வேண்டுமேயொழிய கூட்டு தொகுதியில் மாத்திரமல்ல தனித் தொகுதியினாலும் மேற்கண்ட காரணங்களால் கெடுதியே நேரிடும்.

தனித்தொகுதி

சென்ற 1938ம் ஆண்டு நவம்பர் மாதம் கார்ப்போரேஷன் தேர்தல் நடந்த போது ஆதிதிராவிடர் சமூகத்திற்கென்று தனித் தொகுதியில் ஒதுக்கிவைத்த ஸ்தானத்திற்கு அபேட்சகராக நின்றவர்கள் இதர சமூகத்திற்கும் இதர கட்சிக்கும் நிற்பதாக சொல்லி நிற்க ஆதி திராவிட சமூக (ஓட்டர்கள்) தெரிந்தெடுப்பவர்கள் சம்மதம் கொடுத்து ஆதரித்தார்கள். இதனால் இந்நகரில் கல்வியும். சற்று பொருட்செல்வமும் விதரணையும் தேர்தல் காரியங்களை நன்கறிந்தவர்களும் தங்கள் சமூகத்தை அலட்சித்து இதர சமூகத்தையும் இதர கட்சியையும் ஆதரித்ததாக தெரிய வருகிறது. சமூகத்தவர் செய்யும் குற்றத்திற்கு பூனா ஒப்பந்தம் செய்தோரை நிந்திப்பதேன். தேச சரித்திரத்தையும் ஆதிதிராவிட சமூகத்தவர் சரித்திரத்தையும் பார்த்தால் ஒப்பந்தத்தில் கண்டிருக்கும் பத்து வருஷங்கள்

பத்து நொடிகள் போல் பறந்துவிடும்[21].

நானும் என் சகா அம்பேத்காரும் வட்டமேஜை மகாநாட்டில் வேண்டிய பாடுகள் பட்டு வாக்குரிமைக்கான யோக்கியதை இச்சமூகத்தவருக்கு வெகு சுலபமாய் மட்டுபடுத்தினோம்[22]. இவ்வினத்தவர் வாக்குரிமைகளால் சட்ட சபையில் அங்கத்தினவராய் அமைந்த 30 பேரில் 27 பேர் தங்கள் வாக்குரிமைகளை இதர கட்சியாருக்கு பலிகொடுத்து கொண்டிருக்க இச்சமூகத்தவர் கவனியாதிருப்பதை பார்க்க என் மனம் வருந்துகிறது. சமூகச் சேவை செய்வோர் தங்கள் சந்த்தி செழிக்க உழைப்பவராவர்.

ஆலய பிரவேசம்

தீண்டாமை என்பது இந்தியாவிலிருக்குமட்டும் பூரண சுயராஜிய மேற்படுவது சாத்தியமல்லவென்று ஜாதி இந்துக்கள் உணர்ந்து தீண்டப்படாதவர்களை ஆலயங்களுக்குள் விடுவதாக ஆலயபிரவேசன் என்னும் மசோதா ரூபமாக இயக்கத்தை ஜாதி இந்துக்கள் கவர்ன்மென்டார் மூலமாக சட்ட சபைக்கு கொண்டுவந்தார்கள். அந்த மசோதாவை சட்ட சபைகளிரண்டும் அங்கீகரித்து சட்ட மேற்படுத்திவிட்டன. பிரிடிஷ் மலையாளம் ஜில்லாவில் இந்து ஆலயங்களில் தீண்டாதாரென்னும் இந்துக்கள் உள்பிரவேசிக்க விட அனுசரிக்கவேண்டிய கிரமங்கள் அந்த சட்டத்தில் கண்டிருக்கின்றன. கூடிய சீக்கிரம் அமலுக்கு வரும்போலும். அநேக முக்கியமான ஆலயங்கள் ஆதி திராவிட சமூகத்தைச் சார்ந்த பெரியோர்கள் தகனமான இடத்தில் கட்டப்பட்டனவென பறையன் என்ற பத்திரிகையிலும் சமீபகாலத்தில் துண்டு பத்திரிகையிலும் பிரஸ்தாபித்திருக்கின்றன. ஆதி திராவிடர் ஆலயங்களில் பிராமணர் முதலாக சகல ஜாதியாரும் மதஸ்தரும் பிரவேசித்து வணங்கலாம். ஆனால் ஜாதி இந்துக்கள் ஆலயங்களில் தங்களுக்குள்ளடங்கியிருக்கும்

---

21. பூனா ஒப்பந்தத்தின் அடிப்படைகளை இந்த ஜீவிய சரித்திரத்தின் பின்னிணப்பாக அநுபந்தம்-3 என சீனிவாசனார் இணைத்திருந்தார். அது இத்தொகுப்பில் இயல் 3ல் சேர்க்கப்பட்டுள்ளது.

22. இது மிக முக்கியமான செய்தி. அக்காலத்தில் தகுதி அடிப்படையிலேயே வாக்களிக்கக்கூடிய நிலை இருந்தது. டாக்டர்.அம்பேத்கரும் சீனிவாசனாரும் போராடியதன் விளைவாய் வயது வந்தோருக்கான வாக்குரிமை நிலைநாட்டப்பட்டது. பெண்களுக்கும் வாக்குரிமை உறுதியானது.

நாலு ஜாதியாரைத்தவிர வேறு யாரும் பிரவேசிக்கக்கூடாது.

ஜாதி இந்துக்கள் ஆலயங்களை ஆதி திராவிடருக்கு திறந்துவிட்டால் விருப்பமுள்ளவர்கள் பிரவேசிக்கலாம். ஜாதி இந்துக்கள் தங்கள் ஆலயங்களை திறந்துவிட அவர்களுக்குள்ளே ஆலோசித்து தீர்மானித்துக் கொள்ளட்டும். "ஆலயப் பிரவேசம்"[23]என்னும் துண்டு பத்திரிகையில் இதை வெகுவாய் பிரஸ்தாபித்திருக்கின்றேன்.

சனாதன தருமம் என்பதை நிலை நாட்ட இந்துக்களில் ஓர் பிரிவார் சென்ற வருஷம் சென்னையில் கூட்டமாய் கூடியபோது ஒரு துண்டு பத்திரிகை பிரசுரித்து கொடுத்தேன். அதில் திருச்சிராபுரம் சாம்பவ சாம்பான் என்பவரை ஐம்புகேஸ்வரர் என்றும், தஞ்சாவூர் பிரவிடை சாம்பான் என்பவரை பிரகதீஸ்வரர் என்றும், திருவாரூர் தியாக சாம்பான் என்பவரை தியாகராஜ பெருமாள் என்றும் பெயர் மாற்றி அவர்கள் தகனம் செய்யப்பட்ட இடங்களில் கட்டியிருக்கும் திருப்பணிகளை கைப்பற்றிக் கொண்டு, மானியம் திரவிய முதலான உரிமைகளை அபகரித்தது மல்லாமல் சாம்பவ சந்ததியாரை அத்திருப்பணிகளுக்குள் பிரவேசிக்க வொட்டாமல் நீக்கி வைத்திருப்பது தருமமாவென்று கேட்டிருக்கின்றேன்.

மதமாற்றல்

இந்துக்கள் அடக்கத்தினின்று தாழ்த்தப்பட்டார் மதமாறவேண்டு மென்று டாக்டர் அம்பேத்கார் பஹிரங்கமாய் பிரஸ்தாபித்தபோது தாழ்த்தப்பட்டார் இந்துக்கள் அடக்கத்திலில்லை தாங்களிருக்கும் மதத்திலிருந்து கொண்டே ஆண்மையான வீரத்துவத்துடன் முன்னேற வேண்டுமென்று உடனே தந்தி மூலமாக பிரஸ்தாபித்தேன். இந்துக்கள் அனுசரிக்கும் நாலு வர்ணங்களிலொன்றிலேனும் சேர்ந்திராததால் தாழ்த்தப்பட்டார் இந்துக்கள் அடக்கத்திலில்லை என்பது வெளிப்படை.

பௌத்த மதம்:- 1882-ம் ஆண்டு மாது ஸ்ரீ பிளாவட்ஸ்கி அம்மையையும் கர்னல் ஆல்காட்டு அவர்களையும் நீலகிரியில்

23.ஆலய பிரவேசம் என்று தலைப்பிட்டு சீனிவாசனார் வெளியிட்ட துண்டறிக்கைகளை இங்கு குறிப்பிடுகிறார். தமிழ் மற்றும் ஆங்கிலத்தில் அவர் வெளியிட்ட இரண்டும் இத்தொகுப்பு இயல் 5ல் இணைக்கப்பட்டுள்ளது.

தரிசித்து அவர்களுடன் சிலநாள் பழகி வந்தேன். யோகானுபவ சங்கத்தில்[24] சேர்ந்து அதின் தலைவராயிருந்த கர்னல் ஆல்காட்டு அவர்களால் தீக்ஷை பெற்றேன். பௌத்த மதத்தை சீர் தூக்கி அவர் பேசுவார். 1900-ம் வருஷம் அம்மதத்தை தாழ்த்தப்பட்டார் சமூகத்தில் நுழைக்க தொடங்கினார். சமூகத்தில் பிரிவினையுண் டாகுமென அஞ்சி அவரை பத்திரிகை மூலமாய் தாக்கினேன். ஒருவரை யொருவர் தான் தோன்றிய தம்பிரான் என்று தர்க்கித்துக் கொண்டோம். சிலர் அம்மதம் புகுந்தார்கள். பறையர் என்பதைவிட பௌத்தர் என்பது சிலாக்கியமான தென்று சொல்லிக் கொண்டார்கள். சில இடங்களில் மடங்களைக் கட்டிக்கொண்டார்கள். பறையர் அல்லது ஆதி திராவிடர்கள் என்னும் சமூகத்தவர்களுக்கு கல்வியிலும் பொருளாதாரத்திலும் சர்க்கார் கொடுக்க யேற்படுத்தியிருக்கும் உதவி பௌத்த மதஸ்தராய் மாறிய சமூகத்தவர்களுக்கு கிடைக்கக்கூடாததாயிற்று.

இந்து சமயவாதிகளென்னும் ஜாதி இந்துக்களும், தமிழ் சமயிகளான தாழ்த்தப்பட்டாரும் ஒரே மதசார்பினராவர். ஜாதி இந்துக்கள் செய்யும் கொடுமையை தாளமுடியாமல் தாழ்த்தப்பட்டார் மதமாறிபோகிறார்கள். தௌர்பாக்கிய நிலையினின்று சீர்தூக்க வேணுமென தாழ்த்தப்பட்டார் பல நூற்றாண்டுகளாக முறையிட்டதற்கிணங்கி கல்வியிலும் செல்வத்திலும் விருத்திப்பெற கவர்ன்மென்டார் பல வருடங்களாக உதவி புரிந்து வருகிறார்கள். தாழ்த்தப்பட்டார் சமூகத்தினின்று மதமாறி வேறு சமூகத்தில் சேர்ந்து கொண்டவர்கள் தங்களை தாழ்த்தப்பட்டாரோடு சேர்த்து உதவ வேண்டுமென விதண்டாவாதம் கவர்ன்மென்டாரிடம் தொடுத்திருக்கிறார்கள்.

கவர்ன்மென்டார் சட்டபடி சமூகங்களின் வரையறை யேற்பட்டிருக்கிறது. ஒரு சமூகத்தவருக்கு கவர்ன்மென்டார் கொடுத்த உதவியை மற்றொரு சமயத்தார் பெறக்கூடாது. ஒரு மதத்தினின்று வேறொரு மதத்திற்கு மாறினால் ஒரு சமூகத்தினின்று வேறொரு சமூகத்திற்கு மாறினவர்களாவார்கள். அவர்கள் முன்னிருந்த சமூகத்திற்கு கிடைத்த உதவியை <u>மாறியிருக்கும்</u> சமூகத்தினின்று பெறக்கூடாது. அப்படி பெறச்

24. *Theosophical Society*-ஐ குறிப்பிடுகிறார்.

செய்தால் மதமாறியவர்களே முழு உதவியையு மேற்றுக் கொள்வார்கள். அன்றியும் தங்கள் மதமாற்றும் ஆட்சியுமுண் டாகுமென தாழ்த்தப்பட்ட சமூகத்தார் பீதி கொள்ளுகிறார்கள். மதமாறி வேறு சமூகத்தைச் சேர்ந்தவர்கள் தனிப்பட்ட தங்களுக்கு வேண்டிய உதவியை சர்க்காரிடமிருந்து பெற்றுக் கொள்ளுவது உத்தமம். இந்தக் கருத்தைக் கொண்டு சட்ட சபையில் பலதரம் பேசியும் பத்திரிகைகளுக் கெழுதியும் வருகிறேன்.

இந்திய காங்கிரஸ்

1884-ம் ஆண்டு சென்னையில் அடையார் என்னுமிடத்தில் தியாசபிக்கல் சொஸயிட்டி என்னும் யோகானுபவ ஞான சங்கத்தின் வருஷாந்தர உற்சவம் நடந்தது. சங்கத்தில் நானும் ஓர் அங்கத்தினர். அந்த உற்சவத்திற்கு வங்காள பாபுகளும், பம்பாய் பார்சிகளும், நமது மாகாண பிராமணர்களும், ஐரோப்பா, அமேரிக்கா, இலங்கை முதலான தேசங்களிலிருந்து பலரும் வந்து கூடினார்கள். நானும் போய்கூடினேன். கர்னல் ஆல்காட் என்பவர் சங்கத்தின் தலைவர். அப்போது வங்காள பாபுகள் ஒரு ஆலோசனை செய்தார்கள். அதாவது இந்தியர்கள் இம்மாதரியாகக்கூடி அரசியல் விஷயமாய் ஒரு சபை நடத்த கூடுமென்பது. அவர்கள் கல்கத்தா திரும்பியபிறகு இந்தியா காங்ரஸ் என்பது 1885-ம் ஆண்டு ஏற்பட்டது. இந்த காங்ரஸ் உற்பத்தியானதற்கு காரணஸ்தர் அவர்தானென்று கர்னல் ஆல்காட் தன்னை சொல்லிக் கொள்வார்.

இந்தியா காங்ரஸில் மிக தனவந்தரும் மேதாவியருமே இருந்து நடத்தி அரசாட்சியை கைப்பற்றவேண்டுமென்னும் நோக்கத்துடன் பேசியும் நடவடிக்கை நடத்தியும் வந்தார்களே யொழிய, கோடி கணக்காய் இந்தியாவில் தாழ்த்தப்பட்டும் மிக ஏழ்மைத்தனத்திற்குள்ளாக்கப் பட்டுமிருக்கும் தங்கள் தேசத்தவர்களின் முன்னேற்றத்தை எவ்வளவும் நினைத்தார்களில்லை. அதனால் காங்ரஸ்காரரிடம் வெறுப்பும் எதிர்ப்பும் தாழ்த்தப்பட்டாருக்குண்டாகிக் கொண்டிருக்கின்றன. 1894ம் ஆண்டு சிவில் சர்வீஸ் பரீக்ஷை இந்தியாவிலும் நடைபெற வேண்டுமென பார்லிமென்ட்டு முன்பாக காங்ரஸ்காரர் கொண்டுபோன மசோதாவை தாழ்த்தப்பட்டார் எதிர்மறுத்து

வெற்றிபெற்றார்கள். கடந்த 45 வருஷங்களாக காங்ரஸ்காரரோடு தாழ்த்தப்பட்டார் வாதம் தொடுத்து கொண்டிருக்கிறார்கள்.

1918-ம் ஆண்டு திரு. காந்தி அவர்கள் வெளிகிளம்பி அவரும் அவர் சார்பாயுள்ளவர்களும் தீண்டாமையை யொழிக்க வேண்டுமென ஜாதி இந்துக்களிடம் இருபது வருஷங்களாய் கிளர்ச்சிசெய்து வருவது கானகத்தே பெய்யும் மழை போலிருக்கிறது. திரு. காந்தி அவர்கள் காங்ரஸுக்கு கற்பிக்கும் மேலதிகாரியாக விளங்குகிறார். தீண்டாமையை யொழிக்க வேண்டுமென்று சொல்ல ஜாதி இந்துக்கள் நா திரும்பியிருக்கிறதே யொழிய அவர்கள் மனம் திரும்பவில்லை.

தாழ்த்தப்பட்டாரில் ஒரு சிலர் சொல்லுவது: "தீண்டாமை என்னும் பேய் ஜாதி இந்துக்களை பிடித்தாட்டுகிறது. தாங்களே அதை ஓட்ட முடியாது. நாங்கள் தடியெடுத்தால் ஒரு வருஷத்திற்குள் நாட்டைவிட்டு துரத்தி விடுவோம். கலகம் பிறந்தால் நியாயம் பிறக்கும்". கலகம் கொடிய துன்பத்திற் குள்ளாக்கும். அதினின்று மீள வெகு நாள் செல்லும் என்பேன். விரோதமும், வெறுப்பும், மமதையும் பாவமானவைகள். அரசியல் தந்திரங்களையறிந்து ஆட்சியை கைப்பற்றும் முறையை நாடி உழைப்பதே உபாயம். அதற்கு ஆதி திராவிடர் சமூகத்தை வலிவு செய்யவேண்டும்.

ஆட்டுக்கடாக்கள் சண்டையில் புகுவதும், ஆடு நனைகிற தென்று குந்தி அழுவதும் மந்தையில் பாய்ந்து கொள்ளையாடுவதுமான ஜாதி இந்துக்களைக் காண்கிறோம். இவர்களை அகட்டியும், பதவிக்கும் பணத்திற்கும் சமூகத்தை வஞ்சிப்பவர்களை வழிப்படவும் செய்யவேண்டும். காங்ரஸ்காரரும் ஜாதி இந்துக்களும் சுயராஜிய முறையில் ஆட்சி நடத்திவருகிறார்கள். இன்னும் பூரண சுயராஜியம் பெற பாடுபடுகிறார்கள், அவர்களதை கைப்பற்றாமுன் எதிர்மறுத்து நின்று ஆதி திராவிடர்கள் தங்கள் சமூகத்தை வலிவுபடுத்தி தீவிரமாக கரையேறவேண்டும். நஷ்டமும் கஷ்டமும் தங்களுக் குண்டாகுமென ஜாதி இந்துக்கள் உணருமட்டும் தாழ்த்தப்பட்டாருக்கு வழிவிட மாட்டார்கள் என்பது என் அனுபவம். நாம் சமூகத்தை ஆதரித்து சமூக சேவை செய்யவேண்டும்.

திரு காந்தி அவர்கள்

திரு காந்தி அவர்களைக் கல்வியாளரும் கனதனவான்களும் எப்பவும் சூழ்ந்திருப்பார்கள். 1895-6-ம் வருஷத்தில் பச்சையப்பன் கலாசாலையிலும் 1902-ம் வருஷம் கீழ் ஆபிரிகா, ஜான்ஸிபார் தீவிலும் இவர் உபநியாசத்தைக் கேட்டிருக்கின்றேன். தென்னாப்பிரிகா பீனிக்ஸ் என்னுமிடத்தில் அவர் உபவாசமிருந்து முடிவான பத்தாம் நாள் அவரைக் கண்டேன். என்னை உபசரித்து அன்பு பாராட்டினார். அன்றுமுதல் அவர் சிநேகம் எனக்குண்டாயிற்று. அது 1906-ம் வருஷத்திலிருக்கலாம். அவர் இந்தியா திரும்பியதும் தீண்டாமையைப்பற்றி கிளர்ச்சி செய்தார், 1920-ம் ஆண்டு ஒரு பஹிரங்க கடிதம் எழுதினேன். அதை ஒரு சிறு புத்தகரூபமாய் பிரசுரித்தேன்.

வட்டமேஜை மகாநாடு நடந்தபோது பலதரம் சந்தித்தேன். தனித்தொகுதி தாழ்த்தப்பட்டாருக்கு கொடுக்க அவர் உயிர் போனாலும் விடமாட்டேன் என்று வாதம் தொடுத்தார், தாழ்த்தப் பட்டாருக்கு தனி தொகுதி கொடுக்கப்பட்டது. பூனா சேர்ந்து ஏராவாடா சிறைச் சாலையிலிருக்கும்போது தாழ்த்தப்பட்டாருக்கு தனித்தொகுதி யேற்பட்டதால் தன்னுயிரை மாய்த்து கொள்ளுவதாக உண்ணாவிரதம் ஆரம்பித்தார். சிறைச்சாலையில் மூன்றுதரம் கண்டேன். வாதாடி வெற்றி பெறுவதை இவர் தவிர்த்து உண்ணாவிரத மிருப்பது வீரத் தன்மையையிழந்து இரக்கத்தைத் தேட வேண்டியவரானார் என்பதைக் கண்டு என் மனதிரங்கி பூனா ஒப்பந்தத்தில் கையொப்பமிட்டேன்.

அவருக்கு அசரீரி கேழ்ப்பதைப்பற்றி அடிக்கடி பிரஸ்தாபிப்பார். அசரீரி வாக்கை நானும் கேட்டிருக்கின்றேன், அநேகர் கேழ்க்கும் அருள் பெற்றிருக்கிறார்கள். அதைப் பிரஸ்தாபிக்கக்கூடாதென்று பத்திரிகை வாயிலாய் வெளியிட்டேன். அவர் சென்னை வந்த போது அவருடன் நான் சம்பாஷித்ததைச் சிறு புத்தகரூபமாய் வெளியிட்டிருக்கிறேன்[25]. தாழ்த்தப்பட்டார் சார்பாக பல

---

25. 25. காந்தியருடனான இச்சந்திப்பை விளக்கியும், சீனிவாசனாரும் காந்தியும் பேசிய முழு உரையாடல் மற்றும் கேள்வி பதில்களை தொகுத்து தீண்டாமையகற்றல் எனும் தலைப்பிட்டு தனிப் புத்தகமாக தமிழ் மற்றும் ஆங்கிலத்தில் வெளியிட்டார் சீனிவாசனார். இந்த இரு நூல்களும் இத்தொகுப்பில் இயல் 6ல் சேர்க்கப்பட்டுள்ளன.

லக்ஷம் கணக்கான பணத்தை வசூலித்து அவர்கள் பிள்ளைகள் கல்விக்காக செலவழித்தார். தீண்டாமையை யொழிக்க பல வருடங்களாக அவர் கிளர்ச்சி செய்துவந்தும் ஜாதி இந்துக்களின் கல்மனதினின்று நாருரிக்க அவரால் முடியவில்லை.

தாழ்த்தப்பட்டாரை ஹரிஜனங்கள் என்று இவர் பெயர் சூட்டி அழைத்துவருகிறார். "ஹரிஜனம்" என்னுமோர் பத்திரிகையும் பிரசுரம் செய்து வருகிறார். அவர் மனம்போனபடி ஏதேதோ எழுதி வருகிறார். அவைகளில் பெரும்பாலும் தாழ்த்தப்பட்டார் அபிப்பிராயமல்ல வென்றே சொல்லலாம். அது தன்னய தேட்டம். அவர் அசரீரி வாக்கைக் கேட்டறியும் அருள் பெற்ற ஒரு நல்ல ஆத்மா!

என் இல்வாழ்க்கை

நான் கடனுக்காளாகாமலிருந்து வருவதும், எதிர்த்து பேசாத என் பிராணேசியின் சாந்த குணமும், சமூகத்திற்குழைக்க எனக்கு சாத்தியமாக இருந்தது. இதைச் சென்னை ஓட்டேரி மயானத்தில் அவர் சமாதிக் கல்லில் குறித்திருக்கின்றேன்[26].

முடிவுரை

பத்திரிகை பிரசுரிக்க நான் ஆரம்பித்தபோது வயோதிகமான பெரியார்கள் என்னைக்கண்டு ஆசீர்வதிக்கும் போது "அப்பா! நீர் விதைத்த விதை புளியம் விதைப்போல் வேரூன்றி, பெரும் விருட்சமாகி, பலமாய் மோதி அடிக்கும் பெரும் புயல் காற்றுக்கு வளைந்து கொடுத்து, செழித்தோங்கி, பயன் தருவதுபோலாகும். மற்ற விருட்சங்கள் புயல் காற்றை எதிர்த்து வளையாமல் முறிந்து கெடும்" என்றார்கள். கடல் கொந்தளிப்பில் பெரும் அலைகள் ஒன்றின் பின் ஒன்றாக மோதி தாக்குவதுபோல் இதர சமூகத்தவர்களான ஜாதி இந்துக்கள் இச்சரித்திரத்தில் கண்ட ஐம்பது வருடகாலத்தில் தாக்கியத் தாக்குதலுக் கெல்லாம் வளைந்து கொடுத்து அவர்களிடம்

26. சீனிவாசனாரின் துணைவியார் பெயர் ரெங்கநாயகி அம்மாள். 04.02.1928அன்று சனிக்கிழமையன்று மறைந்தார். சென்னை ஓட்டேரி இடுகாட்டில் அடக்கம் செய்யப்பட்டார். இவருக்கு அருகிலேயே சீனிவாசனாரும் அடக்கம் செய்யப்பட்டார். ரெங்கநாயகி அம்மாளின் சமாதி மீது பொது இட நுழைவு ஆணையை கல்வெட்டாக பொறித்தார் சீனிவாசனார். இவை அனைத்தும் இத்தொகுப்பின் இயல்-8ஆவணங்களாக சேர்க்கப்பட்டுள்ளன.

வெறுப்பு, விரோதம், தேசத்தில் கலகம் முதலியவைகளுக்கு இடங்கொடாமல் இராஜ விசுவாசிகளாய் கிராமங்களில் குடியானவர்களாக இருக்கும் இச்சமூகத்தார் மண்ணைக் கிளரி தேச மக்களை போஷித்து வருவதோடு, விதரணை தோன்ற தோன்ற விருத்திபெற்று, தேசத்திலுள்ள உரிமைகளில் விசேஷமான வாக்குரிமையின் வலிமையைத் தெரிந்து, தங்கள் கரத்திலிருக்கும் தாத்துக்கோலோடு தங்கள் சுயமுயற்சியால் செங்கோலுமேந்தி செழித்தோங்குவார்கள். இச்சமூக மக்கள் இனி வருங்காலத்தில் நாட்டிற்கு நல்லதோர் ஊன்றுகோலாக வலுக்க இறைவன் அருள் புரிவாராக.

⌘ ⌘ ⌘

பகுதி 3

மனுக்களும்
சட்ட ஆணைகளும்

⌘

முன் குறிப்பு - *பிரிட்டிஷ் ஆட்சியாளர்கள் இந்திய ஆட்சிப் பணிகளுக்கான (Civil Service) தேர்வுகளை இங்கிலாந்தில் மட்டுமே நடத்திவந்த நிலையில் அன்றைய காங்கிரஸ் கட்சியிலிருந்த பார்ப்பனர்கள் அத்தேர்வுகளை இந்தியாவில் நடத்த வேண்டும் என்று மனு கொடுத்தது. இதனால் அத்தேர்வுகள் இந்தியாவில் நடைபெறும் நிலை உருவானது. அவ்வாறு தேர்வுகள் இந்தியாவில் நடைபெறும் பட்சத்தில் பார்ப்பனர்கள் மட்டுமே அதிகாரங்களில் நிறைவார்கள் என்ற அச்சம் பரவியது. கல்வியில் பின்தங்கிய மக்கள் அத்தேர்வுகளை நினைத்துப் பார்க்கக்கூட முடியாத நிலையில் பார்ப்பனர்களின் அந்த முயற்சியை முறியடிக்க ரெட்டமலை சீனிவாசம் முயன்றார். எனவே,*

1893ம் ஆண்டு டிசம்பர் மாதம் 23-ந் தேதி பறையர் மகா ஜன சபை சார்பில் சென்னை வெசிலியன் மிஷன் கல்லூரி அரங்கில் ஒரு மாநட்டை கூட்டி, அந்த மசோதாவை எதிர்த்து 112 அடி நீளமுள்ள ஒரு மனுவை தயாரித்து 3412 கையொப்பங்கள் சேகரித்தார். பின் அந்த மனுவை ஜெனரல் சர் ஜார்ஜ் செஸ்னி (Gen. Sir Geo. Chesney) என்னும் பிரிட்டிஷ் நாடாளுமன்ற உறுப்பினர் மூலமாக பிரிட்டிஷ் அரசிடம் லண்டனில் சமர்பிக்கச் செய்தார். இதனால் காங்கிரஸ்காரர்கள் தமது மனுவை திரும்பப் பெற்றுக் கொண்டார்கள் சீனிவாசம் அவர்களின் மனுவை விசாரணை செய்த பிரிட்டிஷ் அரசு கீழ்தர பணிகளிலிருந்து மேல்தர பணிகளை (Promotions) வகிக்க தகுதியுள்ளவர்களை நியமிக்கலாம் என இந்திய செயலர் உத்தரவிட்டார்.

இது ரெட்டமலை சீனிவாசம் அவர்களின் கடும் முயற்சிக்கு கிடைத்த மாபெரும் வெற்றிகளுள் ஒன்று. அந்த வெற்றிக்கு காரணமான மனுவை சீனிவாசம் அவர்கள் தமது ஜீவிய சரித்திரம் புத்தகத்தின் பின்னிணைப்பாக அநுபந்தம்-1 என தலைப்பிட்டு இணைத்திருந்தார். அந்த மனுவின் வரலாற்று முக்கியத்துவம் கருதி அது இங்கே தனியாகப் பதிக்கப்பட்டுள்ளது.

- சன்னா

4

சிவில் சர்விஸ் பரீக்ஷை எதிர் மறுப்பு

கிரேட் பிரிட்டன், ஐயர்லாந்து பார்லியமெண்டிலுள்ள மகா கனந்தங்கிய காமன்ஸ் என்னும் சபையாருக்கு.

சென்னையிலும் அதைச் சார்ந்த சுற்றுப்புறங்களிலும் வசிக்கும் பறையர் என்னும் வகுப்பினர் பஹிரங்க சபையாகக் கூடி அதிவிநயமாய்த் தெரிவித்துக் கொள்ளும் விண்ணப்பமாவது :

இச்சென்னை ராஜதானியில் இப்பொழுதாகியிருக்கும் குடிமதிப்பின் பிரகாரம் தென்னிந்தியாவிலுள்ள பிரஜைகளின் மொத்தக் தொகையில் சற்றேறக்குறைய 90 லக்ஷம் அல்லது 100-க்கு 25 வீதமாகக் கணக்கிடப்பட்டிருக்கும் பறையர் என்னும் வகுப்பினருக்கு பிரதிநிதிகளாகிய தங்கள் விண்ணப்பதாரிகள் தங்கள் கனம் பொருந்திய சபை சமூகத்துக்கு முன் ஜெனரல் செஸ்னி என்னும் பிரபுவானவர் கொண்டுவந்திருக்கும் முகமதிய பிரஜைகளின் விண்ணப் பத்திற்கொத்ததாய், ஏகக்காலத்தில் சிவில் சர்விஸ் பரீக்ஷையானது இந்தியாவிலும் இங்கிலாந்திலும் நடந்தேறிவரப்படாது என்பதை ஊர்ஜிதப்படுத்துகிறார்கள். அதை எப்படி ஊர்ஜிதப்படுத்துகிறார்க ளென்றாலோ சிவில் சர்விஸ் பரீக்ஷையானது ஏகக்காலத்தில் இந்தியாவிலும் இங்கிலாந்திலும் நடத்தப்பட வேண்டுமென்னும் ஏற்பாடானது ஹிந்துக்களில் வங்காளிகள், பிராமணர்கள் என்னும் இரு வகுப்பினர்கள் கொள்ளும் உயர் பதவியான உத்தியோக அபேஷையை வெளியிடுவதாகவே தோன்றும், இந்த அபேக்ஷயை சுதேச பத்திரிகைகள் காத்தும் பேசுகின்றன. இது ராஜாங்கத்தில் ஆங்கிலேயர் மாத்திரம் சிறந்த சில உத்தியோகங்களை ஒப்புக்கொள்ளச்செய்யும். சிவில் சர்விஸ் உத்தியோகங் களினின்று அவரவர்களை தீர நீங்கச் செய்து கடைசியாய் அந்த உத்தியோகங்கள் அனைத்தையும் ஹிந்துக்களே கைப்பற்றிக்

கொள்ளச்செய்யும். மேற்கண்ட நியாயங்களினாலும் இன்னும் பல நியாயங்களினாலும் இந்த ஏற்பாடு நிவாரணிக்கப்படத் தக்கதாயிருக்கிறது.

சீர்திருத்த நிலைமைக்குக் கொண்டுவரப்படவேண்டியவர்களாயிருக்கிற பறையர் தற்காலத்திலும் முற்காலத்திலும் தீட்டும் கொடுங்கோன்மையான அடிமைத்தனத்திலிருந்து வருவதற்கு முதற் காரணஸ்தர்கள் பிராமணர்களே. ஆங்கிலேயரோடு பிராமணர்களை ஒப்பிட்டுப்பார்க்கில் நன்னெறி விஷயங்களில் பிராமணர்கள் கேவலஸ்தராவார்கள். தற்காலம் இந்த பிராமணர்கள் மாத்திரமே மேல் உச்சமாய் உயர்தர பதவிக்கு வரும் பரீஷையில் தேறுகிறவர்களாவார்கள் என்னும் நோக்கம் தங்கள் விண்ணப்பதாரர்களுக்குத் தீர்க்கமாய்த் தெரிந்திருக்கிறது. தேசபிரமாணத்திற்கேற்றபடி பறையருக்கும் இந்த ஏற்பாடு ஹானியை விளைவிக்கும். பறையர்களென்னும் இந்த வகுப்பினர் விவசாயத்தொழில் செய்துவருபவர்களுக்குள் பெரும்பாலும் மேல் உச்சமானவர்கள். பல தேசத்தார்களுக்குள் இருக்கிற பிரகாரமாய் விவசாயத் தொழில் செய்துவரும் பறையர் இந்தியாவில் ராஜாங்கத்தவர்களுக்கு ஊன்று கோலாயிருந்தே வந்திருக்கிறார்கள். ஆகையால் பவுல் என்னும் துரை தங்களது கனந் தங்கிய சமூகத்தில் கொண்டுவந்திருக்கும் இந்த நூதன ஏற்பாட்டைத் தடுக்கப் பிரார்த்திக்கின்றார்கள்.

வெளி ஜில்லாக்களில் மேல் ஜாதியாரின் பிள்ளைகள் படித்துவரும் கிராம பாடசாலைகளில் பறையரின் பிள்ளைகள் படிக்க இடமற்றிருக்கிறார்கள். உயர்ந்த ஜாதியார் குடியிருந்து வரும் கிராமங்களில் கிராம கன்று காலிகள் நடமாட பாதைவழியிருந்தும் பறையர் நடமாட பாதைவழி கிடையாது. ஊரார் தண்ணீர் மொண்டுகொள்ளும் நீர் நிலைகளில் இவர்கள் தண்ணீர் மொள்ளப்படாது. கிராமக் குடிகள் பல விஷயங்களிலும் இவர்களை ஜனாங்கத்தினின்று அப்புறப்பட்டிருக்கும் குஷ்டரோகிகளைப்போல் எண்ணி வருகிறார்கள். சிவில் சர்விஸ் பரீக்ஷயானது இவ்விதத் தன்மையுள்ளவர்களால் புளிப்பாக்கப்படுவதை பறையர் பார்த்து பீதி கொள்வதுமன்றி அவர்கள் தங்களுக்கு இயல்பிலே விரோதிகளாயிருக்கிறார்கள் என்றுங் காண்கிறார்கள். இதற்கு அவர்களுக்கு நியாயமுண்டு. நாளதுமட்டுங் காணப்படும் சாஷியங்களால் இது திருஷ்டாந்

தப்படும். அவர் அவர்களுக்குரித்தான தற்சுயாதீனத்தை பாராட்டிக்கொள்ள இடந்தரும் இந்த ஆங்கிலேய துரைத்தனத்திலும் சிலர் செறுக்கின் மமதை கொண்டு நடக்கும் இக்காலத்திலும் தங்கள் அக்கியானத்தை அகலவிடாமல் பாரம்பரியமாய்த் தங்களுக்குண்டாயிருக்கும் கொடுமையிலும் துரோகிரதத்திலும் அணுவேனும் அகலவிடாமல் அவைகளில் பற்றுறவு கொள்வதினால் நிலத்துக்கே அடிமை மக்களாய் பிறந்த பறையர்களை இந்தியா ராஜாங்கத்தில் உதவியற்று நிர்பந்த நிலைமைக்குள்ளிருக்கிறார்கள். இந்த துரைத்தனமே ஜனாங்க ராஜரீக விஷயங்களில் காணும் குறைவுகளைக் களைந்து அவைகளைப் பரிபாலிக்கின்றது.

தொன்றுதொட்டு வந்த நடவடிக்கையை அனுசரித்து வந்த சுய தேசத்தான் ஒருவனைப் பார்க்கிலும் மேல்ஜாதியான சிவில் உத்தியோகஸ்தன் ஒருவன் கல்வி வாசனையினால் அதிக கிருபையும் அநுதாபமுள்ளவனாயிருப்பானென்றும் மேல்போக்கான நியாயங்களைப் பாராட்டினாலுங்கூட தங்களது விண்ணப்பதார்ர்கள் ஆங்கிலேயர் மாத்திரமே உத்தியோகங்கள் செய்ய அதிக தகுந்தவர்களென்று மதிப்பதினால் அவர்கள் பரிபாலனத்தின் கீழ் வாழவே அதிக மனங்கொண்டவர்களாயிருக்கின்றார்கள். ஏனென்றால் அவர்கள் பட்சபாதமில்லாதவர்கள். பாரம்பரியமா யுண்டாயிருக்கும் சுகுணங்களைத் தங்கள் ஜாதியாருக்குச் சொந்தமாய்ப் படைத்தவர்கள். இந்த லட்சணங்களை இவர்கள் பொருந்தியவர்களா யிருப்பதினால் பல வகுப்பினரான இந்து தேச பிரஜைகளை இவர்கள் மாத்திரமே ஆளும் யோக்கியதையுடையவர்களா யிருக்கிறார்கள். ஆனால் பிராமணர்கள் எப்படிப்பட்டவர்கள் என்றாலோ அவர்கள் பாரம்பரியத்திற்குச் சார்பான நினைவு கொண்டவர்கள். மூட மானாபிமான வழக்கமுடையவர்கள். இவ்வித லக்ஷணங்கள் அவர்களுக்குள்ளது உண்மையே.

பல்லாண்டாய் வந்த அக்கியான வழக்கங்களுக்கு இவர்களது ஆங்கிலேய படிப்பு ஒன்றே வேறு முக்காடாய் மாத்திரமிருக்கிறது. பழமொழி யொன்றை நெப்போலியன் சொல்லியிருக்கின்றார்கள்

:- "ரஷ்யனை சுரண்டி குளிப்பாட்டினாலும் தார்க்கத்

தாரியனாகத் தானிருப்பான்." 'பிராமணனுக்குள்ள நுறைபோன்ற மேற்கத்திய கலைக்கியானத்தை நீக்கிவிட்டால் காண்கிறபடி வண்டல்கள்தான். பிராமணன் ஒருவன் தான் விரும்புகிறபடி சிவில் சர்விஸ் உத்தியோக பதவியைப் பெறும் பட்சத்தில் சக்கரவர்த்தினி யவர்களின் பிரஜைகளில் மிகவும் நிர்பாக்கிய நிலைமையிலிருந்து வரும் பறையர்களைச் சீர்படுத்தி மற்ற ஜாதியாருக்கும் அந்தஸ்திற்குச் சமமாய்க் கொண்டுவருவதற்கு தகுதி என்று கண்டு அங்கீகாரமாகி செய்துவரும் பிரயத்தனங்கள் முழுவதும் வியர்த்தமாகா விடினும் பிரயத்தனிக்கிறவர்கள் மனங்கலங்க அனாவசியமான தடையாகிலும் உண்டாகும். மேலும் பிராமண உத்தியோகஸ்தன் ஜாதி வேற்றுமைக்கும் அதைப்போலொத்த மற்றநேக விஷயங்களுக்கும் சார்ந்தவனாயிருப்பதினால் பல விஷயங்களிலும் இப்பறையர்களுக்கு நஷ்டம் வருவிப்பான். இது பிராமணரின் பூர்வ நடபடியினால் விசிதமாகிறது. ஆகவே நாகரீகம் பொருந்திய ஆங்கிலேய ராஜரீகத்தார் பறையருக்கு நன்மையுண்டாக வேண்டுமென்று அவனை வற்புறுத்தினாலொழிய அவன் சுதாவாய் பறையருக்கு நன்மை செய்யான். ஆங்கிலேயரே இந்திய அரசாட்சி என்னுஞ் சகடத்திற்குச் சுள்ளாணியா யிருக்கிறார்கள்.

மேற்காட்டிய விஷயம் மனோபாவனையாய்ச் சொல்லிய தல்ல. வெளி ஜில்லாக்களின் நாட்டுப்புறங்களில் ஜாதி வித்தியாசம் கட்டுப்பாடு இன்னும் முதன்மை பெற்று கொடுமையாய் நடக்கிறது. அறிவீனமான நாட்டுப்புற வாசிகள்தான் இப்படி நடந்து வருகிறார்களென்று எல்லோருக் கும் தெரிந்திருக்கிறது மல்லாமல் இந்த ராஜதானியின் தலைநகர மாகிய சென்னையிலுள்ள பச்சையப்பன் கலாசாலை என்னும் சிரேஷ்ட வித்தியா சாலையிலும் பறையர் பிள்ளைகளை சேர்க்கப்படா தென்று கட்டோடே விலக்கியிருக்கிறதும், விசேஷ பிராமண அக்ராகாரமாகிய மைலாப்பூர் என்னும் கிராமமொன்றிருக்கிறதும், அதில் விசேஷித்த பிராமண வீதியொன்றிருக்கிறதும், அந்த வீதி சென்னை ஹைகோர்ட் பிராமண நீதிபதியின் கிரஹத்திற்கு எல்லை மாலாயிருக்கிறதும் அந்த வீதியில் விளம்பர பலகையொன்று தொங்குகிறதும், அந்தப் பலகையில் "பறையர் வரக்கூடாது" என்று கண்டிருக்கிறதும் அப்படி வந்தால் பறையர் நிந்தனைக்கும் தண்டனைக்கு

முள்ளாவார்கள் என்றும் கண்டிருக்கிறதும் தெரிந்திருக்கிறது.

சுருக்கமாயும் முடிவுரையாயும் சொல்லப்போனால் பறையர் ஆங்கிலேயர் தாமே நீதி செலுத்தி ஆளுவதில் திருப்தி கொண்டிருக்கிறார்கள். பவுல் என்னும் துரையின் ஏற்பாடு சித்திப்பெறுமேயானால் பிராமணர்களே சிவில் சர்விஸ் உத்தியோகங்களைப் பெறுவார்கள். அவர்கள் நீதி செலுத்தும் விஷயத்தில் ஆங்கிலேய உத்தியோகஸ்தர்களுக்குச் சுத்தமாய்ச் சரியொத்தவர்களேயல்ல. பிராமணர்கள் சிவில் சர்விஸ் உயர்பதவி யடைந்தால் பறையர்களே வெகுவாய் ஹிம்சைக் குள்ளாவார்கள். காரியமிப்படி யிருப்பதால் யதாபலத்தைப் பற்றியும், தொழில் முயற்சியைப் பற்றியும், புருஷத்துவத்தைப் பற்றியும் சீர்பெருந் தன்மையைப் பற்றியும் பட்சபாத மின்றிக் கண்டறிந்தவர்கள் சொல்லிய சாக்ஷியத்தை வகித்த மனுதாரர்கள் பறையர்களாகிய இவர்களின் பொருட்டாய் பவுல் என்பவரின் ஏற்பாட்டை நிவர்த்தி விடும்படி கனந்தங்கிய தங்களது சபையாரைப் பிரார்த்திக்கின்றார்கள். இப்படி நிவிர்த்திப்பது நித்திரா வர்தனி என்னும் பூதமொன்று செய்யும் உபத்திரவங்களினின்று பறையரை காப்பதாகும். எவ்வளவுக்கு எவ்வளவு காலமாய் இந்தப் பூதம் நீங்காமல் இருக்கிறதோ அவ்வளவுக்கவ்வளவு காலம் அது சென்ற காலங்களில் உபத்திரவம் செய்ததுபோலவே வருங்காலங்களிலும் உபத்திரவஞ் செய்யும். ஆங்கிலேய அரசாட்சிக்கு துர் பேருண்டாக்கும் வித்தியாவிஷய பரிபாலனத்தால் விருத்தி யடையவேண்டியவர்களாயிருக்கிற ஜாதியாரொன்றின் விருத்தியை இது தடுக்கும். பண்டைய நாள் முதல் நாளது மட்டும் இழிவான அடிமைத் தனத்தின் பற்களில் நசுங்கிய பறையரை நீக்கி அவர்களின் ஜநாங்க நிலைமையை விர்த்திபண்ணவே இவர்கள் தேச சீர்தேற்றத்தில் புது உயிரடைந்து பங்காலானபடி மபாபலத்த ஜாதியாராவார்கள். மேலும் பலத்த ராஜ ராஜாக்கள் வாழும் ஆங்கிலேய ராஜரீகத்தில் ஆங்கிலேயருக்கு இவர்கள் பலத்த துருகங்களாவார்கள்.

இப்படிப்பட்ட உதவிக்குக் கடமைப்பட்டிருக்கிற தங்கள் விண்ணப்பதாரர்கள்.

⌘ ⌘ ⌘

5

Lord wenlock's Reply to Paraiah Mahajana sabha

முன்குறிப்பு - ரெட்டமலைய சீனிவாசனாரின் தலைமையில் 1893ல் தொடங்கப்பட்ட பறையார் மகாஜன சபையானது அரசுடன் நல்லுறவு கொள்வதற்கு பல்வேறு பணிகளை எடுத்து வந்தது. அதில் ஒன்று வென்லாக் பிரபு அவர்களுக்கு அளிக்கப்பட்ட பிரிவு உபசார விழா மற்றும் பாராட்டுரை நிகழ்த்தியது. பீல்பை லாலி 3வது பேரன் வென்லாக் *(Beilby Lawley, 3rd Baron Wenlock)* அவர்கள் மெட்ராஸ் மாகாண கவர்னராக 1891 முதல் 1896வரை ஆட்சியிலிருந்தார். அதற்குப் பிறகு எல்ஜின் பிரபு கவர்னராக பொறுப்பேற்றார். வென்லாக் பிரபு ஒடுக்கப்பட்ட மக்களின் தேவைகளை நிறைவேற்றும் எண்ணத்துடன் பணியாற்றி அம்மக்களின் நல்வெண்ணத்தைப் பெற்றிருந்தார். இந்நிலையில் அவர் பதவிக்காலம் முடிந்து லண்டனுக்கு பயணமாக வேண்டிய சூழல். எனினும் அவரது நல்லெண்ணத்தையும் நற்பணிகளையும் பாராட்டி சிறப்பிக்க வேண்டுமென்று ரெட்டமலை சீனிவாசனார் விரும்பியதின் விளைவாக மெட்ராஸ் கிறித்துவக் கல்லூரியின் ஆண்டர்சன் அரங்கில் வென்லாக் பிரபுவிற்கு பிரிவு உபசார விழாவினை 12.03.1896 அன்று நடத்தி பாராட்டுரை வழங்கினார் அந்த உரை முழுமையாகக் கிடைக்கவில்லை. ஆனால் ரெட்டமலையாரின் உரைக்கு பதில் அளித்து வென்லாக் பிரபு அளித்த செய்தியினை மெயில் இதழ் வெளியிட்டது. மேலும் அந்த செய்தி குறிப்பினை அரசும் வெளியிட்டது. அவ்வாறு அரசு வெளியிட்ட செய்திக் குறிப்பு இங்கே வெளியிடப்படுகிறது. ரெட்டமலையாரின் நேரடி எழுத்து இல்லையென்றாலும் அவர் தொடர்பான நேரடி ஆவணம் இது.

- சன்னா

⌘

Extract from Lord Wenlock's reply to the Pariah Mahajana Sabah's farewell address presented in the Anderson Hall of the Madras Christian College on the 12th March 1896, published in the Madras Mail of the same date.

"Before I sit down I would like to mention that a very little while ago I received a letter from a gentleman to say that his Sabha represented the Pariah community, and that this Sabha does not. I am not in a position to decide a point which has only very recently been brought to my notice. All I know is that this Sabha, which has done me the honour to meet me here, is the same which came before the Viceroy the other day, and I have never heard the statement put forward by anybody that it did not represent the Pariah community. It was only a few hours ago that a gentleman came forward to say that their Sabha does not any longer represent the community. If that is the case and there is another Sabha that claims to represent the community, all I can say is that this Sabha evidently represent a very large section of the community, and as such I am very pleased to have this opportunity of meeting you here this afternoon to thank you most cordially for the kind manner in which you have spoken of me and of my administration of this Presidency.

I am sure I have tried my best to do all I could for the public good, and if in doing so I have been able to assist you and your community, it has given me great pleasure to do so. In conclusion, I have to thank you again for your kind words of farewell, and for my own part to wish you prosperity and happiness for the future. I sincerely hope you will manage to rise superior to the conditions and hardships under which you have constantly, Jaboured, and that out of your struggles there will come a prosperous and happy future. (Cheers).

(True Extract.)

Secu., Dravida Mahajana Sabha, Teynampet.

⌘ ⌘ ⌘

Extract from Lord Wenlock's reply to the Pariah Mahajana Sabah's farewell address presented in the Anderson Hall of the Madras Christian College on the 12th March 1896, published in the *Madras Mail* of the same date.

" Before I sit down I would like to mention that a very little while ago I received a letter from a gentleman to say that his Sabha represented the Pariah community, and that this Sabha does not. I am not in a position to decide a point which has only very recently been brought to my notice. All I know is that this Sabha, which has done me the honour to meet me here, is the same which came before the Viceroy the other day, and I have never heard the statement put forward by anybody that it did not represent the Pariah community. It was only a few hours ago that a gentleman came forward to say that their Sabha does not any longer represent the community. If that is the case and there is another Sabha that claims to represent the community, all I can say is that this Sabha evidently represent a very large section of the community, and as such I am very pleased to have this opportunity of meeting you here this afternoon to thank you most cordially for the kind manner in which you have spoken of me and of my administration of this Presidency. I am sure I have tried my best to do all I could for the public good, and if in doing so I have been able to assist you and your community, it has given me great pleasure to do so. In conclusion, I have to thank you again for your kind words of farewell, and for my own part to wish you prosperity and happiness for the future. I sincerely hope you will manage to rise superior to the conditions and hardships under which you have constantly laboured, and that out of your struggles there will come a prosperous and happy future. (Cheers).

(True Extract.)

Secy., Dravida Mahajana Sabha, Teynampet.

6

பொது இடங்கள் பயன்பாட்டு உரிமை சட்டம் (முதல்)

முன் குறிப்பு - தலித் மக்களுக்கு மிக நீண்ட காலம் இழைக்கப்பட்ட கொடுமைகளில் மிக முதன்மையானது பொது இடங்களில் நுழைய இருந்த தடை. பொதுக் குளத்தில் நீரெடுக்கத் தடை, அரசு அலுவலகங்களில் நுழையத் தடை, பொதுப் பாதைகளை பயன்படுத்தத் தடை என எல்லா இடங்களிலும் தலித்துகள் நுழைய முடியாதபடி சாதி இந்துக்களால் தீண்டாமையின் பேரால் தடை விதிக்கப்பட்டிருந்தது.

இந்த வன்கொடுமையை முறியடிக்க ரெட்டமலை சீனிவாசனார் அவர்கள் கடும் முயற்சி மேற்கொண்டு அதில் வெற்றிப் பெற்றார். நவீன இந்திய வரலாற்றில் பொன்னெழுத்துக்களால் பொறிக்கத்தக்க வரலாற்றுப் பணி அது. 1924ஆம் ஆண்டு ஆகஸ்டு மாதம் 25ஆம் நாள் சென்னை மாகாண சட்ட சபையில் தமது துணைவியார் ரெங்கநாயகி அம்மாள் கொடுத்த ஆலோசனை மற்றும் ஊக்கத்தின் பேரில் மேற்கண்ட கொடுமைகளுக்கு முற்றுப் புள்ளி வைக்கும் மசோதாவை ரெட்டமலை சீனிவாசனார் கொண்டு வந்தார். கடும் எதிர்ப்பும் ஆதரவும் அவையில் நிலவினாலும் மசோதா நிறைவேறியது. சட்டமானது.

அந்த மசோதா மற்றும் சட்ட வடிவை தனது ஜீவிய சரித்திரம் புத்தகத்தின் பின்னிணைப்பில் அநுபந்தம்-2 என சீனிவாசனார் சேர்த்திருந்தார். எனினும் அச்சட்டத்தின் தனித்தன்மைக் கருதி தனி தலைப்பில் இங்கே பதியப் படுகிறது. மேலும் பின்வரும் திருத்தங்கள் செய்யப்பட்டுள்ளன.

இக்கட்டுரை முழுமையும் வடமொழிச் சொற்களோடு எழுதப்பட்டுள்ளது. எடுத்துக்காட்டாக.. **1925–ம் ௵ ஜனவரி ௴ 27–வ யுள்ள போர்ட் ஸெய்ன்ட் ஜார்ஜ் கெஜெட் I.A. பாகத்தின் ஸப்ளிமென்டாய் பிரசுரிக்கப்பட்ட விளம்பரமானது திருத்தப்பட்டு 1925–ம் ௵ ஏப்ரல் ௴ 28–வ யுள்ள ௸ கெஜட்டில் பின்வருமாறு பிரசுரிக்கப்பட்டிருக்கிறது. –** என எழுதப்பட்டுள்ளது. எனவே தற்கால புரிதலுக்கேற்ப வடமொழி குறிகள் நீக்கப்பட்டு அவற்றுக்கு இணையாக தமிழ்ச் சொற்கள் சேர்க்கப்பட்டுள்ளன. அவை **ஸ்ரீ = திரு, ௵ = வருடத்திய, ௸ = மேற்படி, ௴ = மாதத்திய, வ = நாளது, நி = எண்**

- சன்னா

பொது இடங்கள் பயன்பாட்டு உரிமை சட்டம் - 1924

1925-ம் வருஷம் ஜனவரி மாதம் 27-ம் நாள், போர்ட் ஸெய்ன்ட் ஜார்ஜ் கெஜெட் I.A. பாகத்தின் ஸப்ளிமென்டாய் பிரசுரிக்கப்பட்ட விளம்பரமானது திருத்தப்பட்டு 1925-ம் வருஷம் ஏப்ரல் மாதம் 28-ம் நாளன்று மேற்படி கெஜட்டில் பின்வருமாறு பிரசுரிக்கப்பட்டிருக்கிறது.

போர்ட் ஸெய்ன்ட் ஜார்ஜ், 1924-ம் வருஷம் ஸெப்டம்பர் மாதம் 25ம் நாள் (2660-ம் எண். L. & M. கவர்ன்மென்ட் உத்தரவு.)

எண். 1009 - 1924-ம் வருஷம் ஆகஸ்ட் மாதம் 25-ம் நாள் சட்ட நிரூபண சபையார் சபை கூடினபோது, அடியிற்கண்டபடி தீர்மானம் செய்தார்கள்:

இந்தத் தீர்மானமானது ராவ் பஹதூர் ஆர். சீனிவாசன் அவர்களால் சபைக்குக் கொண்டுவரப்பட்டது.

1. (9) "இந்த சபையார் கவர்ன்மென்டாருக்கு அடியிற்கண்டபடி சிபாரிசு செய்கிறார்கள் அதாவது:-

(A) எந்த வகுப்பையாவது சமூகத்தையாவது சேர்ந்த யாதொரு நபராகிலும், நபர்களாகிலும் யாதொரு பட்டணம் அல்லது கிராமத்திலுள்ள எந்த பொது ரஸ்தா, கால்வழி மார்க்கமாகவாயினும் நடப்பதற்கு ஆட்சேபனை இல்லையென்பதும்.

(B) இந்த தேசத்திலுள்ள ஜாதி இந்துக்கள் எம்மாதிரியாகவும் எவ்வளவுமட்டிலும் யாதொரு சர்க்கார் ஆபீஸைச் சேர்ந்த வளவுக்குள் போகலாமோ, யாதொரு பொதுக் கிணறு. குளம் அல்லது பொது ஜனங்கள் வழக்கமாய்க் கூடும்

இடங்களை உபயோகிக்கலாமோ அல்லது பொதுவான வேலை நடத்தப்பட்டு வருகிற இடங்கள், கட்டிடங்கள் ஆகிய இவைகளுக்குள் போகலாமோ அம்மாதிரியாகவும். அவ்வளவு மட்டிலும், தாழ்த்தப்பட்ட வகுப்புகளைச் சேர்ந்த யாதொரு நபர் போவதற்காவது, உபயோகிப்பதற்காவது ஆட்சேபனை இல்லையென்பதும்.

கவர்ன்மென்டாரின் கொள்கையாகுமென்று அவர்கள் ஸ்பஷ்டமாய் ஒப்புக்கொண்டு அந்தப்படி பிரசித்தப்படுத்த வேண்டும்.

இந்தத் தீர்மானத்தை கவர்ன்மென்டார் ஒப்புக் கொண்டிருக்கிறார்கள். ஆகவே, இது சகல பிரதேச அதிகார சபைகளுக்கும், இலாகா தலைவர்களுக்கும் சங்கதி தெரியும் பொருட்டும் அவர்கள் இதை அனுசரித்து நடந்துகொள்ளும் பொருட்டும் அவர்களுக்குத் தெரிவிக்கப்படுகிறது.

ஸி.பி. காட்டொல்,

கவர்ன்மென்ட் ஸெக்ரெடரி.

மேற்கண்ட தீர்மானத்தின்படி லோக்கல் போர்டு டிஸ்டிரிக்டு முனிசிபாலிட்டி சட்டங்கள் பின்வருமாறு திருத்தப்பட்டன.

லோக்கல் போர்டுகள்

1920-ம் வருஷம் *14*-வது ஆக்டானது *1927*-ம் வருஷத்து *1*-வது ஆக்டின்படி திருத்தப்பட்டபடி, *157A* பிரிவு : பொதுவான பாட்டை வழியாய்ப் போகிறவர்களைத் தடுப்பவருக்கு விதிக்கக்கூடிய அபராதம் ரூ.*100*.

1920-ம் வருஷம் *14*-வது ஆக்டானது *1930*-ம் வருஷம் திருத்தப்பட்டபடி மேற்படி *11*-ம் அத்தியாயம் *167*-வது பிரிவு:- லோக்கல்போர்ட் மார்க்கட்டுகளுக்குள் போகிறவர்களைத் தடுப்பவர்களுக்கு விதிக்கக்கூடிய அபராதம் ரூ.*100*

1920-ம் வருஷம் *14*-வது ஆக்டானது *1933*-ம் வருஷம் *23*-வது ஆக்டால் திருத்தப்பட்டபடி *126A* பிரிவு:- பொதுவான கிணறு. குளம் முதலியவைகளை உபயோகிக்கையிலும் அனுபவிக்கையிலும் தடுப்பவர்களுக்கு விதிக்கக்கூடிய அபராதம் ரூ.*100*.

1920-ம் வருஷத்து 5-வது ஆக்ட் 1930-ம் வருஷம் அக்டோபர் மாதம் 1-ம் நாள் வரையில் திருத்தப்பட்டபடி 180A பிரிவு:- தெருவை உபயோகிக்கையில் தடுப்பவருக்கு விதிக்கக்கூடிய அபராதம் ரூ.100.

மேற்படி ஆக்ட்டுகள் 227 பிரிவு :- கிணறு குளங்களை உபயோகிக்கையில் தடுப்பவருக்கு விதிக்கக்கூடிய அபராதம் ரூ.100

மேற்படி ஆக்ட்டுகள் 259 பிரிவு :- மார்க்கட்டுகளை உபயோகிக்கையில் தடுப்பவருக்கு விதிக்கக்கூடிய அபராதம் ரூ.100.

மேற்கண்ட சட்டங்களை ஒரு சிறு புத்தக ரூபமாய் அச்சிட்டிருக்கின்றேன். வேண்டியவர்கள் தபால் கூலி உட்பட ஒரு அனா அனுப்பி பெற்றுக் கொள்ளலாம்.

மலையாளத்தையடுத்த பாலகாடு தாலுக்காவில் கல்பாத்தி என்னுமோர் பார்ப்பன சேரியிருக்கிறது, அதற்குள் பார்ப்பனரல்லா யெவரும் போகக்கூடாதென்று ஐகோர்ட்டும் அதற்கு மேலுள்ள பிரிவ்யூ கவுன்சில் வரைக்கும்போய் உத்தரவு பெற்றிருந்தார்கள். பார்ப்பனரல்லா டாக்டரும் வியாதியஸ்தரைக் காணவேணுமானால் குதிரைமேல் போய் வர வேண்டுமாம்.

அந்த பார்ப்பன சேரியையடுத்த கிராமத்திலிருக்கும் இழிஞ்சர் என்னும் தீண்டப்படா சமூகத்தவரில் சிலர் சட்டசபையில் நான் கொண்டுபோன தீர்மனத்தின்படி சட்டமேற்பட்டிருப்பதை வாசித்தறிந்து மேற்படி பார்ப்பன சேரியில் ஆலய உற்சவம் நடந்தபோது சேரிக்குள் பிரவேசித்தார்கள். அவர்களை பார்ப்பனர் அடித்து துரத்தி மாஜிஸ்டிரேட்டு கோர்ட்டில் பிராது செய்தார்கள். விசாரித்து பிராது தள்ளிவிடப்பட்டது.

பார்ப்பனர் சென்னை ஐகோர்ட்டுக்கு அப்பீல் செய்தார்கள். லோக்கல் போர்டு முனிசிபாலிட்டியால் பராமரித்துவரும் எல்லை, தெரு, பாதை முதலியவைகள் பொதுஜன்ங்களால் உபயோகிக்கப்படலாம் என்று தீர்மானமாயிற்று. இப்போது சகலரும் பார்ப்பன சேரிக்குள் பிரவேசிக்கிறார்கள்.

பொதுவான கிணறுகள், குளங்கள், பாட்டைகள், சத்திரங்கள், கட்டிடங்கள் முதலியவைகளை சகலரும் உபயோகிக்கலாம் என்று நான் பிரசுரித்திருக்கும் சிறு புத்தகத்தை அதிகாரிகளுக்குக் காட்டி நாட்டிலுள்ள தாழ்த்தப்பட்டார் இப்போது பலயிடங்களில் சௌக்கியங்களை அனுபவித்து வருகிறார்கள்.

⌘ ⌘ ⌘

7

பொது இடங்கள் பயன்பாட்டு உரிமை சட்டம் 1924 - முதல் தொகுப்பு

முன்குறிப்பு - *தமது துணைவியார் ரெங்கநாயகி அம்மாள் கொடுத்த ஆலோசனை மற்றும் ஊக்கத்தின் பேரில் பொது இட நுழைவு உரிமை மசோதாவை 1924ஆம் ஆண்டு ஆகஸ்டு மாதம் 25ஆம் நாள் சென்னை மாகாண சட்ட சபையில் ரெட்டமலை சீனிவாசம் கொண்டு வந்தார். விவாதங்களுக்குப் பிறகு மசோதா சட்டமானது.*

அந்த மசோதா மற்றும் சட்ட வடிவை தனது ஜீவிய சரித்திரம் புத்தகத்தின் பின்னிணைப்பில் அநுபந்தம்-2 என சீனிவாசனார் சேர்த்திருந்தார். அதே பின்னிணைப்பில் அந்த சட்டத்தின் முழு வடிவத்தையும் சிறுவெளியீடாக அச்சிட்டு வெளியிட்டுள்ளேன் என்றும் தேவைப்படுபவர்கள் தகுந்த கட்டணம் செலுத்திப் பெற்றுக்கொள்ளலாம் என்றும் அறிவித்திருந்தார்.

இதை சிறு வெளியீடாக கொண்டுவரக் காரணம் என்னவெனில் அன்றைக்கு இருந்த அரசு அமைப்புகளில் அந்தச் சட்டம் போய் சேர்வதற்கான வாய்ப்பிருக்காது என்றும், அப்படி தேவைப்படும் இடங்களில் தலித் மக்கள் அந்தச் சிறு வெளியீட்டைக் காட்டித் தமக்கான உரிமையை நிலைநாட்ட முடியும் என்று அவர் கருதினார். எனவேதான் அதை ஜீவிய சரித்திரத்தின் பின்னிணைப்பில் குறித்துக் காட்டியிருக்கிறார்.

வரலாற்றுச் சிறப்பும், பெரும் சட்ட ஆயுதமாகவும் விளங்கியதோடு, தலித் மக்களின் போராட்டக் களத்தின் மாபெரும் சாதனைகளில் ஒன்றாக விளங்கும் அச்சட்டத்தின் முழுவடிவம் அடங்கிய அந்தச் சிறுவெளியீடு முதன் முறையாக இப்போது நூலில் அச்சேறுகிறது. மேலும், அவ்வெளியீட்டின் அனைத்துப் பக்கங்களின் சிறு புகைப்பட படிகளும் இணைக்கப்பட்டுள்ளன. அதுமட்டுமின்றி படிப்பதற்கு வசதியாக, தற்கால புரிதலுக்கேற்ப வடமொழி குறிகள் நீக்கப்பட்டு அவற்றுக்கு இணையாக தமிழ்ச் சொற்கள் சேர்க்கப்பட்டுள்ளன. அவை
ஶ்ரீ = திரு, ௵ = வருடத்திய, ௸ = மேற்படி, ௴ = மாதத்திய, ௳ = நாளது, ௺ = எண்

- சன்னா

பொதுவான கிணறுகள், குளங்கள், பாட்டைகள், சத்திரங்கள், கட்டிடங்கள்.

ராவ் பஹதூர் ஆர். ஸ்ரீநிவாசன்
...களால், தாழ்த்தப்பட்டார் சார்பாக பிரசுரிக்கப்பட்டது.

PRINTED AT THE COWRY PRESS, TRIPLICANE, MADRAS.

பொதுவான கிணறுகள் குளங்கள் பாட்டைகள் சத்திரங்கள் கட்டிடங்கள்

ராவ் பஹதூர்
ஆர். ஸ்ரீநிவாசன் அவர்களால்,
தாழ்த்தப்பட்டார் சார்பாக
பிரசுரிக்கப்பட்டது

PRINTED AT THE GOWRY PRESS, TRIPLICANE, MADRAS.

முகவுரை

பரத நாட்டில் ஜாதியும், மதமும் பலவாகிப் பெருகி பேதா பேதங்கள் மும்முரப்பட்டு ஜன சமூகங்கள் விகாரமடைந்து, நாட்டவர்கள் ஒரு ஜாதியார் வெகுகாலமாக மற்ற ஜாதியார்களைத் தாழ்த்தி நடத்தி வந்ததில் ஜாதி மதம் பிறவியாலமைந்துவிட்டன. அப்படி அமைந்ததால் அநேக ஜாதியார் நடக்க பாதையற்றும், குடிக்க நீரற்றும், ஒண்ட இடமற்றும், உலாவ உரிமையற்றும் வாதைப்படுவதைக் காணலாம். இந்தப் பேதா பேதங்களை முற்றிலுமகற்ற தற்காலம் முடியாமையாயிருப்பினும், சில ஜாதியார் பல இடுக்கண்களுக்குள்ளாகி வாதைப்படுவதை விலக்குவான் வேண்டி, சென்னை சட்ட நிரூபண சபையாரின் தீர்மானங்கட்கிணங்க பொதுவானப் பாட்டைகள், கிணறுகள், குளங்கள், சந்தைசாவடிகள், தங்குமிடங்கள், நீதிஸ்தலங்கள், அதிகாரிகள் நடத்தும் ஆபீசுகள், தபால் சாவடிகள் முதலியவைகளில், ஜாதி இந்துக்கள் எனப்படுவோர் எம்மட்டும், எம்மாதிரியாகவும் அனுபவித்து உபயோகிக்கிறார்களோ அம்மட்டும், அம்மாதிரியாகவும் மற்ற ஜாதியாரும் மதஸ்தரும் உபயோகித்து அனுபவிக்கலாம் என்று கவன்மெண்டாரின் கொள்கையையும், அவர்கள் இடைக்கிடையே திருத்தி வெளியிட்ட சட்டங்களையும் தாழ்த்தப்பட்ட ஜாதியாருக்கு அறிவிப்பது அவசியமெனக் கண்டு அந்த சட்டங்களை வெளியிடலாயிற்று. இதை வாசிக்கும் புண்ணியசீலர்களும், தேசாபிமானிகளும் அறியாமையில் ஆழ்ந்து கிடக்கும் மக்களுக்கு அறிவித்து அவர்களைச் சுகப்படச் செய்வார்களென்பதே நோக்கம். தீண்டாமையையொழிக்க வேண்டிய சட்டங்களை ஏற்படுத்திய காருண்ய பிரிட்டிஷ் கவர்ன்மெண்டாருக்குத் தாழ்த்தப்பட்டார் என்றும் கடமைப்பட்டவர்களாவார்கள்.

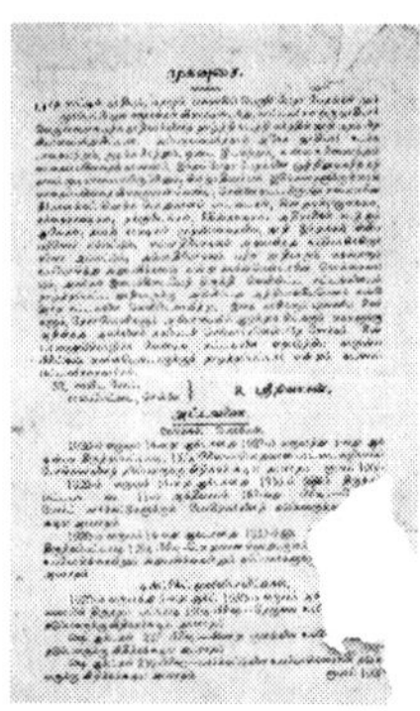

32, லாயிட் ரோட்,
ராயப்பேட்டை, சென்னை.

R. **ஸ்ரீநிவாசன்**

அட்டவணை

உள்ளாட்சி அமைப்புகள் (Local boards)

1920-ம் ஆண்டு 14-வது சட்டமானது 1927-ம் ஆண்டு 1-வது சட்டத்தின்படி திருத்தப்பட்டபடி, 157 A பிரிவு:- பொதுவான பாட்டை வழியாய்ப் போகிறவர்களைத் தடுப்பவருக்கு விதிக்கக்கூடிய அபராதம் ரூபாய் 100/-

1920-ம் ஆண்டு 14-வது சட்டமானது 1930-ம் வருடம் திருத்தப்பட்டபடி மேற்படி 11-ம் அத்தியாயம் 167-வது பிரிவு:- உள்ளாட்சி அமைப்புகளின் சந்தைகளுக்குள் போகிறவர்களைத் தடுப்பவருக்கு விதிக்கக்கூடிய அபராதம் ரூபாய் 100/-

1920-ம் ஆண்டு 14-வது சட்டமானது 1933-ம் ஆண்டு 23-வது சட்டத்தால் திருத்தப்பட்டபடி 126A பிரிவு - பொதுவான கிணறு, குளம் ஆகியவற்றை உபயோகிக்கையிலும் அனுபவிக்கையிலும் தடுப்பவர்களுக்கு விதிக்கக்கூடிய அபராதம் ரூபாய் 100/-

மாவட்ட நகராண்மைக் கழகம் *(Disrict Municipolity)*

1920-ம் வருஷத்து 5-வது ஆக்ட் 1930-ம் ஆண்டு அக்டோபர் மாதம் 1 நாள் வரையில் திருத்தப்பட்டபடி 180A பிரிவு:- தெருவை உபயோகிக்கையில் தடுப்பவருக்கு விதிக்கக்கூடிய அபராதம் ரூபாய் 100/-

மேற்படி சட்டங்கள் 227 பிரிவு:- கிணறு, குளங்களை உபயோகிக்கையில் தடுப்பவருக்கு விதிக்கக்கூடிய அபராதம் ரூபாய் 100/-

மேற்படி சட்டங்கள் 259 பிரிவு:- சந்தைகளை உபயோகிக்கையில் தடுப்பவருக்கு விதிக்கக்கூடிய அபராதம் ரூபாய் 100/-

தாழ்த்தப்பட்ட வகுப்புகளைச் சேர்ந்தவர்கள் பொதுப் பாதைகள், கிணறுகள் முதலியவைகளை உபயோகிப்பது

அரசாங்கத்தார் கொள்கை

1925-ம் வருடம், ஜனவரி மாதம் 27 தேதியுள்ள புனித ஜார்ஜ் கோட்டை அரசிதழ் I. A. பாகத்தின் துணைப் பதிப்பாகப் பிரசுரிக்கப்பட்ட விளம்பரமானது திருத்தப்பட்டு 1925-ம் வருடம் ஏப்ரல் மாதம் 28 தேதியுள்ள மேற்படி அரசிதழில் பின்வருமாறு பிரசுரிக்கப்பட்டிருக்கிறது.

புனித ஜார்ஜ் கோட்டை, 1924-ம் வரும் செப்டம்பர் மாதம் 25ம் நாள் (2660-ம் எண். L & M. அரசு உத்தரவு.)

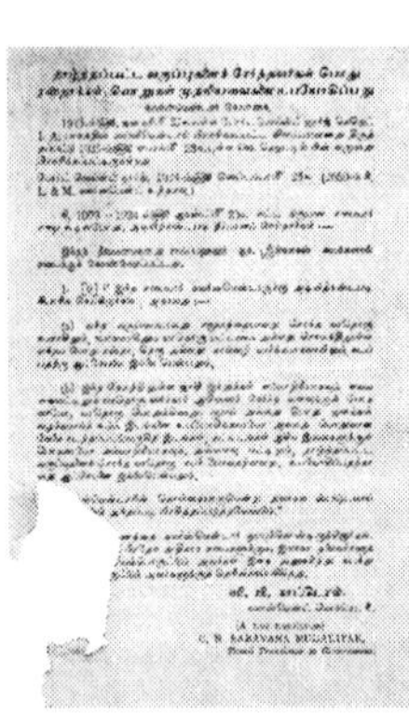

எண். 1009. - 1924-ம் ஆண்டு ஆகஸ்ட் மாதம் 25 நாளன்று சட்ட நிரூபண சபையார் சபை கூடினபோது, அடியிற்கண்டபடி தீர்மானம் செய்தார்கள்:-

இந்தத் தீர்மானமானது ராவ் பஹதூர் ஆர். ஸ்ரீநிவாசன் அவர்களால் சபைக்குக் கொண்டுவரப்பட்டது.

1. (9) இந்த சபையார் அரசாங்த்தாருக்கு அடியிற்கண்டபடி சிபாரிசு செய்கிறார்கள்; அதாவது:-

(A) எந்த வகுப்பையாவது சமூகத்தையாவது சேர்ந்த யாதொரு நபராகிலும், நபர்களாகிலும் யாதொரு பட்டணம் அல்லது கிராமத்திலுள்ள எந்தப் பொதுப் பாதை, தெரு அல்லது கால்வழி மார்க்கமாகவாயினும் நடப்பதற்கு ஆட்சேபனை இல்லை யென்பதும்,

(B) இந்த தேசத்திலுள்ள ஜாதி இந்துக்கள் எம்மாதிரியாகவும் எவ்வளவுமட்டிலும் யாதொரு அரசு அலுவலகத்தைச் சேர்ந்த வளவுக்குள் போகலாமோ, யாதொரு பொதுக்கிணறு, குளம் அல்லது பொதுஜனங்கள் வழக்கமாய்க் கூடும் இடங்களை உபயோகிக்கலாமோ அல்லது பொதுவான வேலை நடத்தப்பட்டு வருகிற இடங்கள், கட்டிடங்கள் ஆகிய இவைகளுக்குள்

போகலாமோ அம்மாதிரியாகவும், அவ்வளவு மட்டிலும், தாழ்த்தப்பட்ட வகுப்புகளைச் சேர்ந்த யாதொரு நபர் போவதற்காவது, உபயோகிப்பதற்காவது ஆட்சேபனை இல்லையென்பதும்,

அரசாங்கத்தாரின் கொள்கையாகுமென்று அவர்கள் வெளிப் படையாய் ஒப்புக்கொண்டு அந்தப்படி விளம்பரப் படுத்த வேண்டும்.

இந்தத் தீர்மானத்தை கவர்ன்மென்டார் ஒப்புக்கொண்டிருக் கிறார்கள். ஆகவே இது சகல பிரதேச அதிகார சபைகளுக்கும், இலாகா தலைவர்களுக்கும் சங்கதி தெரியும் பொருட்டும் அவர்கள் இதை அனுசரித்து நடந்துகொள்ளும் பொருட்டும் அவர்களுக்குத் தெரிவிக்கப் படுகிறது.

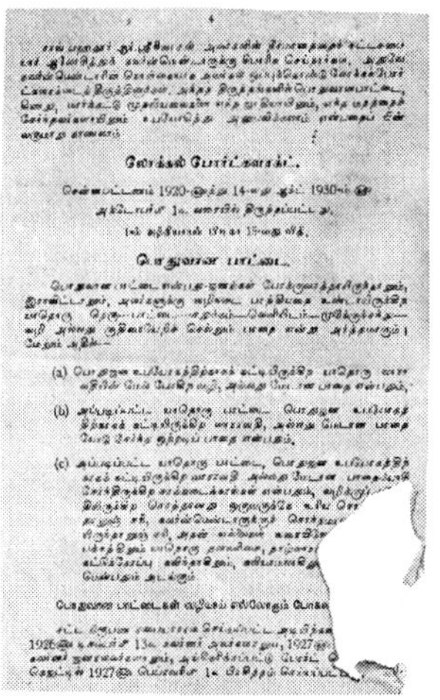
லோக்கல் போர்ட்ஸ் ஆக்ட்.

பொதுவான பாட்டை.

ஸி.பி. காட்டெரல்,

கவர்ன்மென்ட் ஸெக்ரெடரி.

(A true translation)

C. N. SARAVANA MUDALIYAR,

Tamil Translator to Government.

ராவ் பஹதூர் ஆர். **ஸ்ரீநிவாசன்** அவர்களின் தீர்மானத்தைச் சட்டசபையார் ஆலோசித்துக் கவர்ன்மென்டாருக்கு சிபாரிசு செய்தார்கள். அதுவே கவர்ன்மென்டாரின் கொள்கையாக அவர்கள் ஒப்புக்கொண்டு உள்ளாட்சித்துறை சட்டத்தை திருத்தினார்கள். அந்தத் திருத்தங்களில் பொதுவான பாட்டை, கிணறு, சந்தை முதலியவைகளை எந்த ஜாதியாயினும், எந்த மதத்தைச் சேர்ந்தவர்களாயினும் உபயோகித்து அனுபவிக்கலாம் என்பதைப் பின்வருமாறு காணலாம்.

உள்ளாட்சி அமைப்புகள் சட்டம்
(Local Board Act)

சென்னபட்டணம் 1920-ஆண்டு 14-வது சட்டம் 1930-ம் ஆண்டு அக்டோபர் மாதம் 1 தேதி வரையில் திருத்தப்பட்டது.

1-ம் அத்தியாயம் பீடிகா 18-வது விதி

பொதுவான பாட்டை

பொதுவான பாட்டை என்பது - ஜனங்கள் போக்குவரத்தாயிருந்தாலும், இராவிட்டாலும், அவர்களுக்கு வழிநடை பாத்தியதை உண்டாயிருக்கிற யாதொரு தெரு - பாட்டை - சதுக்கம் - வெளியிடம் - முடுக்குச் சந்து - வழி அல்லது குதிரையேறிச் செல்லும் பாதை என்று அர்த்தமாகும்; மேலும் அதில் —

(A) பொதுஜன உபயோகத்திற்காகக் கட்டியிருக்கிற யாதொரு வாராவதியின் மேல் போகிற வழி, அல்லது மேடான பாதை என்பதும்,

(B) அப்படிப்பட்ட யாதொரு பாட்டை பொதுஜன உபயோகத்திற்காகக் கட்டியிருக்கிற வாராவதி, அல்லது மேடான பாதையொடு சேர்ந்த ஒற்றையடிப் பாதை என்பதும்,

(C) அப்படிப்பட்ட யாதொரு பாட்டை, பொதுஜன உபயோகத்திற்காகக் கட்டியிருக்கிற வாராவதி அல்லது மேடான பாதையோடு சேர்ந்திருக்கிற சாக்கடைக் கால்வாய்கள் என்பதும், வழிக்குப் பக்கத்திலிருக்கிற சொத்தானது ஒருவருக்கே உரிய சொத்தாக இருந்தாலுஞ் சரி, கவர்ன்மென்டாருக்குச் சொந்தமான சொத்தாயிருந்தாலுஞ் சரி, அதன் எல்லைகள் வரையிலேயும், அதன் பக்கத்திலும் யாதொரு தளவரிசை, தாழ்வாரம் ஆகியவற்றின் கட்டுகொப்பு கவிந்தாகிலும், கவியாமலாகிலும் இருந்தாலுமென்பதும் அடங்கும்.

பொதுவான பாட்டை வழியாய் எல்லோரும் போகலாமென்பது

சட்ட நிரூபண சபையாரால் செய்யப்பட்ட அடியிற்கண்ட சட்டம் 1926 ஆண்டு டிசம்பர் மாதம் 13ம் நாள் கவர்னர் அவர்களாலும், 1927ம் ஆண்டு ஜனவரி மாதம் கவர்னர் ஜெனரலவர்களாலும், அங்கீகரிக்கப்பட்டு போர்ட் .... கெஜட்டில் 1927ம் ஆண்டு பெப்ரவரி மாதம் 1ம் நாள் பிரசித்தம் செய்யப்பட்டது.

சென்னபட்டணம் 1927-ம் வருஷத்து 1-வது சட்டம்

இது 1920ம் ஆண்டு சென்னபட்டணத்து உள்ளாட்சித்துறைச் சட்டத்தைப் பின்னும் திருத்துவதற்கான சட்டம். இதனால் பின்னால் மேற்படி சட்டம் என்று குறிப்பிடப்படும்.

1920 ம் ஆண்டு, சென்னபட்டணத்து உள்ளாட்சித் துறைகள் சட்டம் - 157-வது பிரிவுக்குப் பிறகு அடியிற்கண்ட பிரிவு அமைத்துக்கொள்ளப்பட்டது. அதாவது:-

பிரிவு - 157-A உள்ளாட்சித் துறைகள் சங்கிரமித்திருக்கும் அல்லது அவைகளால் பராமரிக்கப்பட்டு வரும் சகல பாட்டைகள் வழியாகவும் எந்த ஜாதி அல்லது மதத்தைச் சேர்ந்தவர்களாயிருக்கும் நபர்களும் போகலாம்.

மேற்படி சட்டம் 8-வது அட்டவணையின் படிக்குச் சாதாரண அபராதம்.

157-A-பிரிவு:- பாட்டைகளை உபயோகிக்கையில் யாதொரு நபரைத் தடுப்பாருக்கு விதிக்கக்கூடிய அபராதம் ரூபாய் 100.

பொது சந்தைகள்

11-ம் அத்தியாயம் 167-வது பிரிவு

167-வது பிரிவு - உள்ளாட்சி நிதியிலிருந்து அடையப்பட்ட, கட்டப்பட்ட, மராமத்து செய்யப்பட்ட அல்லது பராமரித்துவரப்பட்ட சகல சந்தைகளும், பொது சந்தைகளாக

எண்ணப்படும்; மேலும், அப்படிப்பட்ட சந்தைகளுக்குள், எந்த ஜாதி அல்லது, மதத்தைச் சேர்ந்தவர்களாயிருக்கும் நபர்களும் போகலாம்.

8-வது அட்டவணை
சாதாரண அபராதம்

167-வது பிரிவு - பொது சந்தைகளை உபயோகிக்கையில் யாதொரு அதனைத் தடுப்பவருக்கு விதிக்கக்கூடிய அபராதம் ரூபாய். 100.

கிணறுகளும், குளங்களும், நீர்நிலைகளும், நீர்க்கால்களும் சென்னபட்டணம் 1933-ம் ஆண்டு 23-வது சட்டம்

பொதுவான ஒரு காரியத்துக்காக 1920-ம் ஆண்டு சென்னபட்டண உள்ளாட்சி சட்டத்தை பின்னும் திருத்துவதற்கான சட்டம்.

இந்த சட்டத்தை சென்னபட்டணத்து உள்ளாட்சி அமைப்புகளைக் குறித்து 19933-ம் ஆண்டு (நான்காவது திருத்த) சட்ட என்று சொல்லலாம்.

1920- ஆண்டு சென்னபட்டணத்து உள்ளாட்சி அமைப்புகள் சட்டம் 14-வது

1930- ஆண்டு அக்டொபர் மாதம் 1ம் நாளது வரையில் திருத்தப்பட்டபடி

4-ம் பாகம் - பொதுஜன தேகாரோக்கியம் 8-ம் அத்தியாயத்தில் பின்வருமாறு கூறப்படுகிறது:-

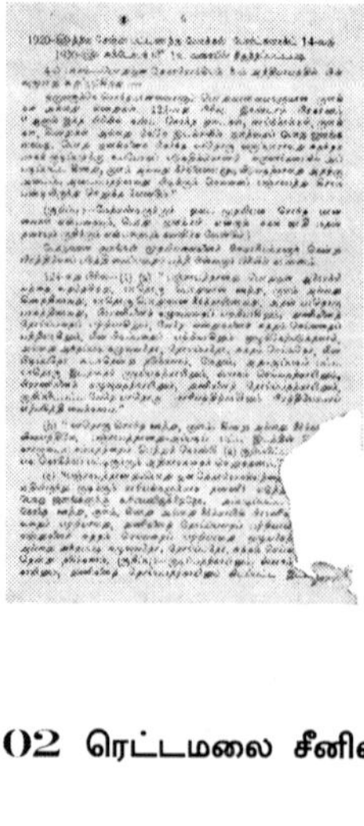

ஒருவருக்கே சொந்தமானவைகளும் பொதுவானவைகளுமான குளங்கள் அல்லது கிணறுகள் 122-வது பிரிவு. இரண்டாம் பிரகரணம் ஆனால் இந்த பிரிவில் கண்ட சொந்த ஓடைகள். வாய்க்கால்கள், குளங்கள், கிணறுகள் அல்லது வேறே இடங்களில் ஜலத்தைப் பொது ஜனங்களாவது, பொதுஜனங்களைச் சேர்ந்த யாதொரு வகுப்பாராவது சுதந்திரமாகக் குடிப்பதற்கு உபயோகப்படுத்திக்கொண்டு

வருவார்களாகில் அப்படிப்பட்ட கிணறு, குளம் அல்லது நீர்நிலையை மூடிவிடுவதற்காவது அதற்கு அடைப்பு அடைப்பதற்காவது பிடிக்கும் செலவைப் பஞ்சாயத்து கிராம நிதியிலிருந்து செலுத்த வேண்டும்

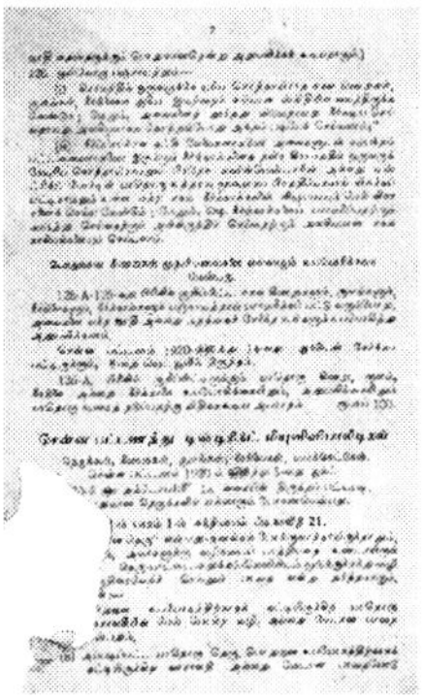

(குறிப்பு:- மேற்கண்டிருக்கும் ஓடை முதலியன சொந்தமானவைகள் என்பதையும், பொதுஜனங்கள் என்றால் சகல ஜாதி மதஸ்தரையும் குறிக்கும் என்பதையும் கவனிக்க வேண்டும்.)

பொதுவான குளங்கள் முதலியவைகளைச் சில காரியங்களுக்கென்று பிரத்தியோகப்படுத்தி வைப்பதைப் பற்றி பின்வரும் பிரிவில் காணலாம்.

124-வது பிரிவு - *(1) (A)* பஞ்சாயத்தானது பொதுஜன ஆரோக்கியத்தை உத்தேசித்து, யாதொரு பொதுவான ஊற்று, குளம் அல்லது கிணற்றிலிருந்து, யாதொரு பொதுவான நீர்க்காலிலாவது, அதன் யாதொரு பாகத்திலாவது, பிராணிகளைக் கழுவுவதைப் பற்றியாகிலும், துணிகளைத் தோய்ப்பதைப் பற்றியாகிலும், வேறே வஸ்துகளைச் சுத்தம் செய்வதைப் பற்றியாகிலும், மீன் பிடிப்பதைப் பற்றியாகிலும் ஒழுங்கேற்படுத்தலாம், அல்லது அந்தப்படி கழுவுவதோ, தோய்ப்பதோ, சுத்தம் செய்வதோ, மீன் பிடிப்பதோ கூடாதென்று தடுக்கலாம். மேலும், அது அப்படிப்பட்ட யாதொரு இடத்தைக் குடிப்பதற்காயினும், துணிகளைத் தோய்ப்பதற்காயினும், குறிப்பிட்ட வேறே யாதொரு காரியத்திற்காயினும் பிரத்தியேகமாய் ஏற்படுத்தி வைக்கலாம்.

(B) யாதொரு சொந்த ஊற்று, குளம், கிணறு அல்லது நீர்க்கால் விஷயத்திலே, பஞ்சாயத்தானது அப்படிப்பட்ட இடத்தின் சொந்தக்காரருடைய சம்மதத்தைப் பெற்றுக்கொண்டு *(A)* குறிப்பிட்ட திருத்தத்தின்படி கொடுக்கப்பட்டிருக்கும் அதிகாரத்தைச் செலுத்தலாம்.

(C) பஞ்சாயத்தானது - பொதுஜன தேகாரோக்கியத்தைக்

கருதி, எதிலிருந்து குடிக்கும் காரியங்களுக்காக தண்ணீர் எடுத்துக்கொள்ள பொதுஜனங்களுக்கு உரிமையிருக்கிறதோ அப்படிப்பட்ட யாதொரு சொந்த ஊற்று, குளம், கிணறு அல்லது நீர்க்காலில் பிராணிகளைக் கழுவுவதைப் பற்றியாவது, துணிகளைத் தோய்ப்பதைப் பற்றியாவது, பயன்பாட்டு பொருள்களைச் சுத்தம் செய்வதைப் பற்றியாவது ஒழுங்கேற்படுத்தலாம், அல்லது அந்தப்படி கழுவுவதோ, தோய்ப்பதோ, சுத்தம் செய்வதோ கூடாதென்று தடுக்கலாம். (குறிப்பு:- குடிப்பதற்காயினும், குறிப்பதற்காயினும், துணிகளைத் தோய்ப்பதற்காயினும் விடப்பட்ட இடங்கள் ஜாதி மதஸ்தருக்கும் பொதுவானதென்று அநுபவிக்கக் கூடியதாகும்.)

126 ஒவ்வொரு பஞ்சாயத்தும் -

(I) கிராமத்தில் ஒருவருக்கேயுரிய சொத்தாயிராத சகல கிணறுகள், குளங்கள், நீர்நிலைகள் ஆகிய இவற்றைச் சரியா பராமரிப்பில் வைத்திருக்க வேண்டும்; மேலும், அவைகளைத் தூர்த்துவிடுவதாவது நீர்வடியச் செய்வதாவது அவசியமாகத் தோன்றும்போது அந்தப்படியே செய்யலாம்.

(II) நீர்ப்பாய்ச்சல் கட்டு வேலைகளாகவோ அவைகளுடன் சம்பந்தப்பட்டவைகளாகவோ இருக்கும் நீர்க்கால்களைத் தவிர கிராமத்தில் ஒருவருக்கேயுரிய சொத்தாயிராமலும் பிரதேச கவர்ன்மென்டாரின் அல்லது மாவட்ட நிர்வாகத்தின் யாதொரு உத்தரவு மூலமாகப் பிரத்தியேகமாய் விலக்கப்பட்டிராமலும் உள்ள மற்ற சகல நீர்க்கால்களின் விஷயமாயும் மேல் விசாரணை செய்ய வேண்டும்; மேலும், மேற்படி நீர்க்கால்களைப் பராமரிப்பதற்கும் மராமத்து செய்வதற்கும் அபிவிருத்தி செய்வதற்கும் அவசியமான சகல காரியங்களையும் செய்யலாம்.

பொதுவான கிணறுகள் முதலியவைகளை எல்லாரும் உபயோகிக்கலா மென்பது

126-A - *126*-வது பிரிவில் குறிப்பிட்ட சகல கிணறுகளும், குளங்களும், நீர்நிலைகளும், நீர்க்கால்களும் பஞ்சாயத்தால் பராமரிக்கப்பட்டு வரும்போது, அவைகளை எந்த ஜாதி அல்லது மதத்தைச் சேர்ந்த நபர்களும் உபயோகித்து அனுபவிக்கலாம்.

சென்னபட்டணம் *1920*-ஆண்டு *14*-வது சட்டத்துடன்

சேர்க்கப்பட்டிருக்கும், 8-வது அட்டவணையில் திருத்தம்.

126-A பிரிவில் குறிப்பிட்டிருக்கும் யாதொரு கிணறு, குளம், நீர்நிலை அல்லது நீர்க்காலை உபயோகிக்கையிலும், அனுபவிக்கையிலும் யாதொரு நபரைத் தடுப்பதற்கு விதிக்கக்கூடிய அபராதம் ரூபாய் 100.

சென்ன பட்டணத்து மாவட்ட கழகங்கள்
தெருக்கள், கிணறுகள், குளங்கள், நீர்நிலைகள், மார்க்கெட்டுகள்.
சென்னப்பட்டணம் 1920-ம் ஆண்டு 5-வது சட்டம்.
1930-ம் ஆண்டு அக்டோபர் மாதம் 1ம் நாளது வரையில் திருத்தப்பட்டபடி.
பொதுவான தெருக்களில் எல்லாரும் போகலாமென்பது.
1-ம் பாகம் 1-ம் அத்தியாயம் பீடிகா விதி 21.

"பொதுவான தெரு" என்பது - ஜனங்கள் போக்குவரத்தாயிருந்தாலும், இல்லாவிட்டாலும் அவர்களுக்கு வழிநடைப் பாத்தியதை உண்டாயிருக்க வேண்டும். தெரு - பாட்டை - சதுக்கம் - வெளியிடம் - முடுக்குச் சந்து - வழியாக குதிரையேறிச் செல்லும் பாதை என்று அர்த்தமாகும்.

மேலும் அதில்: -

(A) பொதுஜன உபயோகத்திற்காகக் கட்டியிருக்கிற யாதொரு வாராவதியின் (பாலம்) மேல் போகிற வழி, அல்லது மேடான பாதை என்பதும்,

(B) அப்படிப்பட்ட யாதொரு தெரு, பொதுஜன உபயோகத்திற்காகக் கட்டியிருக்கிற வாராவதி அல்லது மேடான பாதையோடு சேர்ந்த ஒற்றையடிப் பாதை என்பதும்,

(C) அப்படிப்பட்ட யாதொரு தெரு, பொதுஜன உபயோகத்திற்காகக் கட்டியிருக்கிற வாராவதி அல்லது மேடான பாதையோடு சேர்ந்திருக்கிற, சாக்கடைக்கால்வாய்களென்பதும், வழிக்குப் பக்கத்திலிருக்கிற சொத்தானது ஒருவருக்கே உரிய சொத்தாயிருந்தாலுஞ் சரி, கவர்ன்மென்டாருக்குச் சொந்தமான சொத்தாயிருந்தாலுஞ் சரி, அதன் எல்லைகள் வரையிலே வழியின் இருபக்கத்திலும் யாதொரு தளவரிசை,

தாழ்வாரம் அல்லது வேறே கட்டுக்கோப்பு கவிந்தாகிலும், கவியாமலாகிலும் இருக்கிற நிலமென்பதும் அடங்கும்.

180-A. யாதொரு நகராண்மை கழக உறுப்பினரிடத்தில் சங்கரமித்திருக்கிற அல்லது சங்கரமிக்கப்போகிற அல்லது அவர்களால் பராமரிக்கப்பட்டு வருகிற சகல தெருக்கள் வழியாகவும் எந்த ஜாதி அல்லது மதத்தைச் சேர்ந்தவர்களும் போகலாம்.

180-A. பிரிவில் குறிப்பிட்டிருக்கும் யாதொரு தெருவை உபயோகிக்கையில் யாதொரு நபரைத் தடுப்பதற்கு விதிக்கக்கூடிய அபராதம் ரூபாய் 100.

கிணறுகள், குளங்கள்

பீடிகை 22. பொதுவான நீர்க்கால்கள், ஊற்றுகள், கிணறுகள், குளங்கள் என்பதிலே, அவைகளை உபயோகிப்பதற்கு வழக்கமான உரிமை உண்டாகும்படியான அளவுக்குப் பொதுஜனங்களால் உபயோகிக்கப்படும் நீர்க்கால் முதலியவை அடங்கும்.

பீடிகை 30. நீர்க்கால் என்பதிலே இயற்கையாகவாகிலும் செயற்கையாகவாகிலும் இருக்கிற யாதொரு நதி, அருவி அல்லது வாய்க்கால் என்பதும் அடங்கும்.

பொதுவான கிணறுகள் முதலியவைகளை எல்லாரும் உபயோகிக்கலாமென்பது.

பிரிவு.*227-A.* சகல கிணறுகளும்,குளங்களும், நீர்நிலைகளும் நகராண்மைக் கழக உறுப்பினரால் பராமரிக்கப்பட்டு வரும்போது, அவைகளை எந்த ஜாதி அல்லது மதத்தைச் சேர்ந்த நபர்களும் உபயோகித்து அனுபவிக்கலாம்.

6-வது அட்டவணை

பிரிவில் குறிப்பிட்டிருக்கும் யாதொரு கிணறு, குளம் அல்லது நீர்நிலையை உபயோகிக்கையிலும் அனுபவிக்கையிலும் யாதொரு நபரையும் தடுப்பதற்கு விதிக்கத்தக்க அபராதம்.

பொது சந்தைகள்

பிரிவு 259, நகராண்மைக் கழக நிதியிலிருந்து எடுத்துக்கொள்ளப்பட்டு கட்டப்பட்ட, மராமத்து செய்யப்பட்ட

அல்லது பராமரிக்கப்பட்ட மார்க்கெட்டுகளுக்குள் எந்த ஜாதி அல்லது மதத்தைச் சேர்ந்தவர்களாயிருக்கும் நபர்களும் போகலாம்.

7-வது அட்டவணை

பிரிவு.259-வது பிரிவில் குறிப்பிட்டிருக்கும் யாதொரு மார்க்கெட்டையும் உபயோகிக்கையில் யாதொரு நபரைத் தடுப்பதற்கு விதிக்கத்தக்க அபராதம் ரூபாய் 100.

⌘ ⌘ ⌘

PRINTED AT THE GOWRY PRESS, TRIPLICANE, MADRAS.

சேர்ந்த ஒற்றடிப் பாதை என்பதும்,

(c) அப்படிப்பட்ட யாதொரு தெரு, பொதுஜன உபயோகத்திற்காகக் கட்டியிருக்கிற வாராவதி அல்லது மேடான பாதையோடு சேர்ந்திருக்கிற, சாக்கடைக்கால்களென்பதும், வழிக்குப் பக்கத்திலிருக்கிற சொத்தானது ஒருவருக்கே உரிய சொத்தாயிருந்தாலுஞ் சரி, கவர்ன்மென்டாருக்குச் சொந்தமான சொத்தாயிருந்தாலுஞ் சரி, அதன் எல்லைகள் வரையிலே வழியின் இருபக்கத்திலும் யாதொரு தளவரிசை, தாழ்வாரம் அல்லது வேறே கட்டுக்கோப்பு கவிந்தாகிலும், கவியாமலாகிலும் இருக்கிற நிலமென்பதும் அடங்கும்.

180-A. யாதொரு மியுனிஸிபல் கௌன்ஸிலாரிடத்தில் சங்கிரமித்திருக்கிற அல்லது சங்கிரமிக்கப் போகிற அல்லது அவர்களால் பராமரிக்கப்பட்டு வருகிற சகல தெருக்கள் வழியாகவும் எந்த ஜாதி அல்லது மதத்தைச் சேர்ந்த நபர்களும் போகலாம்.

180-A. பிரிவில் குறிப்பிட்டிருக்கும் யாதொரு தெருவை உபயோகிக்கையில் யாதொரு நபரைத் தடுப்பதற்கு விதிக்கக்கூடிய அபராதம். ரூபாய். 100.

கிணறுகள், குளங்கள்.

பீடிகை 22. பொதுவான நீர்க்கால்கள், ஊற்றுகள், கிணறுகள், குளங்கள் என்பதிலே, அவைகளை உபயோகிப்பதற்கு வழக்கமான உரிமை உண்டாகும்படியான அளவுக்குப் பொது ஜனங்களால் உபயோகிக்கப்படும் நீர்க்கால் முதலியவை அடங்கும்.

பீடிகை 30. நீர்க்கால் என்பதிலே இயற்கையாகவாகிலும் செயற்கையாகவாகிலும் இருக்கிற யாதொரு நதி, அருவி அல்லது வாய்க்கால் என்பதும் அடங்கும்.

பொதுவான கிணறுகள் முதலியவைகளை எல்லாரும் உபயோகிக்கலாமென்பது.

பிரிவு. 227-A. சகல கிணறுகளும், குளங்களும், நீர்நிலைகளும் மியுனிஸிபல் கௌன்ஸிலாரால் பராமரிக்கப் பட்டுவரும்போது, அவைகளை எந்த ஜாதி அல்லது மதத்தைச் சேர்ந்த நபர்களும் உபயோகித்து அனுபவிக்கலாம்.

6-வது ஷெட்யூல்.

பிரிவில் குறிப்பிட்டிருக்கும் யாதொரு கிணறு, குளம் அல்ல
நிலையை உபயோகிக்கையிலும் அனுபவிக்கையிலும் யாதொரு நப
பதற்கு விதிக்கத்தக்க அபராதம்.

பொது மார்க்கெட்டுகள்.

பிரிவு 259, மியுனிஸிபல் நிதியிலிருந்து (எடுத்துக்
கட்டப்பட்ட, மராமத்து செய்யப்பட்ட அல்லது பராமரிக்க
மார்க்கெட்டுகளும் பொது மார்க்கெட்டுகளாக எண்ணப்
அப்படிப்பட்ட மார்க்கெட்டுகளுக்குள் எந்த ஜாதி அல்ல
சேர்ந்தவர்களாயிருக்கும் நபர்களும் போகலாம்.

7-வது ஷெட்யூல்

பிரிவு. 259-வது பிரிவில் குறிப்பிட்டிருக்கும் யாதொரு மா
உபயோகிக்கையில் யாதொரு நபரை தடுப் பதற்கு விதிக்கத்தக்க அபராதம் } ரூபா [illegible] /-

பகுதி

4

சைமன் குழுவிடம் அளித்த அறிக்கைகளும் சாட்சியமும்

⌘

8

சைமன் குழுவிடம் அளித்த அறிக்கை

முன் குறிப்பு - *1919 ஆம் ஆண்டு மாண்டேகு -செம்ஸ்போர்ட் முன்மொழிந்த அரசியல் சீர்திருத்தங்கள் இந்திய அரசுச் சட்டம் - 1919 எனப்படும். அச்சட்டம் இரட்டை ஆட்சி முறை அமலுக்குக் கொண்டு வந்து இந்தியர்களுக்கு வரையறுக்கப்பட்ட தன்னாட்சி அதிகாரத்தை வழங்கியது. இதனால் சட்டமன்றங்கள் உருவாக்கப்பட்டன. இந்திய தேசிய காங்கிரசு இதை ஏற்கவில்லை; தேர்தலில் போட்டியிடவும் நிர்வாகத்தில் பங்கேற்கவும் மறுத்துவிட்டது. நீதிக்கட்சி உள்ளிட்ட பிராந்தியக் கட்சிகள் தேர்தல்களில் பங்கேற்று ஆட்சியமைத்தன. இந்தச் சட்டத்தின் மூலம்தான் தலித்துகள் அரசியல் அதிகாரத்தில் பங்கேற்கும் வாய்ப்பு முதன் முறையாக கொடுக்கப்பட்டது. இந்தியா முழுமையும் மாகாணச் சட்டமன்றங்களில் தலித் தலைவர்கள் நியமன உறுப்பினர்களாகப் பங்கேற்றார்கள். புதிய அரசியல் வாய்ப்புகளையும் இரட்டை ஆட்சி முறையையும் உருவாக்கிய அந்த இந்திய அரசுச் சட்டம் 1919ல் நடைமுறைக்கு வந்து பத்து ஆண்டுகளுக்குப் பின்னர் அதன் நிறைகுறைகளை ஆராய ஒரு குழுவொன்றை அமைக்க அச்சட்டமே வழிவகை செய்திருந்தது. அதன்படி 1928ல் பிரித்தானிய அரசாங்கம் சர் ஜான் சைமன் தலைமையில் கிளமண்ட் அட்லி, ஹென்ரி-லெவி லாசன் பர்னாம் பிரபு, எட்வர்ட் காடோகன், வெர்னான் ஹார்ட்ஷோம், ஜார்ஜ் லேன்-ஃபாக்சு மற்றும் டோனால்ட் ஹோவார்ட் ஆகிய ஏழு பிரித்தானிய நாடாளுமன்ற உறுப்பினர்கள் அடங்கியக் குழு ஒன்றை அமைத்தது. Indian Statutory Commission என்று சட்டப்படி அழைக்கப்பட்ட இக்குழுவானது இதன் தலைவர் சர். ஜான் சைமனின் பெயரால் சைமன் கமிசன் என்றும் வழங்கப்பட்டது.*

பெப்ரவரி 3, 1928ல் சைமன் குழு முதல் முறையாக இந்தியா

வந்திறங்கியது. அக்குழு இந்தியாவுக்கு வந்து, இங்கிருந்த ஆட்சியாளர்கள், ஆளும் கட்சிகள், எதிர்க்கட்சிகள், சமூக அமைப்புகள், சிறுபான்மையினர் மற்றும் பெண்கள் அமைப்புகளைச் சேர்ந்தவர்கள் எனப் பல தரப்பினருடன் கலந்தாலோசித்து அவர்களது கருத்துகளைக் கேட்டறிந்தது, மேலும், அடுத்த எந்த விதமான அரசியல் சீர்திருத்தங்களை அறிமுகப்படுத்தலாம் என்பது பற்றியும் ஆராய்ந்து பரிந்துரை செய்ய வேண்டுமென இக்குழு பணிக்கப்பட்டிருந்தது.

இந்தியர்களின் அரசியல் எதிர்காலத்தை முடிவு செய்ய நியமிக்கப்பட்ட குழுவில் இந்தியர் ஒருவர் கூட இடம் பெறவில்லை என குற்றம்சாட்டி இந்திய தேசிய காங்கிரசு, சுயாட்சி கட்சி, முஸ்லிம் லீக் போன்ற கட்சிகள் சைமன் குழுவினைப் புறக்கணிக்க முடிவு செய்தன. சைமன் குழு இந்தியாவுக்கு வந்த போது அதனை எதிர்த்து போராட்டங்கள் நடத்தின. சைமன் திரும்பிப் போ என்ற கோசமிட்டபடி சைமன் குழு சென்ற இடங்களில் ஆயிரக்கணக்கானோர் கருப்புக் கொடி போராட்டங்கள் நடத்தினர்.

அக்டோபர் 1928ல் மீண்டும் சைமன் கமிசன் இந்தியா வந்தபோது போராட்டங்கள் தீவிரமடைந்தன. இந்தியா முழுமைக்கும் சுற்றுப் பயணம் செய்து நூற்றுக்கணக்கான அமைப்பினரைச் சந்தித்த சைமன்குழு இங்கிலாந்து திரும்பி 1930ல் தனது அறிக்கையைச் சமர்பித்தது. அதில் இரட்டை ஆட்சி முறையை ஒழித்து, இந்தியர்களுக்கு முழு பிரதிநிதித்துவம் வழங்கப் பரிந்துரை செய்தது.

சைமன் குழுவில் இந்தியர்கள் யாரும் இல்லை எனக் குற்றம் சொல்லப்பட்டாலும், அக்குழுவிற்கான இந்தியக் குழுவில் டாக்டர். அம்பேத்கர் மற்றும் ராவ்பகதூர் எம்.சி.ராஜா உள்ளிட்ட பலர் உறுப்பினர்களாக இருந்து பணியாற்றினார்கள். காங்கிரஸ் அல்லாத தலைவர்கள் பங்கேற்றதினால் சிறுபான்மை மக்களுக்கான அரசியல் பிரதிநிதித்துவத்தை சைமன் குழு உறுதி செய்தது. மேலும் தலித்துகள், முசுலிம்கள், கிறித்துவர்கள் உள்ளிட்ட சிறுபான்மை பிரிவினர்களுக்குத் தனித் தனி வாக்காளர் தொகுதிகளைத் தொடரவும் பரிந்துரை செய்தது. இக்குழு பரிந்துரைகளின் அடிப்படையிலும் வட்ட மேசை மாநாடுகள் நடத்தப்பட்டன.

இவ்வளவு முக்கியத்துவம் வாய்ந்த இக்குழுவிடம் சென்னை

மாகாணத்தைச் சேர்ந்த பல அமைப்புகள் அறிக்கைகளை அளித்தன. நீதிக்கட்சி, *All Inidia Depressed Class Association, Madras Depressed Classes Federation* ஆதிதிராவிடர் மகாஜன சபை, அருந்ததியர் மகாஜன சபை உள்ளிட்ட அமைப்புகள் தலித்துகளின் சார்பில் மனுக்களை சமர்பித்து சாட்சியமும் அளித்தன.

*1928*ஆம் ஆண்டு ஜனவரி மாதம் சென்னை பச்சையப்பன் கல்லூரியில் உள்ள பேரவை அரங்கில் சைமன் குழு மேற்கண்ட அமைப்பினர் உள்ளிட்ட சென்னை மாகாணத்தில் இயங்கிய பல்வேறு அமைப்பினரை சந்தித்தது.

இதில் *Madras Depressed Classes Federation* எனும் அமைப்பின் தலைவராக இருந்த ராவ் பகதூர் ரெட்டமலை சீனிவான் அவர்கள் *29.01.1928* அன்று சைமன் குழுவின் முன் தமது அமைப்பின் சார்பில் விரிவான ஓர் அறிக்கையினைத் தாக்கல் செய்தார். அந்த அறிக்கைதான் இங்கே மீள் பதிப்பு காண்கிறது.

தலித் மக்களின் நிலையைப் பல்வேறுக் கோணங்களில் ஆய்வு செய்யும் அந்த விரிவான அறிக்கை அக்காலத்தில் நிலவிய தீண்டாமைக் கொடுமைகளைப் பற்றியும், தலித் மக்கள் பெற வேண்டிய அரசியல் உரிமைகள், இடஒதுக்கீடு, கல்வி, ராணுவம், காவல்துறை, உள்ளாட்சி அமைப்புகளில் அதிகாரம் உள்ளிட்ட பல கூறுகளை விரிவாக புள்ளி விவரங்களுடன் அலசுகிறது. ரெட்டமலை சீனிவாசனாரின் ஆழ்ந்த ஆங்கிலப் புலமையை அறிக்கை முழுமைக்கும் காணலாம்.

- சன்னா

⌘

Memorandum submitted on behalf of the Depressed Classes of the Madras Presidency

by the Committee appointed by the Conference held on the 29th January, 1928, at the Pachaiyappa College Hall, Madras.[1]

GENEREL

The Depressed Classes of the Madras Presidency form nearly one-fifth of the total population and are subjected to innumerable disabilities and oppressions by the rest of the population. The early history of the Depressed Classes and their present condition of appalling degradation are monumental proofs that their forefathers were treated by their countrymen in a manner worse than the beasts. In the name of the man-made system of caste, demoralizing and degenerating in its effects, and which in fact, is a negation of " Equal opportunities to all", the so-called high-caste people, availing themselves of their numerical majority and wealth, deny to us even the very elementary rights of citizenship. It is -well-known that we are treated as untouchables, unapproachable, unseeables and might we say unthinkables. This spirit of oppression is carried to such a degree that we are denied access even to roads, tanks, wells, springs, schools, hospitals, choultries (inns) and other institutions maintained with public funds. We are segregated in despicable cherries and slums and designedly kept out of contactwith the rest of the people. We are mainly agricultural laborers and form the backbone of the Revenue Administration of, and great

1. *Indian Statutory Commission. Selections From Memoranda And Oral Evidence By Non-Officials (Part II) Depressed Classes of the Madras Presidency. Pages* 271-279

asset to, the country. That we are now landless does not however belittle our important position we occupied from time immemorial in the affairs of the State. In fact, we have always been on the soil and attached to it, even though the legal ownership thereof may have changed hands from time to time. Any attempt to improve ourselves is viewed with jealousy and malice by the caste people who, in spite of their professions on political platforms and elsewhere, are, in practice, opposed to, and even throw obstacles in the way of, our progress. Others even argue that, by birth, we are doomed only to servitude and illiteracy thus invoking the aid of the " Law of Karma." We are extremely anxious to point out that every argument, religious, social or political, is used by them to keep us in a state of serfdom which, it will be realized, a lazy land-owning class is interested in doing. Had it not been for the advent of the benevolent Britisher, We assert that our position would have been still worse, and what little Progress we have had so far would not have been a fact. Here we make bold to suggest that our progress and the solution of what is now the most difficult and knotty problem in India, namely, the upliftment of the Depressed Classes would have been an accomplished fact if the Britisher had at the very inception taken the necessary steps to remove untouchability and other social iniquities that we are subjected to.

We feel that we ought to make our position clear to the honorable members of the Commission that their present task will be rendered ineffective and useless should they be of opinion that the questions relating to the Depressed Classes do not come within the scope of their enquiry, but that they should be left purely to public opinion in India. Government, and particularly Responsible Government, is but a society organized in a particular manner for certain purposes, and, when a community is beyond the pale of society it will also be beyond the pale of Government if the constitution does not take into consideration the questions and problems relating to that community and make special provisions to safeguard its interests. Whatever constitution the Indian Statutory Commission may ultimately frame for India it is earnestly hoped that the facts set forth above will be kept in mind and proper safeguards provided for the Depressed Classes to enable them to retain and utilize the political power. In the light of these circumstances we make the following suggestions:-

1. *Representation in the Legislatures:*

   (a) That the number of seats in all the legislatures should be in proportion to our population.

   (b) The mode of representation should contain at some stage or other an elective element.

2. *Representation in the Government:*

   (a) At least there must be one member of the Depressed Classes in the Government of India (Governor-Generals Executive Council).

   (b) At least two seats .should be reserved for the Depressed Classes in the Provincial Government. (Provincial Cabinet.)

3. *Representation in the Services:*

   (a) Military: Fifty per cent, of the officers recruited and the majority of the men in each unit of the army should be recruited from the Depressed Classes.

   (b) Navy: Do. Do.

   (c) Civil Service: Proportionate representation in all the Civil Services, Imperial and Provincial, with special arrangements, should be provided for the Depressed Classes. Special arrangement should be made for the recruitment to the village officers and the police.

The system of hereditary village officers ought to be promptly abolished and circumstantial chances ought to be given to the deserving members of the Depressed Classes.

Economic Position :- The lot of the agricultural labourer belonging to the Depressed Classes is not at all a happy one and he is virtually, though not technically, a serf. The terms and conditions of labour are too exacting and hard to think of. They do not get living wages and the hours of work are unlimited. Wages should therefore be paid in coin and not in unwholesome grain in short measures. The lands leased out to them by the caste Hindus are not often registered and the terms are very exacting. There should be a law protecting the agriculturalist from all such oppressions. One solution that suggests itself to our mind is that the Government should start agricultural colonies in each district for the Depressed Classes and introduce therein the latest methods of production.

Education: - We need not stress upon the obvious importance of providing special facilities for the education of the Depressed Classes. Industrial and vocational schools and a large number of scholarships ought to be provided for. Free Compulsory Education should be introduced and special scholarships for higher education in foreign countries should also be given.

Special.

(a) Government ought to introduce social legislation with penal clauses for the improvement of the conditions of the Depressed Classes particularly in respect of untouchability.

(b) The subject of the " Depressed Classes " should be made a portfolio under the charge of the Depressed Classes Member in the Viceroy s and the Provincial

Executive Councils and in each province the " Protector " of "the Depressed Classes should be assisted by a Board composed of the members of the Depressed Classes.

(c) A certain definite proportion of the Revenues of the Central Government and Provincial

Governments should be set apart and earmarked for the work of the Depressed Classes.

We, in conclusion, pray that the honorable members of the Statutory Commission may be pleased to pay as we have no doubt they will, their earnest consideration to the solution of the problem of the Depressed Classes and request that the Chairman may be pleased to give us a further opportunity to furnish details later.

SUPPLEMENTARY MEMORANDUM SUBMITTED BY THE PRESIDENT OF THE MADRAS DEPRESSED CLASSES CONFERENCE OF 1928

The Committee appointed at the Depressed Classes Conference of the Presidency of Madras, held at the Pachiappa's College Hall, on the 29th January, 1928, to submit a Memorandum to the Indian Statutory Commission, has already submitted its Memorandum to the Commission. The Conference was a public one and of a representative character, in which the members representing the Depressed Classes on the Legislative Council, Presidents of Associations and delegates from the Districts and leading men took part.

I, as the President, beg to submit the following Memorandum as a supplement to the one submitted by the Committee, showing the condition of the Depressed Classes before and since the advent of the British in India, their Political advancement, the effect of the introduction of English education, the Indianization of the Services, the Local Self-

Governing Institutions, the Revenue Department, untouchability, Conversion, Depressed Classes Welfare, Dominion Status and granting of full Self-Government. The Depressed Classes are of the Dravidian race. When the Aryans immigrated and settled in Southern India those portions of the Dravidian population that had not embraced the caste system were cut off from all connections with the caste-bound communities, as unsociable. The Depressed Classes (Dravidians) organized their own Community on a self-supporting basis and lived in separate locations, now known as cheries. Since then, the Caste Hindus worked against them, taking away their rights and privileges, depriving them of their lands and all means of making a living and despising them as untouchables. Many of the Dravidians left in groups and assumed caste system. When the Muhammadans invaded India and came to the South, a great number of Dravidians were converted to Islamism. At that period the strength of the Dravidians was very low and oppression from the Caste Hindus was high. When the Britishers began to rule India, though they abolished the slave system and made laws common and applicable to all, irrespective of high and low caste and colour, they never ventured to abolish the system of caste--a system which enabled one section of the people to rule over the other by oppression. But they adopted a policy to reserve education in Arts and Science for the high caste people only. Such a policy strengthened the hands of the higher classes to oppress the Dravidians more and more as they gained possession in service in all branches of the administration, while the Christian Missionaries, who followed the British, converted the Depressed Classes in large numbers.

Further, the local Self-Governing institutions and Panchayats (village Boards and Courts) completely placed the Depressed Classes at the mercy of the oppressors. The oppression is felt more keenly than ever before, the Britishers remaining the nominal rulers.

Such being the condition of the oppressed untouchables the granting of lull Self-Government to

India in any form is to condemn unjustifiably for all the future generations the sixty millions of peace loving peasants and field labourers, who have been loyal to the British Throne, in this great agricultural country.

I, therefore, am of opinion that steps at giving Self-Government should be by slow stages.

Political Advancement

It is said in some quarters that the plea now advanced by the British Government against the

political advancement of India is the deplorable condition of the Depressed Classes, and this is brought to the forefront as if they are solieitous of the welfare of the Depressed Classes and that the Depressed Classes are blissfully ignorant of their own depressed condition, and that they are unconscious of the political, social and economic disabilities under which they are laboring. This is incorrect. For as long ago as 1892 *the Depressed Classes formed a Society of their own under the name of the Pariah Mahajana Sabha and conducted a journal under the name "Pariah" and ventilated their grievances and disabilities through its columns and sent in a*

Memorial to the British House of Commons against the holding of the I.C.S. examination simultaneously in England and India as they thought that that would do immense harm and prayed that they should be secured against the tyranny of the caste system, Untouchability, which so long as it remains unremoved will crush them in the future as it is crushed them

in the past, bringing discredit on the Government and arresting the progress of a people, who need but development of their character by education and improvement of their social position by effacement of the cramping and demoralising caste system which has hitherto held them in the grip of vice to become one of the most potent factors in the regeneration of the country and the strongest bulwarks of the British rule pregnant with great potentialities. Ever since that epoch-making event, the untouchables have continuously been making political agitation and since the reform of 1919, the Government had to deal with the Depressed and the Backward

Communities. It was only since the Reforms that the high class Hindus commenced to write and make platform speeches openly about the removal of untouchability with a view to gain Self- Government.

Before introducing a system of democratic Government into India, the British Government, who had experience of more than a century and a half of ruling mixed races here and elsewhere should have waited to see that benefits of Western education, which they introduced, have reached the lower strata of society as well. But the way in which the British Government have yielded to the incessant agitation and demands of the higher strata of the Indian society and brought about these Reforms acts as a pressure brought to bear upon the lower classes from above. The Depressed Classes do not understand and are not prepared to take part. Besides it has proved ns u measure adopted for the high caste oppressors to rule over the lower Depressed.

I, therefore, consider the extension of the degree of responsible Government should be to the extent the Depressed Classes of the country are able to share that responsibility by the improvement of their educational and economic standards. The Government should bestir themselves in this direction if they are bent upon introducing responsible Self-Government.

The strength of the conservative caste element is so great as to place obstacles in the way and retard the future progress of the Depressed Classes. If the fear that seems to have been entertained by the British Government that if the Depressed Classes are elevated above their station in life by means of education, it would lead to general convulsion of which the foreigners will be the first victims be true, it is high time that the British Government should change that idea and hasten the growth of education and general improvement of the Depressed Classes.

Education

The Policy of the Government a century ago seems to have been to educate in Western Arts and Science Indians of high classes who had wealth and influence over the minds of their countrymen, so that English education and civilization may gradually descend from the lower to the lower classes and that the higher classes may be fitted to share in the Civil administration of the country.

The Government should have been well aware at the time that the lower classes were hated and despised by the higher classes, but they never thought that by such an education and a share in the administration the higher classes would be helped to oppress the lower. The Government should have sought means to impart Western education to the Lower Classes by degrees in order that they may be enabled and prepared to withstand the tyranny and oppression of the higher classes. The Government in their attempts to educate the lower classes instead of taking the responsibility upon themselves and imparting education on a basis of neutrality of religion passed it on to the Christian Missionaries who while getting subsidies from the Government imparted education to the higher classes and converted the lower classes to their religion. Thus the higher classes derived the additional advantage of Western education for oppressing the lower and the lower had the disadvantage of losing not only their faith but also their numerical strength. Another attempt to educate the Depressed -- Classes -- Panchamas -- was made about the year 1892 by a G. O. No. 68, Educational dated 1st Feb., 1893, which was considered as thee Magna Charta of the Depressed. When it was put into operation, it was found that teachers from the Depressed Classes were not available and teachers from the higher classes would not condescend to approach the untouchables. The higher classes resented and opposed; the Missionaries who had schools and proselytizing agencies, were indifferent to the education of the Depressed Classes unless it helped their own cause conversion. This G. O. remains a dead letter. The Missionaries had their harvest of intelligent and promising young men and women for over a period of 50 years, leaving the Depressed Community considerably weakened, ignorant and helpless. What the Missionaries have done in imparting education to the Depressed Classes in exchange of their faith, though against their conscience, the Government could have done to the community tenfold by giving education on the basis of neutrality of religion at least by degrees, as the higher classes have advanced in higher education. There would have been enough number of teachers among the Depressed Classes, when the G. O. was passed and the untouchable communities, would have then advanced far ahead. There was neglect--a serious neglect--on the part of the Government for over a century in ameliorating the condition of the untouchables to the extent to which they could have done, if they only cared to do so. The last attempt the Government made, was to establish a special department for the amelioration of the educational and economic condition of the Depressed Classes. Within a few years of its inception the Ministerial party, in power in the Madras Legislative Council, passed a resolution to transfer efficient higher grade officers and placed instead lower grade inferior officers to work in the District under the Collectors, whose establishments are overwhelmed with the traditional enemies of the Depressed Classes and even attempts were made in tile Council to abolish the Department altogether. The Commissioner of Labour was placed in a position to have no direct control over the District Labour officers and the work of the Department in the Districts, was thus crippled. With all the impediments and disadvantages placed on the District Labour officers by the high caste men, the Department managed to establish a fair number of schools in the

Districts. Education in these Schools imparted on the basis of religious neutrality is well appreciated by the parents of the Depressed Classes children and it is hoped secondary schools of this kind would come into existence in the various centres.

In the District, Taluq, Union and Village Boards, though a few politically minded men are in favour, the others of the higher classes who sit on these Boards throw their weight so heavily in opposition and hinder the easy and rapid spread of education among the Depressed Classes.

Admission to public schools is not easy. The sense of untouchability and the spirit of hatred still runs high in the Districts. In the elementary schools the teachers from the Depressed Classes are not many and in the secondary schools and colleges we should say nil. So are the Inspectors. I am of opinion that the present system of imparting education through the Local Self-Governing bodies, will not do any good to the Depressed Classes. All schools should therefore be under the direct control of the Government. Education to the Depressed

Classes from the secondary to the collegiate course should be free. Municipalities, District, Taluk and Village Boards should contribute to the General Education. The District educational councils should be abolished. Aided agencies that compete with the state institutions should be discouraged.

Compulsory and free education under the supervision of special Agency is the only means by which the Depressed Classes acquire any literary knowledge. But the extreme poverty in which the Government and the Caste Hindus have placed the Depressed parents, does not permit them to feed their school-going children. They are obliged to work for one meal a day. If taken to school these children will be deprived of their midday-meal. Free boarding schools in village centres of untouchables can only solve the problem. The Government that overlooked the education of these untouchables and spent public revenue on the education of the higher classes and the higher classes who were thus benefited and are living upon the lower classes -- untouchable labourers need not in any sense lag behind in imparting education to the depressed Classes from the public revenues. The special educational facilities for the untouchables should be a charge on the Revenue of the Government of India.

INDIANISATION OF THE SERVICES

The whole of the public service with the exception of the top of it and a sprinkling of Muhammadans and Indian Christians, whose number is negligible, is occupied by the Caste Hindus. The following figures taken from the last Budget estimate (1927-1928) will show the number of men in the regular service.

Departments	Officers Clerks and others	Menial
Revenue and General Admistration	8,280	6,704
Excise	1,200	3,485
Forest	1,284	2.801
Registration	2,981	1,332
Irrigation	155	137
Justice	6.278	8,518
Jails	378	1.052
Police-Officers 14 *Inspectors* 358, *Sub-Inspectors* 1,648, *Clerks* 755, *Constable* 26,823	29.688	61
Medical Health Officers	2,481	3.099
Agriculture, Industry and Fisheries	1,615	687
Education--Other than Teachers 2,896, *Teachers approximately* 62,000	64,896	1.204
Village Officers (Talayaries and Veties not included) . .	40,186	----

To the above if the number of men in the Postal and Telegraph Departments and municipalities are added the approximate number of men employed in all services will be over 200,000. *The menials that do repulsive works are excluded.*

Out of such a large number, I doubt whether there are even, a few hundreds of men belonging to the Depressed Classes. I beg to bring to the notice of the Honourable

Commission that in a Province where all the Departments of Government are administered by Caste Hindus, the chances of these small number to rise amidst them are none. The only chance that is left to the Oppressed Depressed Classes is, to look up to the "Britishers, whose earnest breadth of view and inherited liberal traditions associated with their national history render them better fitted for the peculiarly arduous task of ruling mixed populations, such as are found in India, than the Caste-ridden Hindus whose thought and tendencies ingrained by heredity and dominated by insensate, but none the less imperative customs of centuries are concealed by the thin veneer of English education," as stated in a memorial submitted by the Depressed Classes to the Imperial Parliament in 1894. I am of opinion that a very large proportion of Europeans should remain in service till the Depressed Classes also are sufficiently advanced to take their proper and legitimate share in the administration of the country. It is true that with a liberal view to encourage the Depressed Classes and to fulfil the terms of the Royal Proclamation of 1858, the Government have from time to time passed and issued several orders entitling the members of the Depressed Classes to special and preferential consideration in the matter of appointments but experience has shown that all these measures have been rendered futile.

Medical and Engineering Departments

When the Medical Department was established the Hindus were averse to enter into that noble profession. Young men of the Depressed Classes with a limited knowledge of English entered that service and rose up to District Surgeons and Health Officers. But eventually when the higher classes also began to seek service in the Department the standard of qualification for entrance was raised so high as to shut the Depressed Classes entirely out of it. Such is the case of the Engineering department also.

The Military Services

The Depressed Classes of India even from the earlier days have been a very martial race. When the Britishers recruited men for the army it was the Depressed Classes of Southern India who joined the service freely and fought and conquered for the British in and out of India. They rose to high ranks and distinguished themselves in several heroic deeds. But unfortunately the regiments which contained them have been disbanded, throwing the men out into poverty. I, therefore, think that in organising any system of defense, Government would do well to recruit men from among the descendants of those men of martial spirit. In recruiting young men for officers they may also be drawn from the descendants of retired officers of the disbanded Army.

Judicial Service

From the village magistrate to the Honourable the Judges of the High Court including members of their establishments (excepting sweepers) numbering some thousands are all high caste men. Early attempts should therefore be made for some representation by the Depressed Classes in this important department.

Police

Out of an army of about 30,000 policemen one can count by his finger ends the number of the Depressed Classes men in it. The number of Mohomedans and Christians is not large. A very large proportion of these peace preserving men are caste Hindus--the traditional enemies and oppressors of the untouchables. Most of the trying Magistrates are Hindus. The oppressed are too poor to get justice. I wish to suggest to the Honourable members of the Commission that Government should recruit from the Depressed Classes till the strength of the Depressed Classes reaches at least one fourth of the entire Police force.

Jails

The treatment in jails of criminals belonging to the Depressed Classes requires change. However hardened the criminal of a high caste may be he is given light and clean sort of work while a Depressed Classes criminal even if he is convicted of a paltry crime is given hard and dirty work such as scavenging.

Local Self-Governing Bodies

These bodies exist for the benefit of the higher classes only. The lighting and sanitary arrangements in the locality of the Depressed Classes are generally neglected -as also the institutions intended for the benefit of the Depressed Classes. The extreme poverty of the Depressed Classes generally disqualifies them, from the franchise and under the existing conditions, it is absolutely impossible for any member of the Depressed Classes to get into any of these bodies in an open election. Their interests are now represented by nomination. These nominations are generally made by the Presidents of the District Boards and by the Government acting on the recommendation of the District Collectors in the case of Municipalities. The Presidents of Local Boards being castemen themselves and having been raised to their position by the support of the caste Hindus who are mostly the employers of the Depressed Classes labour, often make it a point to undermine the interests of the Depressed Classes in making these nominations. Even in spite of the existence of intelligent and capable men possessing sufficient education and knowledge to understand things, the appointing authorities generally select only ignorant and illiterate persons who can be used as mere tools by the castemen to suit their own purposes against the communities whose interest they are nominated to represent and protect. In several cases such puppet representatives have done much harm to the community and representations made by the members of the

Legislative Council to the Ministers to guard against such evils, have only fallen on deaf ears. Self-governing institutions have thus not only denied any benefit to the Depressed Classes but have caused them much harm and ruined their cause in several ways. In 1920-1927 out of a total number of 933 village panchayats the Depressed Classes were able to get elected by their own men in 15 panchayats only. In 1920-1927 out of a total number of 1924 village panchayats only 149 contained members of the Depressed Classes though the qualifications for these panchayats are only sex and age. In the Panchayat Courts where the qualification being education and property the Depressed Classes have scareely any chance of getting elected. These panchayats .strengthen the hands of the caste land-owners and employers of labour for oppression. I suggest the abolition of these panchayats till the Depressed Classes are able to secure their proper and adequate representation in them. Out of 2,245 institutions only 486 have Depressed Classes members, and, out of 16,755 members there are only 486 of the Depressed. Out of about 3600 Panchayat Courts and 11,700 Village Munsiffs Courts, the number that have the Depressed Classes members is practically nil. Out of 80 Municipalities comprised of 9,635 members only 52 have 63 Depressed Classes members.

Revenue- Department

The Indian officials in this Department have been the root cause for the degradation and miseries of the Depressed Classes. It will be found, with the exception of a few Muhammadans, from the Village Accountant up to the Personal Assistant to the District Collector and even up to the Secretary of the Board of Revenue, the Department is filled with high caste officials, who invariably favour their castemen in land disputes and other matters in connection with cultivation. Encroachments are made on lands in possession of the Depressed Classes and coveted by castemen. A small sum of money is given as lo.an to illiterate members of the Depressed Classes and on this pretext a promissory note is written and taken from them for higher amount, or a mortgage bond is written and taken from them, on the mortgage of their huts or house sites with castemen as attesting witnesses, and after the lapse of the time limit, they are sued for high amounts and for possession of the lands and properties and for whatever remains after the recovery, fresh bonds are taken and they are kept perpetually under their clutches and they are never freed unless they emigrate to foreign lands. These people could expect no help from the Revenue Department or from the Civil Courts as they are all filled with caste oppressors. Wages are given for work done by these people in unwholesome grains and in short measures. If questioned, charges such as theft and other kinds are brought against them and are handed over to the Police, where also they find their traditional oppressors in power. To get redress from the Indian officials of this Department, is absolutely impossible unless the District Collector himself pays special attention to the matter. But these Collectors are always transferred from district to district. If the Government had given the untouchables the required facilities for education, at least to understand the Revenue laws and Regulations, their position would not be so very deplorable.

The village officials are all hereditary. I wish to bring this to the notice of the Honourable Commission such hereditary rights should be abolished as it is incompatible with Democratic Government, which is being established. In these hereditary appointments numbering about 40,000 there cannot be found a few men of the Depressed Classes in the whole Province. On the report of the then Collector of Chingleput in 1891, and as a result of questions put in the House of Commons by Mr. Samuel Smith on that basis, the Board of Revenue, Madras, passed a resolution No. 723 dated 5th November, 1892, ordering the grant of waste lands to the Depressed Classes for cultivation and house-sites, but the Revenue subordinate officials, the caste landowners and employers of labour brought that resolution, as they did several other measures, into a dead letter. The Depressed Classes were once the hereditary proprietors of the land and were known as Perumans (Lords). Since the advent of the Britishers, the introduction of English education Arts and Sciences to the higher classes, the denial of such knowledge to the oppressed Depressed Classes and the maladministration of the Revenue Department, the staff of which is completely monopolized by the oppressors brought the oppressed to the present low economic condition, having taken from them all lands they possessed.

In this connection I request the Commission to be pleased to depute one of its members to go into the details of the grievances, and also visit some of the villages which I wish to show.

Conversions

Conversion to alien religions weakens the Depressed Classes. It is only the oppression of the higher Classes that mainly forces the Depressed Classes to such conversions. Though some of the Depressed Classes have embraced a foreign religion yet to-day their number is about six millions in South India.

It may be imagined by some people that the charge levelled against the British Government that they were not able to elevate the Depressed Classes during the hundred and fifty years of their administration of India though these classes were all along being loyal to the British Throne and peaceful, and the barrier that stands in the way of the political agitator to attain full Self-Government, will both be removed, if Depressed Classes as a whole are made to embrace religions such as Christianity and Muhammadanism.

It is not an easy affair to convert such a huge population just to save them from untouchability.

Though they are so converted, their educational and economic conditions would remain the same. And it would be unfair on the part of the British Government that imparted Western education and introduced European civilization to the wealthy and influential classes, with a view that such and knowledge civilization would in due course descend and filter down to the lower classes, to introduce a democratic form of Government before such knowledge reached the lower classes or strata of Society and it would be still worse if they were to directly or indirectly force these Depressed Classes to accept any other religion against their conscience and the faith in which they were born.

Any step in this direction will only shake and undermine the faith of the Depressed Classes in the British Raj, disloyalty will soon spread, and taking advantage of this the Hindu religious propagandists will step in to reconvert and suddhi movements will come into play, and thus the Depressed Classes, who are mainly agricultural labourers and who form the bulk of the agrarian population will be led to revolt. The experience of the past had unmistakably shown that though the Depressed Classes were despised and oppressed by castemen and were in poverty, they withheld conversions to other religions.

I, therefore, hope the Commission will not leave the Depressed Classes in confusion to choose between conversion and slavery under Swarajists, but solve the problem by finding ways and means to better their lot by education and economic improvement in order that they may take their due .share with administration of the country.

Depressed Classes Welfare

The castemen in the villages have by their years of oppression brought the Depressed Classes, who are steeped in ignorance and poverty to think that they are the natural serfs of their caste employers and however much they may be oppressed and tyrannized they cannot seek the support and help or obtain any redress of the grievances from the Government Officials, who are all caste Hindus. To get redress in such cases there should be a separate department of Government to which they may freely go and represent their grievances. If the Labour Department had been allowed to deal directly with the Depressed Classes as it did at its inception instead of transferring its activities to the Revenue Department under the control of the Collectors, whose establishments are filled with Caste Hindus much more ameliorative work would have been done by this time. In spite of all opposition and harassment by the caste Hindus with the exception of a few politically minded castemen, the Labour Department has managed during the period of 5 years ending 1927-28 to open 1,178 Schools for 42,799 pupils, grant Scholarships, find house sites for 27,329 families, assigned 247,200 acres of land, 1,400 works for water supply, spend for burial grounds, pathways, and established 1,535 Co-operative Societies.

I am, therefore, of opinion that a separate department under the name of "The Depressed Classes Affairs" Department be established and that be a charge on the Central Revenue of India. The local Legislative Council cannot be depended upon as it has the majority of caste Hindus who in 1922-23 tried their utmost to abolish the Labour Department altogether.

In these circumstances Provincial autonomy will be detrimental to the cause of the Depressed Classes.

LABOUR

The cause of Industrial labour which has been brought to prominence in recent years by the political agitators in India with a view to gain the sympathetic co-operation of the Labour Party in England and which may grow in importance in the future, is in its numerical strength, negligible when compared to the Agricultural labour. All classes of people including the depressed, are engaged in the Industrial labour.

An inquiry into the treatment of Agricultural labour would be an acid test on political agitators, who agitate for the attainment of full self-government. Candidates for election would not dare to speak to their electorate on the improvement of the lot of the agricultural labourers lest they should get no votes from the land-owning classes, who are in great majority; but would emphasize the necessity for restricting the labourers from emigrating to plantations and colonies to better their prospects.

If the conditions of the agricultural labourers in India and the treatment accorded to them by their high caste land-owning employers are known to the British Labour Party, they would hesitate to make common cause with Indian politicians and help in their attempts at winning Swaraj.

The agricultural labourer, "always badly nourished; clad if at all in the vilest of rags; hutted like pigs; untaught, uncared for and unpitied, as truly described by the Collector of Chingleput in his report to the Board of Revenue in 1800, is still to be seen in many of the villages in the Madras Presidency. The ameliorative work done by the Labour Department and emigration have improved the lot of these labourers here and there a bit, but the general condition of these people remains as deplorable as was 50 years ago. The Dravidian race as stated in another part of this memorandum, which was reduced to serfdom though freed after the advent of the British administration from the yoke of hereditary slavery and legal disabilities under which they suffered, still remains at the low depth of social degradation with -the same practices, same fear and same prejudice. As a rule an Agricultural labourer is rigidly excluded from possession and even of occupancy right, of land. The thought of the labourer acquiring land is abhorred; if he happened to be in possession of any land chicanery sets to work to dispossess him.

"The oriental subtleties and devices practiced by the landlord over his labourer when written would fill volumes. The wretch cut off from land, bound frequently by iniquitous contracts holding his very hut at the mercy of his Masters, is obedient as a dog and works for a rack rent or for starvation wages. When a labourer tries to leave his employer s service he is sued in law courts, the most obstinate is brought to reason and every idea of emancipation is crushed out. He is treated as an untouchable and unapproachable, is not allowed to pass through the public streets, public water supply is denied to him, and he is cut off from all social and economic advantage." So wrote Mr. J. H. A. Tremenhere in his report to the Board of Revenue, Madras in 1800, an extract from which is given as appendix to this memorandum, and the Honourable Commission is requested a perusal of the whole of that report--Board of Revenue (Revenue Settlement, land Records and Agricultural), 5th November, 1892, No. 728. There are bond and free agricultural labourers. A labourer who works under the bond system gets the annual emoluments as follows:-

	Rs.A.P.	*£ s. d.*
Annual wages in cash or grain If the labourer has borrowed any money the above sum or less is deducted towards interest.	3 2 0	0 4 9
One midday meal, G pics per day	11 7 0	0 17 3
One cloth for a year	1 0 0	0 1 6
One-seventh of the harvest from four acres labourer cultivated	21 0 0	1 11 6

If the crop fails the labourer goes without any consideration for the labour he has put in, and if

the labourer has a little son the employer feed him and employs him also and when the harvest time comes for giving the one-seventh share he deducts the boy s feeding charges as well, thereby getting the services of the boy free for the whole year. The result is, the father has the consolation that his son did not starves during the year and the employer thinks that he was justified in getting free labour from the boy as he was feeding him though at the cost of his father, while the boy grows in ignorance. If instead of the employer feeding the boy the father had fed him he would have got the benefit of his labour for himself. Women whose time is taken up in household work tending the young ones, could hardly be able to work continuously throughout a year. When women are free and fit for work they do not get it five or six weeks in a year and hence their earnings are hardly sufficient to keep them up for those days they worked. The only chance therefore that is left to the labourer. His wife and children, is to emigrate to plantations and colonies. Even that chance is denied and restricted by the land-owning classes through their political agitators. The above figures being approximate may differ from one district to another, but the facts remain all the same.

The free labourer though he works on the same condition more or less, is at liberty to leave his master s service any time he wished. These relevant facts are brought here to show that the above mentioned land-owning higher classes, who speak of running the administration of this great country through their handful of educated men, cannot be trusted with full responsible government. Had the British Government that proclaimed the abolition of slavery, taken steps to see that it was put into practice, the above state of affairs would not have continued this day and there will be no cause for the Depressed Classes now to complain against the granting of democratic Self-Government for India.

Emigration

The Government were wise in taking measures to encourage emigration to the Colonies to relieve overpopulation, unemployment and poverty. This was particularly beneficial to the agricultural labourers of the Depressed Classes as they were removed from the oppression of the high caste land-owners. But at the same time Government were thoughtless in allowing the Indian traders to follow them. The high castemen took to and kept up political agitation to the vexation of the colonists. The emigrants who returned always brought in large amounts of money within eight to ten thousand pounds sterling per month, and after clearing their debts, if any, spent them in buying lands, cattle and other things and lived independent lives. The high caste land-owners, finding that they were losing the Depressed Classes labourers, sent their emissaries to the Colonies to create disaffection in their foreign employers by claiming equal rights, adequate wages and better treatment, while in India they worked through their platform speakers by saying that the treatment accorded to Indians in the Colonies was iniquitous and urging the people to agitate for stopping the emigration. The Government yielding to the false agitations and pious pleadings of the emissaries of the Indian land owners, who have been treating these Depressed Classes labourers hundred times worse than the Colonists, unwisely stopped the emigration and brought the labourers back to India to serve under the Indian land-owners under starvation wages, though they were well aware of the above said treatment. These facts are brought here to show how ingenious the high caste land-owners are who wish to be entrusted with the administration of a country like India. The Government could have stopped the free emigrants and encouraged emigration of labourers. They never took the trouble of ascertaining the feelings of the Depressed agricultural labourers for whom emigration was intended.

Franchise

The high caste land-owning Hindus having crushed the Depressed Classes down to servitude and extreme poverty, made the minds of generations of the Depressed Classes to think and act according to the dictates of their employers and take their orders as the law of the country. When the minds of the Depressed Classes have been brought to such a stated it is believed, and it is true, that there are incapable of exercising their independence, free thought and even conscience and discretion against the will, wish and pleasure of their caste employers and their people concerned in the election to the Local Boards and Legislative Councils. This hopeless subservient condition could be improved if necessary measures are taken and handled with care and sympathy. A separate communal election with certain conditions will lighten the difficulty and pave the way for the proper exercise of the franchise.

Panchayats. The election to the panchayats should take place within and in the heart of the

Depressed Class location and out of sight of caste Hindus, strictly prohibiting the presence and influence of any caste Hindu, or member of any community not concerned in the election, and should be conducted under the guidance of an official appointed for that purpose. Voting may be by show of hands or by coloured cards representing candidates, dropped in ballot box. Candidates put in and elected should take their seats along with the elected members of other communities and deliberate. Members of the Depressed Classes should be allowed to be seated closely and watch the proceedings of the panchayat without the observance of any caste or creed. The number of members of the Depressed Classes for seats in the panchayats to be according to the proportion of population of the village. Qualifications of members of the Depressed Classes for panchayats and Panchayat Courts to be sex and age only.

Panchayats and Panchayat Courts being the first step to local self-government, necessary facilities should be afforded to the Depressed Classes to get a training in the working of these institutions, so that they may safeguard their interests. The right of appeal for any violation of the rules and for injustice done to the Depressed Classes shall be in the Magistrate of the District, whose decision shall be final.

Union, Taluk and District Boards

Educational qualification for membership to these bodies may no be observed and other qualifications may be relaxed in the case of the Depressed Classes. Election to these bodies to take place in the Centre of the Depressed Classes locality on the same conditions as for the Panchayats. Election of the Depressed Classes to take place annually for the first three years, then every three years or so.

Provincial Legislative Council

The electoral area of the Provincial Legislative Council

being large to the extent of a District for election of one or two members, the poverty-stricken condition of the Depressed Classes will not be conducive to contest and return members to the council. The Depressed Classes men require training for some years in local self-governing institutions before they are given the privilege of voting for the Legislative Council. If under the present condition they are made to elect for the Legislative Council undesirable men, that is, men who could not safeguard the interests of the community would be elected through the influence brought to bear upon the voters by the high castemen. The safest course, therefore, to be adopted for the present, would be to leave it to the Madras Provincial Depressed Classes Federation, which has been brought into existence to elect men of ability, who could be trusted to take part in the proceedings of the Council. The names of persons so selected by the Federation to be submitted to H.E. the Governor for confirmation. And the members so nominated shall have the same status. privileges of elected members and shall be eligible for appointment as ministers.

The Depressed Classes .being untouchables and agricultural labourers, and forming an important section of the agrarian population, their representation in the Council may be increased.

They may have the right of appeal to the Government of India in case of violation of their the rights in provincial Council. The present system of Government by "Dyarchy" may be continued till the local self-governing-institutions are fairly brought into play and the Depressed Classes take a fair share in the administration and safeguard their interests. The country is immature for Self-Government at present. The measures taken by the British Government to introduce Self-Government, is felt by the Backward Depressed Classes as a force brought to bear upon them for one class of people to rule over the other.

As for Representation in the Assembly, I would suggest considering the numerical strength of the Depressed Classes in the Presidency, their number shall be four and they shall be elected by their representatives on the Local Legislative Council.

Miscellaneous

The term Depressed Classes requires to be defined for preparation of correct electoral roll and carrying out ameliorative work for these classes.

Communities that disown the term Depressed Classes, though the caste Hindus treat them as untouchables, and those untouchables that embraced any religion other than Hindu religion need not be included in the category of the Depressed Classes.

Untouchability is a device adopted by high- caste men to live upon low caste people by dislocating them from all social economic and political privileges. It is a public offence committed under cover of social customs and religious observances. It is to be brought under penal code for public prosecution. Co-Operative Credit and such other Societies are to be established to relieve the Depressed from the hands of money-lending and land-owning castemen. They may be under direct control of a special Department and not through any political or religious propagandists. A separate Bank is necessary.

SUMMARV OF RECOMMENDATIONS

1. Political Advancement. *That the extension of the degree of responsible Government should be to the extent the Depressed Classes of the country are able to share that responsibility by the improvement of their educational and economic standards.*

2. Education.

(a) To the children of the Depressed Classes to be given not on any alien religious basis, but according to the religion of the parent Hinduism.

(b) Imparting education through the Self- Governing institutions to be discontinued.

(c) All schools of these classes to be under direct control of the Government.

(d) Education from elementary to collegiate course to be free.

(e) Local Self-Governing institutions to contribute to the General Education.

(f) The District Educational Councils to be abolished.

(g) Aided agencies that compete with the institutions to be discouraged,

(h) Compulsory free education to be given in free boarding schools in various centres,

(i) Education to these Classes to be a charge on the Revenue of the Government of India.

Indianization of the Services.

(a) A large proportion of Europeans to remain in the Service till the Depressed Classes are advanced to take share in the administration.

(b) Special consideration to be given to these classes in the matter of appointment in all departments. Minimum educational qualification to be fixed.

Medical and Engineering department. *Educational qualification to be reduced to the required minimum.*

Military Service. *Members of these classes, and the descendants of those men and officers of martial spirit to be recruited.*

Judicial Service. *Early attempts to be made for representation by these classes in this important department.*

Police. *Government to recruitment from these classes till their strength reaches one-fourth of the entire Police Force.*

Jails. *Equal treatment to all classes of people to be accorded.*

Local Self-Governing Bodies. *Members to be elected to represent Depressed Classes on the basis of population.*

Revenue Department.

(a) The hereditary rights of the village officers to be abolished.

(b) A member of the Commission to be deputed to go into details of the grievances and to visit certain villages.

Conversion to alien religions not to be a means to remove untouchability nor better the condition of these classes.

Depressed Classes Welfare.

(a) A separate department to be established and that to be a charge on the Central Revenue.

(b) Provincial autonomy not to be granted which will be detrimental to these classes.

Labour.

(a) The condition of the agricultural labourers to be improved.

(b) Higher classes of Hindus, land-owning classes and Hindu capitalists are not to be trusted with full Self-Government.

Emigration.

(a) All facilities to be given to agricultural labourers

of these classes to emigrate to Colonies, neighboring States and European plantations.

Result of the Policy of Imparting Education. *The fear that was entertained that if the lower classes alone were educated it would lead to general convulsion, has caused immense harm and hardship to the Depressed Classes, leaving them steeped in ignorance, poverty and misery all these long years to this day. But the effect produced by imparting Western education solely to the higher classes was also the same, that is, it has led to general convulsion and the British Government is attacked and attempts are made to rest the reins of administration of the country from them, after monopolizing services in all departments. Besides, they are a source of great annoyance to the British Government by their nonco-operation, civil disobedience, hartals, boycotts and -bomb throwing, rendering the services of the army necessary.*

Abstracts from early dispatches from the Court of Directors to Indian Government are given below:-

The Hon. Court write to Madras in 1830 *as follows:- "The improvements in education, however, which most effectively contribute to elevate the moral and intellectual condition of a people, are those which concern the education of the higher classes -- of the persons possessing leisure and natural influence over the minds of their countrymen. By raising the standard of instruction amongst these classes you would eventually produce a much greater and more beneficial change in the ideas and the feelings of the community than you can hope to produce by acting directly on the more numerous class. You are, moreover, acquainted with our anxious desire to have at our disposal a body of natives qualified by their habits and acquirements to take a larger share and occupy higher situations in the civil administration of their country than has been hitherto the practice under our Indian Government.*

"We may see, then, how hopeless it is to enforce what your Lordship in Council so strongly enjoined upon us in your letter of the* 2-*th April,* 1850 -- *what appears, prima facie, so plausible and proper in itself -- what, in fact, the Board themselves have very often attempted, viz., the strict limitation of superior education to the wealthy, who can afford to pay for it, and to youths of unusual intelligence." The invariable answer the Board has received when attempting to enforce a view like this, has been, that the wealthy are wholly indifferent to superior education and that no means for ascertaining unusual intelligence amongst the poor exist until their faculties have been tested and developed by school training.*

"The practical conclusion to be drawn from these facts which years of experience have forced upon our notice is that a very wide door should be opened to the children of the poor higher castes, who are willing to receive education at our hands. But here, again, another embarrassing question arises, which it is right to notice. If the children of the poor are admitted freely to Government Institutions what is there to prevent all the despised castes from flocking in numbers to their walls?

"There is little doubt that if a class of these latter were to be formed in Bombay they might be trained, under the guiding influence of such professors and masters as are in the service of the Board, into men of superior intelligence to any in the community; and with such qualifications as they would then possess there would be nothing to prevent their aspiring to the highest offices open to Native talent -- to Judgeships, the Grand Jury, Her majesties Commission of the Peace. Many benevolent men think it is the height of illiberality and weakness in the British Government to succumb to the prejudices which such appointments would excite into disgust amongst the Hindu community, and that an open attack should be made upon the barriers of caste.

" It is observed." he says, " that the missionaries find the lowest castes the best pupils, but we must be careful how we offer any special encouragement to men of that description: they are not only the most despised, but among the least numerous of the great divisions of society, and it is to be feared that if our system of education first took root among them, it would never spread further, and we might find ourselves at the head of a new class, superior to the rest in useful knowledge, but hated and despised by the castes to whom these new attainments would always induce as to prefer them. Such a state of things would be desirable if we were contented to rest our power on our army or on the attachment of a part of the population, but is inconsistent with every attempt to found it on a more extended basis.

" Education and civilization may descend from the higher to the inferior classes, and so communicated may impart new vigor to the community, but they will never ascend from the lower classes to those above them; they can only, if imparted solely to the lower classes, lead to general convulsion, of which foreigners would be the first victims.

"If we desire to diffuse education let us endeavor to give it to the higher classes first."

Conclusion. In bringing this, my Memorandum, to an end. I believe the Honorable Commission will recognize the candid expression of opinion as regards the state of affairs of the Depressed Classes and trust that in the scheme of reforms that they recommend adequate safeguards to be made to better the lot of these unfortunate classes.

⌘ ⌘ ⌘

9

பஞ்சமர் மீதான கொடுமைகள் பற்றின அரசு அறிக்கை - 1892

சைமன் குழுவிடம் அளித்த மனுவின் பின்னிணைப்பு

முன் குறிப்பு - சைமன் குழுவிடம் அளித்த அறிக்கையின் பின்னிணைப்பாகச் சேர்க்கப்பட்டது இந்த அறிக்கை. 1892ஆம் ஆண்டு மெட்ராஸ் வருவாய்த் துறை மேற்கொண்ட முக்கியமான ஆய்வு இது. குறிப்பாக பறையர் குடியின் மீது சாதி இந்துக்கள் மேற்கொண்ட தீண்டாமை மற்றும் வன்கொடுமைகள் முதன் முறையாக அரசின் சார்பில் பட்டியலிடப்பட்டு அதிகாரப்பூர்வமாக அறிவிப்பட்டது.

குறிப்பாக விவசாய குடிகளான பறையர்கள் நிலத்தில் பிணைக்கப்பட்டது மட்டுமின்றி விவசாயக் குடியாக அவர்கள் எவ்வாறு வஞ்சிக்கப்படுகிறார்கள் என்று ஒன்பது வகையாக சுரண்டல்களை இந்த அறிக்கை பட்டியலிடுகின்றது. இதே காலக்கட்டத்தில் செங்கல்பட்டு ஆட்சியராக இருந்த டிமண்ட் ஹிரே அளித்த அறிக்கையும் இதுவும் ஒன்றெனத் தெரிகிறது.

மேலும், அக்காலத்தில் பறையர் என்பது அக்காலத்தில் தீண்டத்தகாத சாதிகளைக் குறிக்கும் பொதுவானப் பெயராக அழைத்தார்கள் என்பது கூடுதல் தகவல். - **சன்னா**

⌘

APPENDIX

Abstract of Proceedings of the Board Of Revenue, dated 5th November, 1892, No. 723. Section XV.

Miscellaneous Observations

132. I have now to make some miscellaneous observations which have not hitherto found their place.

133. It is not to be supposed that the condition of the Pariahs is equally bad in all parts of the district. In the neighborhood of Madras and of the salt factories they have to some extent quitted agricultural pursuits and get good wages. On the borders of its ranges, too, mirasi loses some of its most forbidding features (the paracheri site for instance not being claimed), though it is equally true that its example infects non-mirasi villages. Oppression is worst in the three southern taluks, and of these, perhaps, worst of all in Chingleput.

134. There are forms of oppression only hitherto hinted at which must be at least cursorily mentioned. To punish disobedience of Pariahs, their masters

> *(a) Bring false cases in the village court or in the criminal courts.*
>
> *(b) Obtain, on application, from Government, waste lands lying all-round the paracheri, so as to impound*

---

1. *Indian Statutory Commission. Selections From Memoranda And Oral Evidence By Non-Officials (Part II) Depressed Classes of the Madras Presidency. Pages 279-280*

the Pariahs cattle or obstruct the way to their temple.

(c) Have mirasi names fraudulently entered in the Government account against the paracheri.

(d) Pull down the huts and destroy the growth in the backyards.

(e) Deny occupancy right in immemorial sub tenancies.

(f) Forcibly cut the Pariahs crops, and on being resisted charge them with theft and rioting.

(g) Under misrepresentations, get them to execute documents by which they are afterwards ruined.

(h) Cut off the flow of water from their fields.

(i) Without legal notice, have the property of sub-tenants attached for the landlords arrears of revenue.

135. *It will be said there are civil and criminal courts for the redress of many of these injuries. There are the courts indeed; but India does not breed village Hampdens. One must have courage to go to the courts; money to employ legal knowledge and meet legal expenses; and means to live during the case and the appeals. Further, most cases depend upon the decision of the first court; and these courts are presided over by officials who are sometimes corrupt and who generally, for other reasons, sympathize with the wealthy and landed classes to which they belong.*

136. *The influence of these classes with the official world can hardly be exaggerated. It is extreme with natives and great even with Europeans. Every from the highest to the lowest, is stocked with their representatives, and there is no proposal affecting their interests but they can bring a score of influences to bear upon it in its course from inception to execution. True as this is of the landed classes generally, it is true in a high degree of the mirasidars of Chingleput and Tanjore.*

137. People have asked why special attention should be paid to the Pariah when there are other classes of equal degradation. The answer is threefold: that the Pariahs are far and away the most numerous, are collected into villages and are attached to agriculture, so that we can reach them more easily and do more good by reaching them. Secondly, by raising the lowest stratum of society, you raise all the super-incumbent strata. Thirdly, the disabilities of the Pariahs are in some instances the disabilities of all castes alike. The concessions asked for the Pariahs alone (e.g, in the proposed settlements) are not very great when it is remembered that until so late as the settlement of 1875, special advantages in the tenure of land were being conceded to the Brahmins[2].

138. It is also sometimes asked why the State should do anything for the lower castes; why they should not be left alone to find their own level. The answer is that the policy of the State in the past has degraded them, and the State must retrieve its mistakes. We have permitted ancient privileges to survive until they have become anachronisms, and we have created new privileges. These at least can be confined to their minimum range of harm; and the classes who have been kept back in the race of life can be given a new start.

139. In some quarters I have been misunderstood as advocating a policy of throwing open State lands to all comers. This will, I believe, be the statesmanlike policy of the future, capable of attracting capital more largely and more speedily than any other. For the present, however, except in the Pariah settlements, I would restrict the right of occupation to residents of the village until such time as the poorer classes shall have had full opportunity of occupying all the land they may want.

---

2. *Para, ir. Major Stuart s Settlement Report.*

140. It is also objected that the present state of the law will not admit of all these reforms. If the reforms be advisable this is only an argument in favour of legislation. The Constitution of British India gives a legislature to the Madras Province; and legislature-like studies are not only for delight and ornament but for utility.

141. I have said nothing about the sanitary condition of the paracheris. It is very bad, and no special attention has been paid to it, nor indeed has the District Board the necessary funds Some paracheris have no wells; and when drought dries up the surface pools, the inmates have to stand about near the wells of the caste-folk, waiting until some charitable hand shall draw them a little water.

142. Finally, 1 fear I may be quoted by ignorant or interested persons in support of the "Poor Ryot" The "Poor Ryot" who writes to the newspapers is generally a mirasidar or some other superior landholder who has sometimes never seen his land and docs not even know the names of the different varieties of rice. He is perhaps an attorney, perhaps an official, often a schoolboy whom Government is preparing at great expense to take a University degree; but he is very seldom a ryot in more than name. Too often the merely draws rent from his fields, and neither cares nor knows how the cultivator or the farm labourer lives. Sometimes, indeed, he has farm labourers of his own, who live in styes and know kindness neither from God nor man; but he mounts a Madras platform and is eloquent on the subject of the Indian Nation, seeing no inconsistency in demanding equal rights for all.

143. I am afraid of such a gentleman getting hold of one of my paragraphs and instancing it in proof of the poverty of the ryots. I, therefore, am explicit in declaring that the ryot who holds directly from Government is in my estimation a member of a fairly prosperous class. The falsity of the misrepresentations on this subject can easily be demonstrated from the sale deeds in the registration offices, and from the experiments in the yield of crops: but so pleasing a task is beyond my present Line.

⌘ ⌘ ⌘

10

சைமன் குழுவிடம் அளித்த சாட்சியம்

முன் குறிப்பு - *1928ஆம் ஆண்டு ஜனவரி மாதம் சென்னை பச்சையப்பன் கல்லூரியில் உள்ள பேரவை அரங்கில் சைமன் குழு மேற்கண்ட அமைப்பினர் உள்ளிட்ட சென்னை மாகாணத்தில் இயங்கிய பல்வேறு அமைப்பினரைச் சந்தித்தது.*

இதில் Madras Depressed Classes Federation எனும் அமைப்பின் தலைவராக இருந்த ராவ் பகதூர் ரெட்டமலை சீனிவானார், **29.01.1928** *அன்று சைமன் குழுவின் முன் தமது அமைப்பின் சார்பில் விரிவான ஓர் அறிக்கையினைத் தாக்கல் செய்தார் என்பதை ஏற்கெனவே பார்த்தோம். அந்த அறிக்கையினைத் தாக்கல் செய்த பிறகு அந்த அறிக்கையின் மீதான விசாரணையும், Madras Depressed Classes Federation அமைப்பின் சார்பில் சாட்சியமும அளிக்க ரெட்டமலை சீனிவாசன் அழைக்கப்பட்டார்.*

சென்னை பச்சையப்பன் கல்லூரியின் கூட்ட அரங்கில் அந்த விசாரணை நடைபெற்றது. விசாரணைக்கு சர் ஜான் சைமன் தலைமை வகித்தார். இந்தியக்குழுவின் உறுப்பினராக இருந்த எம்.சி.ராஜா அவர்கள் முன்னிலையில் விசாரணை நடைபெற்றது. அவரும் ரெட்டமலை சீனிவாசனாரிடம் கேள்விக் கணைகளைத் தொடுத்தார். இந்த விசாரணையில் பல்வேறு கோணங்களில் தலித் மக்களின் வரலாற்றுப் பிரச்சனைகள் அலசப்பட்டதுடன், முரண்பாடுகளையும் வெளிப்படுத்தியது.

- சன்னா

⌘

Deputation From The Depressed Classes Of Madras Presidency[1]

The deputation consisted of :-

Mr. V. G. VASSUDEVAN.

Rao Saheb R. SRINIVASAN (Spokesman).

Mr. R. VEERIAN.

Mr. V. I. MUNISWAMI PILLAI.

Rao Saheb V. DHARMALINGUM PILLAI.

Dr. M. V. GANGHADARA SIVA.

SWAMI **SAHAJANANTHAM.**

Mr. H. M. JAGANATH.

Mr. S. SUBRAMANIA MUPANAR.

Mr. S. VENKIAH.

Mr. A. MURUGASEM.

Mr. P. V. RAJAGOPAL PILLAI.

---

1. *Indian Statutory Commission. Selections From Memoranda And Oral Evidence By Non-Officials (Part II) Depressed Classes of the Madras Presidency. Pages* 281-283

Evidence Before The Simon Commission

330. The Chairman: Mr. Srinivasan, you are the spokesman?

Rao Saheb R. Srinivasan: -Yes.

331. The Chairman: We have before us the list of names of this deputation. We have before us your Memorandum. I notice on page 272 that you ask that the number of seats in all the legislatures for the depressed class representation should be in proportion to the population of the Depressed classes?

Rao Saheb R. Srinivasan: -Yes.

332. The Chairman: Have you worked out the number in the case of Madras? You take the view that you form nearly one-fifth of the population. That means about eighteen seats in the present Madras Council instead of 10?

Rao Saheb R. Srinivasan: -Yes.

333. The Chairman: Still on page 272, I see you suggest that at least there must be one member of the depressed classes in the Government of India and two seats in the Provincial Government.?

Rao Saheb R. Srinivasan: -Yes.

334. The Chairman: There is a most striking proposal which deals with the Army. Fifty percent, of the officers recruited and the majority of men in each unit of the army should be recruited from the depressed classes. That is the view of your body?

Rao Saheb R. Srinivasan: -Yes.

335. *The Chairman: Then you want to abolish the system of hereditary village officers?*

Rao Saheb R. Srinivasan: -Yes.

336. *The Chairman: On page* 272, *in connection with education, you think that the subject of the depressed classes should be made a portfolio under the charge of the Depressed Classes Member in the Viceroy's and Provincial Executive Councils and in each province the Protector of the depressed classes should be assisted by a board composed of the members of the depressed classes ?*

Rao Saheb R. Srinivasan: -Yes.

337. *The Chairman: Those seem to be the main points in the Memorandum submitted on behalf of this deputation. Is there anything else which you would like to say before any others ask questions?*

Rao Saheb R. Srinivasan:- I do not think so.

388. *Mr.Cadogan: On the subject of representation in the Services you say "Proportionate Representation in all the Civil Services, Imperial and Provincial, with special arrangements, should be provided for the depressed classes." You say in the supplementary Memorandum, page* 275, *"I am of opinion that a very large proportion of Europeans should remain in service till the depressed classes also are sufficiently advanced to take their proper and legitimate share in the administration of the country"?*

Rao Saheb R. Srinivasan: -Yes.

339. *Mr.Cadogan: You do not mean that the Services should have proportionate representation at once?*

Rao Saheb R. Srinivasan: -Not at once. As we advance, we must be given that proportion; but till then we want the European element in the Services.

340. *Mr.Cadogan: You think you will be able to find the supply of sufficient numbers from the depressed classes, fifty percent of the officers?*

Rao Saheb R. Srinivasan:- Just at present I think we will be able to supply only a portion, not the whole.

341. *Lord Stratheona: On page* 278 *of your supplementary Memorandum, under the heading Franchise you say "The election to the panchayats should take place within and in the heart of the Depressed Class location and out of sight of caste Hindus, strictly prohibiting the presence and influence of any caste Hindu, or member of any community not concerned in the election..." And later on you say "Members of the Depressed Classes should be allowed to be seated closely and watch the proceedings of the panchayat without the observance of any caste or creed, I want to ask you whether it has been the experience in the past that members of the depressed classes have not been able to take a proper part in the election of village panchayats?*

Rao Saheb R. Srinivasan:- they are not able to take a proper part.

342. *Mr.Cadogan: And that is why you make that recommendation?*

Rao Saheb R. Srinivasan:- Yes.

343. *Mr.SivaRaj: On page* 272 *of your Memorandum under the heading Representation in the Legislatures you say "The mode of representation should contain at some stage or other an elective element." You have not suggested the actual method by which you can secure your object. Would you leave it to the learned Chairman of the Indian Statutory Commission and his colleagues to devise means or would*

you suggest some means?

Rao Saheb R. Srinivasan: -As we have pointed out in our Memorandum, the Madras Provincial Depressed Classes Federation may be recognized by the Government, that this Federation will select members for appointment in the legislative Council; these will be approved by His Excellency the Governor. The present method of nomination is not satisfactory. If the selection is made to rest with the Federation, the Federation will be able to find out proper persons who could be trusted to take part in the proceedings of the Council.

344. *Mr.SivaRaj: In any case you are against the present system of nomination?*

Rao Saheb R. Srinivasan:- Certainly.

345. *Mr.SivaRaj: But you would not go so far as to displace the system of nomination by the institution of separate electorate?*

Rao Saheb R. Srinivasan:- it is indirect election as I call it.

346. *Mr.SivaRaj: You do not want separate electorates for the depressed classes ?*

Rao Saheb R. Srinivasan:- Not at present.

347. *Mr.SivaRaj: What are your reasons for it ?*

Rao Saheb R. Srinivasan:- our people are not yet advanced to have separate electorates. Unless you give adult franchise the depressed classes should have no separate electorates.

348. *Mr.SivaRaj: It is said that when the Indian Christians, whose percentage so far as their votes are concerned is much lower than the percentage of the depressed classes votes, can have separate electorate, why not the depressed classes?*

Rao Saheb R. Srinivasan:- The other classes are advanced.

349. Mr.SivaRaj: You think that the Indian Christians are more literate and more advanced than the depressed classes?

Rao Saheb R. Srinivasan:- Yes.

350. Sir A. P. Petro: Do I understand your proposal for representation to be that district Associations should be formed in order to elect proper persons from the depressed classes and that out of those elected the Governor should nominate?

Rao Saheb R. Srinivasan:- Yes. I would add that those members who would be selected by His Excellency the Governor should have the same status, rights and privileges as elected members; they should be eligible even for appointment as ministers. Our experience of the last ten years is that for the first term of the council, the members who were selected to represent the depressed classes were not satisfactory to us because they were selected from other communities. In the second council the position was improved, and in the third it was further improved. But if the selection is left with the Federation we will be able to find out the real persons who can represent the interests of the depressed classes in the Council.

351. The Chairman: Tell me, as things are now, does the Governor or the Government not consult or make such inquiries as they can to find out who would be generally acceptable?

Rao Saheb R. Srinivasan:- They do, sir, but the recommendation generally comes from the Collector or some influential gentlemen.

352. Mr. Siva Rao: You ask for eighteen representatives. Are there associations of the depressed classes in every district?

Rao Saheb R. Srinivasan:- Most of them have.

353. Mr.SivaRaj: Under your scheme you propose that the Associations of every district should propose a panel of some gentlemen out of which His Excellency the Governor may nominate?

Rao Saheb R. Srinivasan:- We will have a central Federation, to which all the district Associations will send a certain number of members. We will make inquiries to find out the capabilities of the persons before recommending to His Excellency the Governor.

354. Mr.SivaRaj: Would you allow each district to have a member?

Rao Saheb R. Srinivasan:- You will have to divide eighteen scats amongst the twenty six districts; in some cases two districts may be represented by one member.

355. Mr.SivaRaj: One flaw that I notice in your scheme is that you still want to retain nomination in the hands of His Excellency?

Rao Saheb R. Srinivasan:- we cannot help it.

356. Mr.SivaRaj: At the same time you claim equal privileges with the elected members?

Rao Saheb R. Srinivasan:- Certainly; otherwise where is the voice for us in the Council? For instance, the representatives of the Chambers of Commerce have got the same privileges as those of the elected members.

357. Rao Bahadur Rajah[2]: The depressed classes form one-fifth of the population?

Rao Saheb R. Srinivasan:- Yes.

---

2. *Rao Bahadur M.C. Rajah was one of the members of the Indian Statutory Commission, who assissted the issues on the Madras Presidency to Commission, So for he crossed the delegates from various movements or people.* *(sannah)*

358. Mr.SivaRaj: So out of 126 seats in the council you want twenty-four seats and not eighteen?

Rao Saheb R. Srinivasan:- I do not know how it is worked out, Rao Bahadur Rajah. The point is this: We form one-fifth of the population, and therefore we should get one-fifth of the number of scats allotted to the Legislative Council. If the number of seats is 126 we should get twenty-four and not eighteen.

The Chairman: The precise number depends, of course, upon whether one-fifth is the accurate figure. If you take the Madras Electoral Rules, it mentions ten castes as belonging to the depressed classes. According to the 1921 census the population of these ten castes comes to six and a half millions. If you take the actual census, and the castes which are put together as the depressed classes (they are not quite the same as those contained in the Electoral Rules)it gives you something like 6,372,000. Then if you take the green book (The Madras Government Handbook) you will see that the figure given is 6,994,000. The other day, Mr. Slater thought that the figure was about 6,500,000. So that something between 6,500,000 and 7,000,000 seems to be right.

Rao Bahadur Rajah: Even if it be one-sixth we should get twenty seats and not eighteen. The Witness (Rao Saheb Srinivasan) : The more we get the better it is for us.

359. Mr. Hartshorn: I do not exactly follow how you say that you should have twenty seats instead of eighteen, if the number of members in the Council is 120. Your population is 6,500,000, which will be fifteen percent, of the total population; and fifteen percent, of 120 is eighteen.

Rao Bahadur Rajah: I have taken the total population of the Presidency as 42,000,000 and the depressed classes as 7,000,000.

360. You are against the present system of nominations ?

Rao Saheb R. Srinivasan:- Yes.

361. *Rao Bahadur Rajah: On page* 278 *of your supplementary Memorandum you say: "A separate communal election with certain conditions will lighten the difficultly and pave the way for the proper exercise of the Franchise ". Will you please explain what it is?*

Rao Saheb R. Srinivasan:- it refers to local self-governing bodies and not to the legislature.

362. *Rao Bahadur Rajah: You are not for separate electorate for the depressed classes ?*

Rao Saheb R. Srinivasan:- Though I am in favour of it, yet the present condition of the people does not permit to have it.

363. *Rao Bahadur Rajah: But I understood you to say that with adult suffrage you would prefer separate electorates?*

Rao Saheb R. Srinivasan:- Yes, but our people are not in a position to haveseparate electorates.

364. *Rao Bahadur Rajah: At this stage you are not at all for separate electorates?*

Rao Saheb R. Srinivasan:- Yes, that is so.

365. *Rao Bahadur Rajah: As an intermediate step your proposition is that you would like to form a Federation consisting of various Associations ?*

Rao Saheb R. Srinivasan:- Yes.

366. *Rao Bahadur Rajah: But do you not know that now and then mushroom Associations crop up? How are you going to combat them?*

Rao Saheb R. Srinivasan: You have experience as I have. You should know that we have put this Federation on a sound basis.

367. *Rao Bahadur Rajah: When did you form this Fed-*

eration?

Rao Saheb R. Srinivasan: within a year.

368. *Rao Bahadur Rajah: Was it before the Commission came to Madras?*

Rao Saheb R. Srinivasan: it was started before the Commission came to Madras.

369. *Rao Bahadur Rajah: I did not hear of it?*

Rao Saheb R. Srinivasan: we did not advertise.

370. *Rao Bahadur Rajah: Is it because Mr. Slater, the, Labour Commissioner, wanted to start a Federation soon after the arrival of the Commission that you brought this Federation into existence?*

Rao Saheb R. Srinivasan: No.

371. *The Chairman: You know. Mr. Rajah that we should all willingly listen to this important case from whatever quarter it is presented to us. We should listen to both the deputations. It does seem to me, these gentlemen speak for a large body, and there is no doubt, if I may say so, that the next deputation will also speak for a large body. We want to hear both the deputations.*

Rao Bahadur Rajah: I have a very great regard for Rao Saheb Srinivasan, but what I want to point out, sir, is that there is no Federation at present in Madras.

372. *Mr. Hartshorn: What is the nature of the societies that have been federated?*

Rao Saheb R. Srinivasan:- We have about seven important sections amongst the depressed classes, and these societies have brought them together. Might I be permitted to say how Mr,Slater s name was brought into prominence? When His Excellency the Governor was in Chidambaram he expressed the view that he found great difficulty in finding suitable persons to represent the Depressed Classes on the Council. He suggested that a central Association could be formed which could select men for submission to His Excellency for nomination to the council. That was the time when we commenced to work. Of course, we approached Mr. Slater for any suggestions he might make, and on that occasion ho gave us some advice. Since then, Mr. Slater had nothing to do with the formation of our Federation. We have proceedings to show that we held several meetings and we have correspondence with several members of the federated associations, which will prove that the Federation is a genuine one. Of course, we did not advertise ourselves as some other bogus societies are doing.

373. *Mr. Hartshorn: Am I correct in assuming that the societies are purely political in character and have been brought into existence with a view to the representation of the depressed classes ?*

Rao Saheb R. Srinivasan:- Yes.

374. *Mr. Hartshorn: That is the sole purpose for which they exist?*

Rao Saheb R. Srinivasan:- At present we are working with purely political purposes; but as time goes on we want to start branches which will deal with social matters.

375. *Rao Bahadur Rajah: I do not want to press this point further, but I wish to place all these papers in your hands. His Excellency, in his speech at Chidambaram, did not ask to form a Federation, but recognized the present Association as a central body. I shall place all the papers, sir, in your hands and in the hands of your colleagues?*

Rao Saheb R. Srinivasan:- If you will permit me, sir, this Federation is not the same as the Association which Rao Bahadur M. C. Rajah has been running for the last ten years. He had an Association called the Adi-Dravida Maha-

jana Sabha. All that was merely a one-man show, and he kept all intelligent men out of it. We tried several times to reach him, but he kept us out. I am sorry to put it before you ...

The Chairman: I suggest that it is far better that we should listen, as we are most willing to do, to any constitutional suggestions made by both deputations, because, after all, we cannot go into these matters of controversy. I am just as prepared to listen to the deputation which is coming next as to this one. So I suggest to you that we should not go into that. Rajah was saying that he did not want to go into that, but that he had some documents to show us.

376. *Rao Bahadur Rajah: Are you not for encouraging emigration of depressed classes into foreign lands ?*

Rao Saheb R. Srinivasan:- Yes and to the plantations.

377. *Rao Bahadur Rajah: Does not this emigration lift our men up socially?*

Rao Saheb R. Srinivasan:- You mean in the foreign countries. It does.

378. *Rao Bahadur Rajah: Supposing emigration stops, what will happen?*

Rao Saheb R. Srinivasan:- They will have to suffer with the local landowners or their employers.

379. *Rao Bahadur Rajah: Will you kindly tell the Commission whether emigration will help our men or will it go against our aspirations ?*

Rao Saheb R. Srinivasan:- It will help our men.

380. *Rao Bahadur Rajah: If they emigrate to these foreign lands they come back with much wealth and put up good buildings and can cope with high caste Hindus ?*

Rao Saheb R. Srinivasan:- Yes.

⌘ ⌘ ⌘

பகுதி

5

வட்ட மேசை மாநாட்டு
உரைகள் - அறிக்கைகள்

⌘

11

முதலாம் வட்டமேசை மாநாட்டு உரை

முன் குறிப்பு - 1929ல் சைமன் குழுவின் பரிந்துரையின் அடிப்படையில் இந்தியாவில் அரசியல் சீர்த்திருந்தங்களை உருவாக்கும் நோக்கில் இங்கிலாந்தின் லண்டன் நகரில் மூன்று வட்டமேசை மாநாடுகள் நடத்தப்பட்டன. அவற்றில் தலித்துகளின் சார்பில் இந்தியாவிலிருந்து டாக்டர் அம்பேத்கர் மற்றும் ராவ் பகதூர் ரெட்டமலை சீனிவாசம் ஆகியோர் அழைக்கப்படிருந்தனர். முதலாவது வட்டமேசை மாநாடு 12 நவம்பர் 1930 - 19 ஜனவரி 1931 கால இடைவெளியில் நடைபெற்றது. இரண்டாவது வட்டமேசை மாநாடு 1931, செப்டம்பர் - டிசம்பரிலும், மூன்றாவது வட்டமேசை மாநாடு 1932, நவம்பர் - டிசம்பரிலும் நடைபெற்றன.

நவம்பர் 12, 1930 அன்று முதலாவது வட்ட மேசை மாநாட்டை ஆறாம் ஜார்ஜ் மன்னர் தொடங்கி வைத்தார். பிரதமர் ராம்சே மெக்டோனால்டு தலைமை வகித்த இம்மாநாட்டில் மூன்று பிரித்தானிய அரசியல் கட்சிகளின் சார்பில் 16 பிரதிநிதிகளும் பிரித்தானிய இந்தியா மற்றும் அதன் சமஸ்தானங்களின் பிரதிநிதிகளாக 57 பேராளர்களாக இந்துமகாசபை, இந்தியக் கிருத்தவர், மஇசுலாமிய மற்றும் சீக்கியர்கள் பிரதிநிதிகளும் கலந்துகொண்டனர்.

இரண்டாவது வட்டமேசை மாநாடு செப்டம்பர் 7, 1931 அன்று தொடங்கியது. இம்மாநாட்டில் டாக்டர்.அம்பேத்கர் மற்றும் ரெட்டமலை சீனிவாசனார் இருவரும் முசுலிம்கள் மற்றும் கிறித்தவர்களுக்குக் கொடுக்கப்பட்டது போன்று தலித் மக்களுக்காக தனித் தொகுதிகளும் (Seperate Electorate), இரட்டை வாக்குரிமையும் வேண்டுமெனக் கோரினர். காந்தி இதற்கு ஒப்பவில்லை. ஆயினும் பிரதமர் ராம்சே மெக்டொனால்ட் தலித்துகளுக்கான தனித்தொகுதியினை ஏற்றுக் கொண்டு ஆணையை வெளியிட்டார்.

இதில் முதல் மாநாட்டின் தொடக்க நிகழ்வில் ரெட்டமலை

சீனிவாசனார் மன்னர் ஐந்தாம் ஜார்ஜ் அவர்களிடம் அறிமுகப்படுத்தப்பட்டடார். அப்போது தீண்டாமை என்றால் என்ன என மன்னர் கேட்டார். அதற்கு தகுந்த விளக்கத்தை சீனிவாசனார் அளித்தார். அதைக்கேட்ட மன்னர் ஒரு மனிதன் கீழே விழுந்துவிட்டால்கூட அவனை தூக்கிவிட மாட்டார்களா எனக் கேட்டார். அதற்கு ஆம் என பதில் தந்தார் சீனிவாசனார். அதைக் கேட்ட மன்னர் ஆச்சர்யப்பட்டு இப்படியெல்லாம் நடக்கிறதா..? எனது அரசில் இம்முறை நிலைக்க விடமாட்டேன் என்று உறுதியளித்தார்.

மூன்றாவது வட்டமேசை மாநாடு நவம்பர் 17, 1932ல் தொடங்கியது. காங்கிரசும் பிரித்தானிய தொழிலாளர் கட்சியும் கலந்துக் கொள்ள மறுத்துவிட்டன. டாக்டர்.அம்பேத்கர் மற்றும் ரெட்டமலை சீனிவாசனார் உட்பட 46 பிரதிநிதிகள் கலந்துகொண்டனர்.

இந்திய அரசியல் வரலாற்றையே திருப்பிப் போட்ட வட்டமேசை மாநாடுகளில் டாக்டர்.அம்பேத்கருடன் நகமும் சதையுமாக இருந்து உழைத்ததாக சீனிவாசனார் தனது சுய சரிதையில் குறிப்பிட்டார்.

மேலும், வட்டமேசை மாநாடுகளில் அளிக்கப்பட்ட அறிக்கைகள் அத்தனையும் டாக்டர்.அம்பேத்கர் அவர்களே தயாரித்தார். அதற்கு முழு ஒத்துழைப்பையும் சீனிவாசனார் வழங்கியதுடன், சென்னை மகாண தலித்துகளின் பிரச்சனைகளை முன்வைப்பதற்கான தரவுகளையும் வழங்கினார். சைமன் குழுவிடம் அவர் அளித்த அறிக்கையின் குறிப்புகள் வட்டமேசை மாநாட்டு அறிக்கையில் காண முடிகிறது.

எனவே இங்கு வட்ட மேசை மாநாடுகளில் சீனிவாசனார் தொடர்புடைய அவர் கையொப்பமிட்ட ஆவணங்கள் அவரது எழுத்துக்களாகவே கருதி பதிப்பிக்கப்படுகிறது. இந்த இயலில் காணப்படும் முதல் உரையை சீனிவாசனார் நிகழ்த்தியபோது டாக்டர்.அம்பேத்கர் மாநாட்டு அவையில் இல்லை. எனவே அவருக்கு மாற்றாக தீண்டாதார் சார்ப்பாக சீனிவாசனார் சாட்சியம் அளித்தார். தொடுக்கப்பட்ட கேள்விகளுக்கு விரிவான வரலாற்று அடிப்படையிலான பதில்களை அளித்தார். சிறப்புமிக்க மிக நீண்ட உரை இங்கே மீள் பதிப்புக் காண்கிறது

- சன்னா

⌘

INDIAN ROUND TABLE CONFERENCE

PROCEEDINGS OF SUB-COMMITTEE No.III (Minorities)[1]

12th Nov. 1930 - 19th Jan. 1931

The sub-Committee was constituted as follows :-

Mr. Ramsay Mac Donald (Chairman).

Sir W. A. Jowitt. The Earl Peel.

Major The Hon. 0. Stanley.

The Marquess of Reading.

Mr. Isaac Foot.

H.H. the Aga Khan.

Maulana Muhammad Ali.

Dr. B. R. Ambedkar.

Sir Hubert Carr.

Mr. C. Y. Chintamani.

The Ya wab of Chhitaii.

Mr. Fazl-ul-Huq.

Mr. A. H. Ghuzna vi.

Lieut.Col. H. A. J. Gidney.

Khan Bahadur Hafiz Hidayat Husain.

---

1. *Indian Round Table Conference, 12th Nov. 1930 - 19th Jan. 1931, Proceedings Of Sub-committee, Minorities. vol - III, Govermant of India Publication, Culutta Branch - 1931*

Mr. K. M. Joshi.

Sir Provash Chunder Mitter.

Dr. B. S. Moonje.

Raja Narendra Nath.

Rao Bahadur Pannir Selvam.

Sir A. P. Patro.

Mr. K. T. Paul.

Diwan Bahadur M. Ramachandra Rao.

Mr. B. Shiva Rao.

Sir Sultan Ahmed.

Sir Mohammad Shafi.

Sardar Sampuran Singh.

Mr. Srinivasa Sastri.

Sir Chimanlal Setalvad.

Sir Phiroze Sethna.

Dr. Shafa'at Ahmad Khan.

Begum Shah Nawaz.

Rao Bahadur Srinivasan.

Mrs. Subbarayan.

Sardar Hjjal Singh.

Mr. Zafrullah Khan.

INDIAN ROUND TABLE CONFERENCE
SUB-COMMITTEE No. III.
(Minorities)

Held December 23rd, 1930, at 11 a.m.

with the following terms of reference[1].

"The provision to be made to secure the willing co-operation. The sub-Committee was constituted as follows :-

....

Chairman : *There are a lot of side paths out of the main road that I want you to walk upon, and until we have got to the end of the main road I think we will just blind our eyes to the side paths. Is there anyone representing the Depressed Classes? I was looking round about. Dr. Ambedkar, I think, is not here.*

Rao Bahadur Srinivasan : *If you want me to speak. Sir, I will speak on behalf of the Depressed Classes.*

Chairman : Yes, please.

Rao Bahadur Srinirasan : Mr. Prime Minister, the removal of "untouchability" depends upon the vesting of political power in the Depressed Classes. With mv 40 years experience of working among them I find that there is no alternative but that we should he possessed of political power. The Depressed Classes have been loyal to the Government. Last night s mail brought me a letter from the military men of Bangalore, giving me a long list of wars in which they were,

---

1. *Indian Round Table Conference 12th Nov. 1930 - 19th Jan. 1931, Proceedings Of Sub-committee (vol.3) (Minorities) Culutta ; GOVERNMENT OF INDIA CENTRAL PUBLIATION BRANCH 1931 Page 17-18*

and they say that their regiments have been disbanded, and the British have not paid anything to them, and they wanted us to represent this matter to the British delegates.

Chairman : The important point was, I take it, that they got no pay?

Rao Bahadur Srinirasan : They had pay, but they had fought for the country. On the other hand the Depressed Classes, as tillers of the soil, have been subservient to their employers and to the landlords; but these latter have introduced untouchability and have not helped them at all, and whenever they have tried to make progress, obstacles have been put in their way. My experience is that in the last 10 *years several memorials have been submitted to the Government, at any rate so far as Madras is concerned, and the Government have issued orders, and Acts have been passed, but they were all reduced to dead letters. You are all well aware of the treatment we undergo at the hands of the caste people. The only alternative is to have power in the Legislature, so that we may fight our own cause. Our object is to have adult suffrage, and to have separate electorates only as a temporary measure. We want reservation of seats on a population basis, with sufficient weightage to enable us to withstand the majority in the Council. As a further safeguard, we want power to appeal to the Governor or to the Governor-General or to the Secretary of State in the case of any Acts or laws being passed which are prejudicial to us. I do not want to dwell on all these points, because as we go on we shall be able to deal with them in detail. I hope the hostility which is shown to us by the caste Hindus in India will not be shown by the caste Hindu delegates here in this such-Committee.*

Mr. Foot: I should like, if I may, to put a question to Mr. Srinivasan about a matter which is troubling some of us. It is this. The Depressed Classes, through their organ-

ization and in the representations which they made to the Statutory Commission, almost without exception asked for a separate electorate.

Rao Bahadur Srinirasan : Yes.

Mr. Foot: In the last meeting which was held, I think, in November of this year in one of the northern cities of India, they again put the primary stress upon the separate electorate.

Rao Bahadur Srinirasan: Yes.

Mr. Foot : And the question of adult suffrage was raised if that concession was not made. Can Mr. Srinivasan tell us, speaking on behalf of the Depressed Classes, if that still remains the primary claim the claim for separate electorates?

Rao Bahadur Srinivasan: As representatives of the Depressed Classes here, since we came here there has been a change, and we have now to ask for adult suffrage, and we only ask for a separate electorate as a temporary measure.

Mr. Foot : To elucidate that point, I should like to ask a further question. I understand that at the All-India meeting held in November of this year emphasis was placed on the responsibility resting on the two representatives, Dr. Ambedkar and Rao Bahadur Srinivasan, but they still at that time put their stress, their primary stress, on the separate electorate. Do I understand the instructions have been varied since the date of that meeting.

Rao Bahadur Srinivasan : Yes.

H.H. The Aga Khan : I do not think he understands.

Chairman : As I understand it, what has been said is this, that, so far as the meeting held in November is concerned, the statement made by Mr. Foot is correct, but that since that time the delegates who have come here to attend this Conference have decided to vary the decision arrived at at that meeting, and the variation consists of this, that they are now asking first of all for adult suffrage, but with either reserved seats or special constituencies as a temporary measure. I understand, however, that the authority for the variation is the delegates attending this Conference.

Mr. Foot: I am not joining in the discussion, Mr. Prime Minister; I am only trying to get this point cleared up, because some of us are very concerned about the interests of this large body of people representing though the figures cannot be definitely ascertained - somewhere between forty and sixty millions of our fellow-subjects in India, who have just as good a claim on our consideration as any other of our fellow-subjects throughout the British Empire.

We should like some machinery to be set up, if possible, for a close inquiry into the claims made by these people. They do emphasize the fact that although the other interests are represented round this table, there are only two representatives for the great mass of people who form the Depressed Classes, and they speak of the very heavy responsibility resting on Mr. Srinivasan and Dr. Ambedkar, a responsibility of which I am sure they themselves are very conscious. I should like some inquiry to be made upon that. I am quite prepared, of course, always to accept what Mr. Srinivasan has to say, but I should like to know to what extent we must rely on their deliberate representations, made over a long period, and on what I now understand to be the altered instructions of their delegates here. When the Statutory Commission went to different parts of India they had the advantage, almost in every Province, of having long memoranda, presumably very carefully prepared and put up on behalf of the Depressed Classes, and then the spokesmen for the Depressed Classes were submitted to a very long examination and cross-examination. We have had sent to us, moreover - it reached me only a day or two ago - this last, statement, representing the considered opinion of those who had gathered together to speak for the Depressed Classes, and we have also had the statement of Mr. Rajah, which is contained in the very valuable addendum which we have to the Report of the Central Committee. Mr. Rajah there makes his chief claim the claim for a separate electorate.

I think you will agree, Mr. Prime Minister, that, being anxious to go into the case of these people and to meet it as far as we can, we should like to be assured that we do understand their own claim, their own request. If adult suffrage is found to be impossible, as obviously it will be if we take the view of the majority - I think Mr. Shiva Rao admitted this morning the majority were against it - we want to know how to meet the claim, on which they have laid continual stress, for a separate electorate. Without that safeguard, they have said their interest cannot be secured, and I hope we shall be able to go into this matter very thoroughly. I am only anxious that the Minorities sub-Committee shall not have all its time taken up by the consuming problem of the Hindu- Mussalman difficulty, but that we shall be able to give adequate time to meeting the needs of these people, who have a very considerable claim on such time, attention and thought as we can give[2].

Chairman ; we have heard something of the labour case, and I should like to hear Mr.Paul...

⌘ ⌘ ⌘

---

2. *Rao Bahadur R.Srinivasan s speech was eneded at this point and the debate was continued on other topics (sanna)*

12

இரண்டாம் வட்டமேசை மாநாட்டில் முன்வைத்த அறிக்கை[1]

முன் குறிப்பு - *12* நவம்பர் *1930* - *19* ஜனவரி *1931* வரை நடைபெற்ற இரண்டாம் வட்டமேசை மாநாடு இந்திய அரசியல் களத்தில் பெரும் கொந்தளிப்பை உருவாக்கிய மாநாடு. இந்த மாநாட்டில் காங்கிரஸ் சார்பாக காந்தியார் கலந்துக் கொண்டார். இம்மாநாட்டின் போது டாக்டர்.அம்பேத்கரும் காந்தியாரும் எதிரும் புதிருமாக மோதினார்கள். டாகடர்.அம்பேத்கர் முன்வைத்த கோரிக்கைகள் பலவற்றை காந்தியார் நிராகரித்தார். அவரது எதிர்ப்புக்குக் காரணமாக அமைந்த கோரிக்கைகள் அடங்கிய அறிக்கை[1]தான் இங்கே பதிப்பிக்கப்பட்டுள்ளது.

டாக்டர்.அம்பேத்கரும் ராவ் பகதூர் சீனிவாசனாரும் கையொப்பமிட்டு வழங்கிய இந்த அறிக்கையைத் தயாரித்தவர் டாக்டர்.அம்பேத்கர். எனினும் சைமன் குழுவிடம் சீனிவாசனார் அளித்த அறிக்கையில் சுட்டிக் காட்டிய பல அம்சங்கள் இதில் இடம் பெற்றிருக்கினறன. என்பதால் இந்த அறிக்கையில் சீனிவாசனாரின் பங்கும் இடம் பெற்றிருக்கிறது என்பதை அறிய முடிகிறது.

இந்த மனுவில் இடம் பெற்றிருந்த கோரிக்கைகளை வலியுறுத்தி வட்டமேசை மாநாட்டு விவாதங்களின்போது சீனிவாசனார் தொடர்ந்து முன்வைத்து பேசினார். பணியாற்றினார். **- சன்னா**

⌘

1. *Indian Round Table Conference, 12th November, 1930 - 19th January, 1931, APPENDIX II PROCEEDINGS of SUB-COMMITTEES (Minorities).-Vol-III, Page 168, Calcutta, Government of India Central Publication Branch.1931.*

A SCHEME OF POLITICAL SAFEGUARDS FOR THE PROTECTION OF THE DEPRESSED CLASSES IN THE FUTURE CONSTITUTION OF A SELF-GOVERNING INDIA.

Submitted by

Dr. Bhimrao R. Ambedkar and

Rao Bahadur R. Sriniasan.

The following are the terms and conditions on which the Depressed Classes will consent to place themselves under a majority rule in a self-governing India.

Condition No. 1: Equal Citizenship

The Depressed Classes cannot consent to subject themselves to majority rule in their present state of hereditary bondsmen. Before majority rule is established their emancipation from the system of untouchability must be an accomplished fact. It must not be left to the will of the majority. The Depressed Classes must be made free citizens entitled to all the rights of citizenship in common with other citizens of the State.

(A) To secure the abolition of untouchability and to create the equality of citizenship, it is proposed that the followiing fundamental right shall be made part of the constitution of India.

FUNDAMENTAL RIGHT

U. S. A. Constitution Amendment XIV and Government of Ireland Act, 1920, 10 & 11, Geo. V. Ch. 67, Sec. 5 (2).

"All subjects of the State in India are equal below the law and possess equal civic rights. Any existing enactment, regulation, order, custom or interpretation of law by which any penalty, disadvantage,

disability is imposed upon or any discrimination is made against any subject of the State on account of untouchability shall, as from the day on which this Constitution comes into operation, cease to have any effect in India."

(B) To abolish the immunities and exemptions now enjoyed by executive officers by virtue of Sections 110 and 111 of the Government of India Act 1919 and their liability for executive action be made co-extensive with what it is in the case of a European British Subject.

Condition No. II : Free Enjoyment of Equal Rights.

It is no use for the Depressed Classes to have a declaration of equal rights. There can be no doubt that the Depressed Classes will have to face the whole force of orthodox society if they try to exercise the equal rights of citizenship. The Depressed Classes therefore feel that if these declarations of rights are not to be mere pious pronouncements but are to be realities of everyday life then they should be protected by adequate pains and penalties from interference in the enjoyment of these declared rights.

(A) The Depressed Classes therefore propose that the following section should he added to Part XI of the Government of India Act 1919, dealing with Offences. Procedure and Penalties: —

(i) Offence of Infringement of Citizenship.

U. S. Statutes At Large. Civil Rights Protection Acts of April, 9, 1866, and of March, 1, 1875 - passed in the interest of the Negroes after their emancipation.

"Whoever denies to any person except for reasons by law applicable to persons of all classes and regardless of any previous condition of untouchability the full enjoyment of any of the accommodations, advantages, facilities, priv-

ileges of inns, educational institutions, roads, paths, streets, tanks, wells and other watering places, public conveyances on land, air or water, theatres or other places of public amusement, resort or convenience whether they are dedicated to or maintained or licensed for the use of the public shall be punished with imprisonment of either description for a term which may extend to5 years and shall also be liable to fine.

(B) Obstruction by orthodox individuals is not the only menace to the Depressed Classes in the way of peaceful enjoyment of their rights. The commonest form of obstruction is the social boycott. It is the most formidable weapon in the hands of the orthodox classes with which they beat down any attempt on the part of the Depressed Classes to undertake any activity if it happens to be unpalatable to them. The way it works and the occasions on which it is brought into operation are well described in the Report of the Committee appointed by the Government of Bombay in 1928 "to enquire into the educational, economic and social condition of the Depressed Classes (untouchables) and of the Aboriginal Tribes in the Presidency and to recommend measures for their uplift." The following is an extract from the same ; —

Depressed Classes and Social Boycott.

"102. *Although we have recommended various remedies to secure to the Depressed Classes their rights to all public utilities, we fear that there will be difficulties in the way of their exercising them for a long time to come. The first difficulty is the fear of open violence against them by the orthodox classes. It must be noted that the Depressed Classes form a small minority in every village, opposed to which is a great majority of the orthodox who are bent on protecting their interests and dignity from any supposed invasion by the Depressed Classes at any cost. The danger of prosecution by the Police has put a limitation upon the use of violence by the orthodox classes and consequently such cases are rare.*

"The second difficulty arises from the economic position in which the Depressed Classes are found to-day. The Depressed Classes have no economic independence in most parts of the Presidency. Some cultivate the lands of the orthodox classes as their tenants at will. Others live on their earnings as farm labourers employed by the orthodox classes and the rest subsist on the food or grain given to them by the orthodox classes in lieu of service rendered to them as village servants. We have heard of numerous instances where the orthodox classes have used their economic power as a weapon against those Depressed Classes in their villages, when the latter have dared to exercise their rights, and have evicted them from their land, and stopped their employment and discontinued their remuneration as village servants. This boycott is often planned on such an extensive scale as to include the prevention of the Depressed Classes from using the commonly used paths and the stoppage of sale of the necessaries of life by the village Bania. According to the evidence sometimes small causes suffice for the proclamation of a social boycott against the Depressed Classes. Frequently it follows on the exercise by the Depressed Classes of their right to the use of the common-well, but cases have been by no means rare where a stringent boycott has been proclaimed simply because a Depressed Class man has put on the sacred thread, has bought a piece of land, has put on good clothes or ornaments, or has carried a marriage procession with the bridegroom on the horse through the public street.

"We do not know of any weapon more effective than this social boycott which could have been invented for the suppression of the Depressed Classes. The method of

open violence pales away before it, for it has the most far-reaching and deadening effects. It is the more dangerous because it passes as a lawful method consistent with the theory of freedom of contact. We agree that this tyranny of the majority must be put down with a firm hand if we are to guarantee the Depressed Classes the freedom of speech and action necessary for their uplift."

In the opinion of the Depressed Classes the only way to overcome this kind of menace to their rights and liberties is to make social boycott an offence punishable by law. They are therefore bound to insist that the following sections should be added to those included in Part XI of the Government of India Act, 1919, dealing with Offences, Procedure and Penalties.

1. OFFENCE OF BOYCOTT DEFINED.

(i) A person shall be deemed to boycott another who-

This and the following legal provisions are bodily taken from Burma Anti Boycott Act, 1922, with a few changes to suit the necessities of the case.

(a) refuses to let or use or occupy any house or land, or to deal with, work for hire, or do business with another person, or to render to him or receive from him any service, or refuses to do any of the said things on the terms on which such things should commonly be done in the ordinary course of business, or

(b) abstains from such social, professional or business relations as he would, having regard to such existing customs in the community which are not inconsistent with any fundamental right or other rights of citizenship declared in the Constitution, ordinarily maintain with such person, or

(c) in any way injures, annoys or interferes with such other person in the exercise of his lawful rights.

II. PUNISHMENT FOR BOYCOTTING

Whoever, in consequence of any person having done any act which he was legally entitled to do or of his having omitted to do any act which he was legally entitled to omit to do, or with intent to cause any person to do any act which he is not legally bound to do or to omit to do any act which he is legally entitled to do, or with intent to cause harm to such person in body, mind, reputation or property, or in his business or means of living, boycotts such person or any person in whom such person is interested, shall be punished with imprisonment of either description for a term which may extend to seven years or with fine or with both:

Provided that no offence shall be deemed to have been committed under this section if the Court is satisfied that the accused person has not acted at the instigation of or in collusion with any other person or in pursuance of any conspiracy or of any agreement or combination to boycott.

III. PUNISHMENT FOR INSTIGATING OR PROMOTING A BOYCOTT.

Whoever —

(a) publicly makes or publishes or circulates a proposal for, or

(b) makes, publishes or circulates any statement, rumour or report with intent to, or which he has reason to believe to be likely to cause or

(c) in any other way instigates or promotes the boycotting of any person or class of persons, shall be punished with imprisonment which may extent to five years or with fine or with both.

Explanation - An offence under this section shall be deemed to have been committed although the person affected or likely to be affected by any action of the nature referred to herein is not designated by name or class but only by his acting or abstaining from acting in some specified manner.

IV. PUNISHMENT FOR THREATENING A BOYCOTT.

Whoever, in consequence of tiny person having done any act which he was legally entitled to do ot of his having omitted to do any act which he had legally entitled to omit to do, or with intent to cause any person to do any act which he is not legally bound to do, or to omit to do any act which he is legally entitled to do, threatens to cause such person or any person in whom such person is interested, to be boycotted shall be punished with imprisonment of either description for a term which may extend to five years or -with fine or with both.

Exception:- It is not boycott

(i) to do any act in furtherance of a bona fide labour dispute,

(ii) to do any act in the ordinary course of business competition.

N.B.- All these offences shall be deemed to be cognizable offences.

Condition No. III. PROTECTION AGAINST DISCRIMINATION

The Depressed Classes entertain grave fears of discrimination either by legislation or by executive order being made in the future. They cannot therefore consent to subject themselves to majority rule unless it is rendered impossible in law for the legislature or the executive to make any invidious discrimination against the Depressed Classes.

It is therefore proposed that the following Statutory provision be made in the constitutional law of India:—

"It shall not be competent for any Legislature or executive in India to pass a law or issue an order, rule or regulation so as to violate the rights of the subjects of the State, regardless of any previous condition of untouchability, in all territories subject to the jurisdiction of the dominion of India,

(1) to make and enforce contracts, to sue, be parties, and give evidence, to inherit, purchase, lease, sell, hold and convey real and personal property,

(2) to be eligible for entry into the civil and military employ and to all educational institutions except for such conditions and limitations as may be necessary to provide for the due and adequate representation of all classes of the subjects of the State,

(3) to be entitled to the full and equal enjoyment of the accommodations, advantages, facilities, educational institutions, privileges of inns, rivers, streams, wells, tanks, roads, paths, streets, public conveyances on land, air and water, theatres, and other places of public resort or amusement except for such conditions and limitations applicable alike to all subjects of every race, class, caste, colour or creed,

(4) to be deemed fit for and capable of sharing without distinction the benefits of any religious or charitable trust dedicated to or created, maintained or licensed for the general public or for persons of the same faith and religion,

(5) to claim full and equal benefit of all laws and proceedings for the security of person and property as is enjoyed by other subjects regardless of any previous condition of untouchability and be subject to like punishment, pains and penalties and to none other."

Condition No. IV. ADEQUATE REPRESENTATION IN THE LEGISLATURES

The Depressed Classes must be given sufficient political power to influence legislative and executive action for the purpose of securing their welfare. In view of this they demand that the following provisions shall be made in the electoral law so as to give them-

(1) Right to adequate representation in the Legislatures of the Country, Provincial and Central.

(2) Right to elect their own men as their representatives.

(a) By adult suffrage, and

(b) By separate electorates for the first ten years and thereafter

By joint electorates and reserved seats, it being understood that joint electorates shall not be forced upon the Depressed Classes against their will unless such joint electorates are accompanied by adult suffrage.

N.B.- Adequate Representation for the Depressed Classes cannot he defined in quantitative terms until the extent of representation allowed to other communities is known. But it must he understood that the Depressed Classes will not consent to the representation of any other community being settled on better terms than those allowed to them. They will not agree to being placed at a disadvantage in this matter. In any case the Depressed Classes of Bombay and Madras must have weightage over their population ratio of representation irrespective of the extent of representation allowed to other minorities in the Provinces.

Condition No. V. ADEQUATE REPRESENTATION IN THE SERVICES

The Depressed Classes have suffered enormously at the hands of the high caste officers who have monopolized the Public Services by abusing the law or by misusing the discretion vested in them in administering it to the prejudice of the Depressed Classes and to the advantage of the caste Hindus without any regard to justice, equity or good conscience. This mischief can only be avoided by destroying the monopoly of caste Hindus in the Public Services and by regulating the recruitment to them in such a manner that all communities including the Depressed will have an adequate share in them. For this purpose the Depressed Classes have to make the following proposals for statutory enactment as part of the constitutional law :-

(1) There shall be established in India and in each Province in India a Public Service Commission to undertake the recruitment and control of the Public Services.

(2) No member of the Public Service Commission shall be removed except by a resolution passed by the Legislature nor shall he be appointed to any office under the Crown after his retirement.

(3) It shall be the duty of the Public Service Commission subject to the tests of efficiency as may be prescribed -

(a) to recruit the Services in such a manner as will secure due and adequate representation of all communities, and

(b) to regulate from time to time priority in employment in accordance with the existing extent of the representation of the various communities in any particular service concerned.

Condition No. VI. REDRESS AGAINST PRE-JUDICIAL ACTION OR NEGLECT OF INTERESTS. ()

In view of the fact that the Majority Rule of the future will be the rule of the orthodox, the Depressed Classes fear that such a Majority Rule will not be sympathetic to them and that the probability of prejudice to their interests and neglect of their vital needs cannot he overlooked. It must he provided against particularly because however adequately represented the Depressed Classes will be in a minority in all legislatures.

The Depressed Classes think it very necessary that they should have the means of redress given to them in the constitution. It is therefore proposed that the following provision should he made in the constitution of India :-

British North America Act, 1867, Sec. 93.

"In and for each Province and in and for India it shall be the duty and obligation of the Legislature and the Executive or any other Authority established by LAW to make adequate provision for the education, sanitation, recruitment in Public Services and other matters of social and political advancement of the Depressed Classes and to do nothing that will prejudicially affect them.

"2) Where in any Province or in India the provisions of this section are violated an appeal shall lie to the Governor-General in Council from any act or decision of any Provincial Authority and to the Secretary of State from any act or decision of a Central Authority affecting the matter.

"(3) In every such case where it appears to the Governor-General in Council or to the Secretary of State the Provincial Authority or Central Authority does not take steps requisite for the due execution of the provisions of this section then and in every such case, and as far only as the circumstances of each case require, the Governor-General in

Council or the Secretary of State acting as an appellate authority may prescribe, for such period as they may deem fit, remedial measures for the due execution of the provisions of this section and of any of its decisions under this section and which shall be binding upon the authority appealed against."

Condition No. VII SPECIAL DEPARTMENTAL CARE.

The helpless, hapless and sapless condition of the Depressed Classes must be entirely attributed to the dogged and determined opposition of the whole mass of the orthodox population which will not allow the Depressed Classes to have equality of status or equality of treatment. It is not enough to say of their economic condition that they are poverty-stricken or that they are a class of landless labourers, although both these statements are statements of fact. It has to be noted that the poverty of the Depressed Classes is due largely to the social prejudices in consequence of which many an occupation for earning a living is closed to them. This is a fact which differentiates the position of the Depressed Classes from that of the ordinary caste labourer and is often a source of trouble between the two. It has also to be borne in mind that the forms of tyranny and oppression practiced against the Depressed Classes are very various and the capacity of the Depressed Classes to protect themselves is extremely limited. The facts which obtain in this connection and which are of common occurrence throughout India are well described in the Abstracts of Proceedings of the Board of Revenue of the Government of Madras dated 5th November, 1892, No. 723, from which the following is an extract:-

"134. There are forms of oppression only hitherto hinted at which must be at least cursorily mentioned. To punish disobedience of Pariahs, their masters-

(a) Bring false cases in the village court or in the

criminal courts.

(b) Obtain, on application, from Government, waste lands lying all-round the paracheri, so as to impound the Pariahs' cattle or obstruct the way to their temple.

(c) Have mirasi names fraudulently entered in the Government account against the paracheri.

(d) Pull down the huts and destroy the growth in the backyards.

(e) Deny occupancy right in immemorial sub-tenancies.

(f) Forcibly cut the Pariahs' crops, and on being resisted charge them with theft and rioting.

(g) Under misrepresentations, get them to execute documents by which they are afterwards ruined.

(h) Cut off the flow of water from their fields.

(i) Without legal notice, have the property of sub-tenants attached for the landlords' arrears of revenue.

"135. *It will be said there are civil and criminal courts for the redress of any of these injuries. There are the courts indeed; but India does not breed village Hampdens. One must have courage to go to the courts; money to employ legal knowledge, and meet legal expenses; and means to live during the case and the appeals. Further most cases depend upon the decision of the first court; and these courts are presided over by officials who are sometimes corrupt and who generally, for other reasons, sympathize with the wealthy and landed classes to which they belong.*

"136. *The influence of these classes with the official world can hardly be exaggerated. It is extreme with natives and great even with Europeans. Every office, from the highest to the lowest, is stocked with their representatives, and there is no proposal affecting their interests but they can bring a score of influence to bear upon it in its course from inception to execution."*

There can be no doubt that in view of these circumstances the uplift of the Depressed Classes will remain a pious hope unless the task is placed in the forefront of all governmental activities and unless equalization of opportunities is realized in practice by a definite policy and determined effort on the part of the Government. To secure this end the proposal of the Depressed Classes is that the Constitutional Law should impose upon the Government of India a statutory obligation to maintain at all times a department to deal with their problems by the addition of a section in the Government of India Act to the following effect :-

> *"1. Simultaneously with the introduction of this Constitution and as part thereof there shall be created in the Government of India a Department to be in charge of a Minister for the purpose of watching the interests of the Depressed Classes and promoting their welfare.*
>
> *"2. The Minister shall hold office so long as he retains the confidence of the Central Legislature.*
>
> *"3. It shall be the duty of the Minister in the exercise of any powers and duties conferred upon him or transferred to him by law, to take all such steps as may be desirable to secure the preparation, effective carrying out and co-ordination of measures preventative of acts of social injustice, tyranny or oppression against the Depressed Classes and conducive to their welfare throughout India.*
>
> *"4. It shall be lawful for the Governor-General-*
>
> *(a) to transfer to the Minister all or any powers or duties in respect of the welfare of the Depressed Classes arising from any enactment relating to education, sanitation, etc.*
>
> *(b) to appoint Depressed Classes welfare bureaus in each province to work under the authority of and in co-opera-*

tion with the Minister."

Condition No. VIII. DEPRESSED CLASSES AND THE CABINET

Just as it is necessary that the Depressed Classes should have the power to influence governmental action by seats in the Legislature so also it is desirable that the Depressed Classes should have the opportunity to frame the general policy of the Government. This they can do only if they can find a seat in the Cabinet. The Depressed Classes therefore claim that in common with other minorities, their moral rights to be represented in the Cabinet should be recognized. With this purpose in view the Depressed Classes propose:

that in the Instrument of Instructions an obligation shall be placed upon the Governor and the Governor-General to endeavor to secure the representation of the Depressed Classes in his Cabinet.

⌘ ⌘ ⌘

Table I Distribution of Papulaion

Province	*As estimated by the Fran chise Commi ttee in 1919. In millions.*	*As esti- mated by the Census Commissi oner in 1921 In mil- lions.*	*As estimated by the Haargog Committee on Educa- tion 1929. In millions.*	*As estimated by the Provinial Govt in 1929 and ac- cepeted by the Indian Cenral Committee In millions.*	*In millions.*	*As esti- mated by the Simon- Commis- sion As a p.c.of the total*	*Hindus exclud- ing De- pressed Classes p.c.of the tota Popu lation*	*Sikhs p.c.of the tota Popu lation*	*Mus lims p.c.of the tota Popu lation*	*Indian Chris tian p.c.of the tota Popu lation*	*Anglo Indian. p.c.of the tota Popu lation*	*Europe- ans. p.c.of the tota Popu lation*
	1	2	3	4	5	6	7	8	9	10	11	12
Madras	8.4	6.4	6.53	6.50	6.5	15.1/2	72.3	..	6.7	3.2	.05	.02
Bombay	.6*	2.8	1.46	1.47	1.5	8	68.8	..	18.9	1.1	.05	.2
Bengal	9.9	9.0	6.64	11.50	11.5	24.1/2	18.5	..	54.6	.2	.05	.05
United Province	10.1	9.0	7.89	13.00	12.0	26.1/2	55.9	..	4.3	.3	.02	.05
Punjab	1.7	2.8	1.70	2.80	2.8	13.1/2	17.3	11.1	55.2	1.5	.02	.1
Bihar and Orissa	9.4	8.0	2.53	5.00	5.0	14.1/2	68.1	..	10.9.	.7	.01	.02
C.P & Berar	3.8	3.3	3.01	2.67	3.3	24	64.2	..	4.4	.3	.03	.02
Assam	.3	2.0	..	1.55	1.0	13	33.8	..	32.3	1.9	..01	.05
N.W.F	..	..	..	..	..	..	6.6	..	91.6	..	..	.04
Brit.India	42.2	43.3	29.76	44.50	43.6	19	50.4	..	24.8	.001	..	..

*Sources ; 1. For columns 1 and 2 Statutory Commission Vol V, page 1355 / 2. For column 3 Hortog Committee's Report. / 3. For columns 4 and 7 entral Committee, Page 80 / 4. For columns 5,6,8,9,10,11 and 12 Simon Report / * The figure is quite erroneous and its warranted by the Census of 1911 /which was the basis of the Committee's calculation.*

Table II - COMMUNUAL COMPOSITION OF PROVINCIAL LEGISLATURE IN INDIA
Source- Simon Report Except for Figures In Column 2 for Depressed Classes

Provincial Legislatur of	Muslim			Depressed Classes			Sikhs			Indian Christian			Anglo Indian			Europeans		
	1	2	3	1	2	3	1	2	3	1	2	3	1	2	3	1	2	3
Madras	13.7	10.6	6.7	..	7.5	15.5	..	..	..	5.3	5.3	3.2	1.0	.8	.05	1.0	9.8	.0
Bombay	34.2	25.4	19.8	..	1.7	8	..	..	..	1.3	.9	1.1	1.3	.9	.05	2.5	19.3	.2
Bengal	41.4	30.8	54.6	..	.7	24.5	..	..	..	1.1	.7	.2	2.1	1.4	.05	5.3	19.2	.0
United Province	31.2	26.0	14.3	..	.8	26.5	..	..	..	1.1	.8	.3	1.1	.8	.02	1.1	13.8	.0
Punjab	47.7	40.0	55.2	..	..	13.5	17.9..	15.9..	11.1.	1.5	2.1	1.5	1.5	1.1	.02	1.5	14.9	.1
Bihar and Orissa	25.3	10.9	10.9	..	.9	14.5	..	..	..	1.4	1.0	1.4	1.4	1.0	.01	1.4	18.4	.0
C.P & Berar	13.3	4.4	4.4	..	5.4	24.0	..	..	..	..	..	..	1.9	1.4	.03	1.4	10.9	.0
Assam	36.3	32.3	32.3	..	1.8	13.0	..	..	..	..	..	..	..	..	.01	1.9	22.6	.0
N.W.F	..	..	..	..	..	..	..	..	..	..	..		..	..	..	..		..

Explanation - Column 1 shows % of Communual seat, Column 2 shows % of Total seats, Column 3 shows Population Ratio

13

இரண்டாம் வட்டமேசை மாநாட்டில் முன்வைத்த அறிக்கை - 2

முன் குறிப்பு - *12 நவம்பர் 1930 - 19 ஜனவரி 1931 வரை நடைபெற்ற இரண்டாம் வட்டமேசை மாநாட்டில் டாக்டர். அம்பேத்கரும் சீனிவாசனாரும் சமர்பித்த அறிக்கைதான் அவர்களின் விவாதங்களுக்கு அடிப்படையாக இருந்தன. எனினும் அதில் விடுபட்ட சிலவற்றை மீண்டும் பரிசீலனைச் செய்து தொகுத்து இரண்டாம் மனு ஒன்றை 1931 நவம்பர் 1ம் நாள் மாநாட்டுக் குழுவிடம் சமர்பித்தனர்.*

அந்த மனு இங்கே பதிப்புக் காண்கிறது. இம்மனுவில் சிறப்பு இடஒதுக்கீடு, இடஒதுக்கீடு நடைமுறை, ஒடுக்கப்பட்டோர் வரையறை, மற்றும் ஒடுக்கப்பட்டோருக்கு அளிக்க வேண்டிய பொதுப் பெயர் ஆகியவற்றினைப் பற்றி விவாதிக்க வேண்டும் என்று கோரப்பட்டிருந்தது. இப்பிரச்சனைகள் அக்காலத்தில் தலித் மக்களிடையே நிலவிய அரசியல் குழப்பங்களை முடிவுக்குக் கொண்டுவர உதவியது.

டாக்டர்.அம்பேத்கரும் ராவ் பகதூர் சீனிவாசனாரும் கையொப்பமிட்டு அளித்த இந்த அறிக்கையின் ஆங்கில மூலம் இங்கே பதிக்கப்படுவதுடன், அதன் தமிழாக்கமும் தொடர்ந்து இணைக்கப்பட்டுள்ளது. வாசகர்களின் வசதி கருதி மனுவின் தமிழாக்கம் அம்பேத்கரின் எழுத்தும் பேச்சும் தொகுதி 5 பக்கம் 264-70 லிருந்து எடுத்தாளப்பட்டுள்ளது. **- சன்னா**

⌘

APPENDIX VII

SUPPLEMENTARY[1] MEMORANDUM ON THE CLAIMS OF THE DEPRESSED CLASSES FOR SPECIAL REPRESENTATION.[2]

By Dr. Bhimrao R. Ambedkar & Rao Bahadur R. Srinirasan

November 4th, 1931

In the memorandum that was submitted by us last year dealing with the question of political safeguards for the protection of the Depressed Classes in the constitution for a self-governing India, and which forms Appendix III to the printed volume of Proceedings of the Minorities sub-Committee, we had demanded that special representation of the Depressed Classes must form one of such safeguards. But we did not then define the details of the special representation we claimed as being necessary for them. The reason was that the proceedings of the Minorities sub-Committee came to an end before the question was reached. We now propose to make good the omission bv this supplementary memorandum so that the Minorities sub-Committee, if it comes to consider the question this year, should have the requisite details before it.

I. Extent of special representation

A. Special Representation in Provincial Legislatures.

(i) In Bengal, Central Provinces, Assam, Bihar and Orissa, Punjab and the United Provinces, the De-

---

1. *For previous memorandum see Appendix III to Proceedings of the Minorities sub-Committee of the First Session of the Conference.*

2. *Indian round table conference, (second session), 7th Sept. 1931 - 1st Dec. 1931, Proceedings of federal structure committee and minorities committee (vol.3) Page* 1409-1411

pressed Classes shall have representation in proportion to their population as estimated by the Simon Commission and the Indian Central Committee.

(ii) In Madras the Depressed Classes shall have twenty-two per cent. representation.

(iii) In Bombay .

(a) In the event of Sind continuing to be a part of the Bombay Presidency the Depressed Classes shall have sixteen per cent. representation.

(b) In the event of Sind being separated from the Bombay Presidency the Depressed Classes shall enjoy the same degree of representation as the Presidency Muslims, both being equal in population.

B. Special Represeniation in the Federal Legislature. In both Houses of the Federal Legislature the Depressed Classes shall have representation in proportion of their population in India.

Reservations

We have fixed this proportion of representation in the Legislatures on the following assumptions:-

(1) We have assumed that the figures for the population of the Depressed Classes given by the Simon Commission (Vol. I, p. 40) and the Indian Central Committee (Report p. 44) will be acceptable as sufficiently correct to form a basis for distributing seats.

(2) We have assumed that the Federal Legislature will comprise the whole of India, in which case the population of the Depressed Classes in Indian States, in Centrally Administered Areas, and in Excluded

Territories, besides their population in Governor s Provinces, will form very properly an additional item in calculating the extent of representation of the Depressed Classes in the Federal Legislature.

(3) We have assumed that the administrative area of the Provinces of British India will continue to be what they are at present. But if these assumptions regarding figures of population are challenged, as some interested parties threaten to do, and if under a new census over which the Depressed Classes can have no control of the population of the Depressed Classes shows a lower proportion, or if the administrative areas of the Provinces are altered, resulting in disturbing the existing balance of population, the Depressed Classes reserve their right to revise their proportion of representation and even to claim weightage. In the same way, if the all-India Federation does not come into being, they will he willing to submit to readjustment in their proportion of representation calculated on that basis in the Federal Legislature.

II.Method of Representation

1. The Depressed Classes shall have the right to elect their representatives to the Provincial and Central Legislature through separate electorates of their voters. For their representation in the Upper House of the Federal or Central Legislature, if it is decided to have indirect election by members of the Provincial Legislatures, the Depressed Classes will agree to abandon their right to separate electorates so far as their representation to the Upper House is concerned subject to this : that in any system of proportional representation arrangement shall be made to guarantee to them their quota of seats.

2. Separate electorates for the Depressed Classes shall not be liable to be replaced by a system of joint electorates and reserved seats, except when the following conditions are fulfilled:-

(a) A referendum of the voters held at the demand of a majority of their representatives in the Legislatures concerned and resulting in an absolute majority of the members of the Depressed Classes having the franchise.

(b) No such referendum shall be resorted to until after twenty years and until universal adult suffrage has been established.

III. Necessity of defining the Depressed Classes

The representation of the Depressed Classes has been grossly abused in the past inasmuch as persons other than the Depressed Classes were nominated to represent them in the Provincial Legislatures, and cases are not wanting in which persons not belonging to the Depressed Classes got themselves nominated as representative of the Depressed Classes. This abuse was due to the fact that while the Governor was given the power to nominate persons to represent the Depressed Classes, he was not required to confine his nomination to persons belonging to the Depressed Classes. Since nomination is to be substituted by election under the new constitution, there will be no room for this abuse. But in order to leave no loophole for defeating the purpose of their special representation we claim -

(i) That the Depressed Classes shall not only have the right to their own separate electorates, but they shall also have the right to be represented by their own men.

(ii) That in each Province the Depressed Classes shall be strictly defined as meaning persons belonging to communities which are subjected to the system of untouchability of the sort prevalent therein and which are enumerated by name in a schedule prepared for electoral purposes.

IV. Nomenclatutre

In dealing with this part of the question we would like to point out that the existing nomenclature of Depressed Classes is objected to by members of the Depressed Classes who have given thought to it and also by outsiders who take interest in them. It is degrading and contemptuous, and advantage may be taken of this occasion for drafting the new constitution to alter for official purposes the existing nomenclature. We think that they should be called "Non-caste Hindus", "Protestant Hindus", or "Non-conformist Hindus", or some such designation, instead of "Depressed Classes". We have no authority to press for any particular nomenclature. We can only suggest them, and we believe that if properly explained the Depressed Classes will not hesitate to accept the one most suitable for them. We have received a large number of telegrams from the Depressed Classes all over India supporting the demands contained in this Memorandum.

November 4th, 1931.

⌘ ⌘ ⌘

இரண்டாம் வட்டமேசை மாநாட்டில்
டாக்டர்.அம்பேத்கர் மற்றும் ரெட்டமலை சீனிவாசன்
இணைந்து அளித்த அறிக்கை

*தாழ்த்தப்பட்ட வகுப்பினருக்கான அரசியல் பாதுகாப்புரிமைகள் வட்டமேசை மாநாட்டில் டாக்டர் பீம்ராவ் ராம்ஜி அம்பேத்கர் அவர்களும், ராவ்பகதூர் இரட்டை மலை சீனிவாசன் அவர்களும் ஒடுக்கப்பட்ட வகுப்பினரின் சிறப்புப் பிரதிநிதித்துவத்திற்கான உரிமைக் கோரிக்கையின் மீது அளித்த பிற்சேர்வான மகஜர் (Supplementary Memorandum).**

சுயாட்சியுடைய இந்தியாவிற்கான அரசியல் அமைப்புச் சட்டத் தில் ஒடுக்கப்பட்ட வகுப்பினரின் பாதுகாப்பிற்கான அரசியல். காப்பீடுகளோடு தொடர்புள்ளதும், சிறுபான்மையினர் குழுவின் நடவடிக்கைக் குறிப்புகளின் அச்சிடப்பட்ட பாகத்திற்கு 111-வது பிற்சேர்க்கையாக அமைந்துள்ளதுமான கடந்த ஆண்டு எங்களால் சமர்ப்பிக்கப்பட்ட மகஜரில், ஒடுக்கப்பட்ட. வகுப்பினரின் சிறப்புப் பிரதிநிதித்துவம் என்பது அத்தகைய பாதுகாப்புரிமைகளில் ஒன்றாக அமையவேண்டும் என்று நாங்கள் கோரியிருந்தோம். ஆனால் நாங்கள் அம்மக்களுக்கு அவசியமானதாகக் கோரிய அந்தச் சிறப்புப் பிரதிநிதித்துவத்தின் விவரங்களை அப்பொழுது நாங்கள் விளக்கவில்லை. அந்த விஷயம் எடுத்துக் கொள்ளப்படு வதற்கு முன்பாகவே, சிறுபான்மையினர் துணைக்குழுவின் நட வடிக்கைகள் முடிந்து விட்டன என்பதுதான் அதற்கான காரணம் ஆகும். சிறுபான்மையினர் துணைக்குழு இந்த ஆண்டில் இவ் விஷயத்தைப் பரிசீலிக்குமானால், அது தேவையான விவரங்களை அளிக்க வேண்டும் எனும் நோக்கத்தில் இந்தப் பிற்சேர்வான மகஜரைச் சமர்ப்பிப்பதன் மூலம், விட்ட குறையைச் சரி செய்திட நாங்கள் எண்ணுகிறோம்.

1. சிறப்புப் பிரதிநிதித்துவத்தின் அளவு

அ. மாகாணச் சட்டமன்றங்களில் சிறப்புப் பிரதிநிதித்துவம்

1. வங்காளம், மத்திய மாகாணங்கள், அசாம் பீகார், ஒரிசா, பஞ்சாப் மற்றும் ஐக்கிய மாகாணங்களில் சைமன் குழுவினாலும் இந்திய மத்தியக் குழுவினாலும் மதிப்பிடப்பட்டுள்ளவாறு ஒடுக்கப் பட்ட வகுப்பினர் தங்களின் மக்கள் தொகை விகிதத்திற்கு ஏற்ற வாறு பிரதிநிதித்துவம் பெற வேண்டும்.

2. சென்னையில் உள்ள ஒடுக்கப்பட்ட வகுப்பினர் 22 சதவீதம் பிரதிநிதித்துவம் பெற்றிட வேண்டும்.

3, பம்பாயில்,

(*a*) பம்பாய் மாநிலத்தின் ஒரு பகுதியாகச் சிந்து தொடர்ந்து இருக்குமானால் ஒடுக்கப்பட்ட வகுப்பினர் 16 சதவீதம் பிரதிநிதித்துவம் பெற்றிட வேண்டும்.

(*b*) பம்பாய் மாநிலத்திலிருந்து சிந்து பிரிக்கப்படுமானால், அம்மாநிலத்தில் உள்ள முஸ்லீம்களும் தாழ்த்தப்பட்ட வகுப் பினரும் மக்கள் தொகையில் சமமாகயிருப்பதால், முஸ்லீம் கள் அனுபவிக்கும் பிரதிநிதித்துவ அளவிற்கு நிகரானப் பிரதி நிதித்துவத்தினை ஒடுக்கப்பட்ட வகுப்பினர் அனுபவிக்க வேண்டும்.

ஆ. மையக்கூட்டாட்சிச் சட்டமன்றத்தில் (Federal Legislature) சிறப்புப் பிரதிநிதித்துவம்

மையக் கூட்டாட்சிச் சட்ட மன்றத்தின் இரு சபைகளிலும் ஒடுக்கப்பட்ட வகுப்பினர் இந்தியாவில் உள்ள தங்களின் மக்கள் தொகை விகிதத்திற்கேற்றவாறு பிரதிநிதித்துவம் பெற்றிட வேண்டும்.

இட ஒதுக்கீடுகள்

சட்ட மன்றங்களில் பிரதிநிதித்துவ விகிதத்தினைக் கீழ்க் காணும் ஊரகங்களின் (*assumptions*) அடிப்படையில் நிர்ணயித் துள்ளோம்:

1. சைமன் குழுவினாலும் (பாகம் 1, பக்கம் 40) இந்திய மத்தியக் குழுவினாலும் (அறிக்கை, பக்கம் 4 4) குறிப்பிடப்

பட்டுள்ள தாழ்த்தப்பட்ட மக்கள் தொகைக்கான எண்ணிக் கையை, இடங்களைப் பகிர்ந்தளிப்பதற்கான ஒரு அடிப்படை யாகக் கொள்வதற்குப் போதிய அளவில் சரியென்று ஏற்றுக் கொள்ளத்தக்கதான நாங்கள் ஊகித்துள்ளோம்.

2. மையக்கூட்டாட்சிச் சட்டமன்றம் இந்தியா முழுவதையும் உள்ளடக்கி இருக்கும் என்றும், அந்நிலையில் இந்திய மாநிலங் களிலும், மத்திய அரசால் நிர்வகிக்கப்படும் பிரதேசங்களிலும் *(Centrally Administered Areas),* விலக்கப்பட்டப் பிரதேசங்களிலும் *(Excluded Territories)* மேலும் ஆளுநரின் மாகாணங்களிலும் *(Governor's Provinces)* உள்ள ஒடுக்கப்பட்ட வகுப்பினரின் மக்கள் தொகை, கூட்டாட்சி சட்ட மன்றத்தில் ஒடுக்கப்பட்ட வகுப்பினரின் பிரதிநிதித்துவ அளவினைக் கணக்கிடுவதற்கு மிகவும் சரி யானதொரு கூடுதல் விவரமாக அமையும் என்றும் நாங்கள் ஊகித்துள்ளோம்.

3. பிரிட்டிஷ் இந்திய மாகாணங்களின் நிர்வாக எல்லைகள் இன்றுள்ளபடியே தொடரும் என்று நாங்கள் ஊகித்துள்ளோம்.

ஆயின், சில தன்னலக்கட்சியினர் பயமுறுத்துவது போல, ஒடுக்கப்பட்ட மக்கள் தொகை குறித்து நாங்கள் ஊகித்த எண் ணிக்கைகள் சரியில்லை என்று சொல்லப்பட்டால் மற்றும் புதிய மக்கள் தொகைக் கணக்கெடுப்பின் கீழ் ஒடுக்கப்பட்ட வகுப்பினர் குறைந்த விகிதத்தில் காட்டப்படுவார்களானால் அல்லது மாகாணங் களின் எல்லைகள் மாற்றியமைக்கப்பட்டு, அது தற்போதுள்ள மக்கள் தொகை அளவினைப் பாதிக்குமானால், பிரதிநிதித்துவ விகிதத்தை மாற்றியமைப்பதற்கும், முக்கியத்துவத்தினைக் கோரு வதற்கும் கூட ஒடுக்கப்பட்ட வகுப்பினர் உரிமை பெற்றிருக் சிறார்கள். அதே போன்று அனைத்திந்திய கூட்டமைப்பு *(All India Federation)* நடைமுறைக்கு வரவில்லையென்றால், கூட் டாட்சிச் சட்ட மன்றத்தில் அந்த அடிப்படையில் கணக்கிடப்படும் அவர்களின் பிரதிநிதித்துவ விகிதத்தினை மீண்டும் சரிபடுத்திக் கொள்வதற்கு நாங்கள் சம்மதிக்க விருப்பம் தெரிவிப்போம்.

2. பிரதிநிதித்துவ முறை

1. மாகாண மற்றும் மத்திய சட்டமன்றங்களில் ஒடுக்கப்பட்ட

வகுப்பினரின் பிரதிநிதிகளை அவர்களின் தனிவாக்காளர் தொகுதி (*Seperate Electorates*) மூலமாகத் தேர்ந்தெடுத்துக் கொள்ளும் உரிமையை அவர்கள் பெற்றிருக்க வேண்டும்.

கூட்டாட்சி (*Federal*) அல்லது மத்திய சட்டமன்றத்தின் மேல் சபைக்குப் பிரதிநிதிகளை மாகாண சட்டமன்ற உறுப்பினர்களின் மறைமுக (*indirect*) தேர்தல் மூலம் தெரிவு செய்ய முடிவெடுக்கப் படுமானால், விகிதாச்சாரப் பிரதிநிதித்துவம் எவ்வகைப்பட்டதா யிருப்பினும் தாழ்த்தப்பட்டோரின் பங்கினை அவர்களுக்கு வழங் கிட உத்தரவாதமுள்ள ஏற்பாடு செய்யப்படுமேயாயின் தங்களின் மேல்சபைப் பிரதிநிதித்துவத்தைப் பொருத்தமட்டில் தனி வாக் காளர் தொகுதி (*Sepente Electorate*) கோரும் உரிமையைக் கைவிட அவர்கள் சம்மதிப்பார்கள்.

2. கீழ்க்காணும் நிபந்தனைகள் நிறைவேற்றப்பட்டாலொழிய ஒடுக்கப்பட்ட வகுப்பினருக்கானத் தனி வாக்காளர் தொகுதிகள் (*Separate electorate*) கூட்டு வாக்காளர் தொகுதிகளாக மாற்றி யமைக்கப்படக் கூடாது:

அ. சம்பந்தப்பட்டச் சட்டமன்றங்களில் உள்ள ஒடுக்கப் பட்ட வகுப்புப் பிரதிநிதிகளில் பெரும்பான்மையினர் கோரிக்கையின் பேரில் அந்த மக்களில் வாக்குரிமை பெற் றுள்ள வாக்காளர்களிடையே நடத்தப்படும் வாக்கெடுப்பு (*referendum*) அறுதிப் பெரும்பான்மையில் முடியும்போது தனி வாக்காளர் தொகுதி முறை மாற்றியமைக்கப்படலாம்.

ஆ. இருபது ஆண்டுகளுக்குப் பின்பு வயது வந்தோர் எல் லோருக்கும் வாக்குரிமை (*adult franchise*) வழங்கப்படும் வரையில் அத்தகைய

3. ஒடுக்கப்பட்ட வகுப்பினர் யாவர் என்பதை விளக்குவதன் அவசியம்

கடந்த காலத்தில் மாகாண சட்டமன்றங்களில் ஒடுக்கப்பட்ட வகுப்பினரைப் பிரதிநிதித்துவம் செய்வதற்கு' ஒடுக்கப்பட்ட வகுப்பினரல்லாதவர்கள் நியமிக்கப்பட்டதால் அந்தப் பிரதிநிதித் துவம் பெருமளவு மோசடியாகப் பயன்படுத்தப்பட்டுள்ளது. ஒடுக்கப்பட்ட வகுப்பைச் சாராதவர்கள் ஒடுக்கப்பட்ட வகுப் பினரின் பிரதிநிதிகளாக நியமனம் பெற்றது நிகழ்ந்துள்ளது.

ஒடுக்கப்பட்ட வகுப்பினரைப் பிரதிநிதித்துவம் செய்பவர்களை நியமனம் செய்வதற்கான அதிகாரம் அளிக்கப்பட்டிருந்த -ஆளுநர், அந்த அதிகாரத்தை ஒடுக்கப்பட்ட வகுப்பைச் சார்ந்தவர்களை மட்டுமே நியமிப்பதற்குப் பயன்படுத்துமாறு கேட்டுக் கொள்ளப் படவில்லை என்பதுதான் அத்தவறுக்கான காரணம். நியமன முறை. புதிய அரசியலமைப்புச் சட்டத்தின் கீழ் தேர்தல் முறை யினால் மாற்றப்படவிருப்பதால் இந்த மோசடிக்கு இடமிருக்காது. ஆனால் அவர்களின் சிறப்புப் பிரதிநிதித்துவ நோக்கம் பாதிக்கப் படாமலிருக்கச் சட்டத்திற்குப் புறம்பாக ஏதாவது செய்வதற்கு வழியேதும் விட்டுவைக்கக்கூடாது என்பதற்காக நாங்கள் கோருவ தாவது :

1. ஒடுக்கப்பட்ட வகுப்பினர் தனி வாக்காளர் தொகுதி கள் உரிமையை மட்டும் பெற்றிருக்காமல் தங்களினத்தினரால் மட்டுமே பிரதிநிதித்துவம் செய்யப்படும் உரிமையையும் பெற்றிருக்க வேண்டும்.

2. ஒவ்வொரு மாகாணத்திலும் ஒடுக்கப்பட்ட வகுப்பைச் சார்ந்தவர்கள் என்போர் யாவர் என்பதை அங்கே நிலவி வரும் தீண்டாமை முறைக்கும், தேர்தல் நோக்கங்களுக்காகத் தயாரிக்கப்பட்ட பட்டியலில் எந்தப் பெயர் மூலம் குறிப் பிட்டிருக்கின்றனவோ அந்த இனங்களைச் சார்ந்தவர்கள் என்பதைக் குறிக்கும் வகையிலும் கண்டிப்பாக வரையறுத்து விளக்கப்பட வேண்டும்.

4. சுட்டுப்பெயர் அல்லது பெயர்க்குறிப்பு (Nomenclature)

ஒடுக்கப்பட்ட வகுப்பினரைக் குறிப்பதற்குத் தற்போது வழக்கி லிருக்கும் சுட்டுப் பெயர் தொடர்பான இப்பகுதியை அணுகும் போது, தற்போது நிலவி வரும் சுட்டுப்பெயர் அதனைப் பரிசி லித்த ஒடுக்கப்பட்ட வகுப்பு மக்களாலும், அவர்கள் நலனில் அக்கறை கொண்டுள்ள மற்றவர்களாலும் ஆட்சேபிக்கப்படுகின்றது என்பதை நாங்கள் குறிப்பிட விரும்புகின்றோம். இது அவர்களை அவமதிப்பதாகவும், அவமானம் செய்வதாகவும் *(degrading and contemptu-ous)* இருக்கிறபடியால் அரசு அலுவலகக் காரணங்களுக்காக அப்பெயரை மாற்றுவதற்குப் புதிய அரசிய லமைப்புச் சட்டம்

வரையப்படுவதற்கான இத்தருணத்தைப் பயன் படுத்திக் கொள்வது நல்லது. அவர்கள் "சாதியற்ற இந்துக்கள் *(Non-Caste Hindus)*" "இந்து மதக் கொள்கை மறுப்பாளர்கள்" *(Protestant Hindus).* அல்லது இந்து மதக் கொள்கையை ஒப்புக் கொள்ளாதவர்கள்" *(Non-Conformist Hindus)* அல்லது "ஒடுக்கப் பட்ட வகுப்பினர்" *(Depressed Classes)* என்பதற்குப் பதிலாக வேறேதேனும் ஒரு பெயரால் அழைக்கப்பட வேண்டும் என்று நாங்கள் விரும்புகிறோம். ஒரு குறிப்பிட்ட பெயரை நாங்கள் வற்புறுத்துவதற்கு எங்களுக்கு அதிகாரமில்லை. நாங்கள் அவற்றை யோசனைக்கு வைக்கத் *(Suggest)*தான் முடியும். உரிய முறையில் விளக்கமளிக்கப்பட்டால் ஒடுக்கப்பட்ட வகுப்பினர் தங்களுக்கு மிகப் பொருத்தமான ஒரு பெயரை ஏற்றுக்கொள்ளத் தயங்கமாட்டார்கள் என்று நம்புகிறோம்.

இந்த மகஜரில் உள்ள கோரிக்கைகளை ஆதரித்து இந்தியாவின் எல்லா இடங்களிலும் உள்ள ஒடுக்கப்பட்ட வகுப்பினரிடமிருந்து ஏராளமான தந்திகளை நாங்கள் பெற்றுள்ளோம்[1].

⌘ ⌘ ⌘

1. மாநாட்டின் முதல் கூட்டத்தின் போது நடந்த சிறுபான்மையோர் துணைக் குழுவின் நடவடிக்கைகளின் பின்னிணைப்பாக முந்தைய மகஜர் தரப்பட்டுள்ளது. நவம்பர் 4, 1931 நாளிட்ட இந்தப் பிற்சேர்வான மகஜர் மூலச் செயல்முறைகளில் பின்னிணைப்பு *VI* 1409-11 பக்கங்களில் அச்சிடப்பட்டுள்ளது.

பின் இணைப்பு: 1 தொடர்ச்சி

சட்டமன்றங்களில் பிரதிநிதித்துவம்

அடைப்புக் குறிகளுக்குள் ( ) இருக்கும் எண்கள் 1931 மக்கள் தொகைக் கணக்கெடுப்புப்படியும் ஒடுக்கப்பட்ட வகுப்பினரின் விகிதங்கள் சைமன் அறிக்கைப்படியும்

	சபையின் பலம்	இந்துக்கள்			முஸ்லீம்	கிறித்தவர்	சீக்கியா	ஆங்கிலோ இந்தியர்	மலைவாழினத்தார்	ஐரோப்பியர்
		சாதி இந்து	ஒடுக்கப் பட்டோர்	மொத்தம்						
இந்தியா முழுமையாக (1931)		(47.5)	(19)	(66.5)	(21.5)					
மேலவை ...	200	101	20	121	67	1	6	1	...	4
கீழ்சபை ...	300	123	45	168	100	7	10	3	...	12
		(48.9)	(13.4)	(62.3)	(34.8)					
அசாம் ...	100	38	13	51	35	3	...	1	...	10
		(18.3)	(24.7)	(43)	(54.9)					
வங்காளம் ...	200	38	35	73	102	2	...	3	...	20
		(67.8)	(14.5)	(82.3)	(11.3)					
பீகாரும் ஒரிசாவும் ...	100	51	14	65	25	1	...	1	3	5
		(68)	(8)	(76)	(20)					
பம்பாய் ...	200	88	28	116	66	2	...	3	...	13

பின் இணைப்பு: 1 தொடர்ச்சி

அடைப்புக் குறிகளுக்குள் () இருக்கும் எண்கள் 1931 மக்கள் தொகைக் கணக்கெடுப்புப்படியும் ஒடுக்கப்பட்ட வகுப்பினரின் விகிதங்கள் சைமன் அறிக்கைப்படியும்

	சபையின் பலம்	இந்துக்கள்: சாதி இந்து	இந்துக்கள்: ஒடுக்கப் பட்டோர்	இந்துக்கள்: மொத்தம்	முஸ்லீம்	கிறித்தவர்	சீக்கியர்	ஆங்கிலோ இந்தியர்	மலைவாழினத்தார்	ஐரோப்பியர்
ம்த்திய மாகாணங்கள் ..	100	(63.1) 58	(23.7) 20	(86.8) 78	(44) 15	1	...	2	2	2
சென்னை ...	200	(71.3) 102	(15.4) 40	(86.7) 142	(7.1) 30	(3.7) 14	...	4	2	8
பஞ்சாப் ...	100	(15.1) 14	(13.5) 10	(28.6) 24	(56.5) 51	1.5	(13) 20	1.5	...	2
உத்தரப்பிரதேசம் ...	100	(58.1) 44	(26.4) 20	(84.5) 64	(14.8) 30	1	...	2	...	3

14

இரண்டாம் வட்டமேசை மாநாட்டு உரை

முன் குறிப்பு - *12 நவம்பர் 1930 - 19 ஜனவரி 1931 வரை நடைபெற்ற இரண்டாம் வட்டமேசை மாநாட்டில் சிறப்புப் பகுதியாக 30.11.1932 அன்று மாநாட்டின் முழு அமர்வு நடைபெற்றது. இந்நாளில் ராவ்பகதூர் ரெட்டமலை சீனிவாசன் மிக நீளமான உரையொன்றினை நிகழ்த்தினார். மாநாட்டின் பல குழுக்களில் அவர் பங்கேற்றிருந்தாலும் மிக நீளமான உரையாற்றியது இந்நாளில் மட்டுமே என்பதால் இந்த உரை சிறப்புப் பெறுகிறது. இந்த உரையில் டாக்டர்.அம்பேத்கரும் சீனிவாசனாரும் அளித்த இரு அறிக்கைகளை ஆதரித்தும் விளக்கியும் பேசினார். மேலும் எதிர்கால அரசமைப்பில் தலித் மக்கள் பெற வேண்டிய அரசியல் உரிமைகளைப் பாதுகாப்பதைப் பற்றியும் அரசிற்கு ஆலோசனைகளை வழங்கினார்*

- சன்னா

⌘

Indian Round Table Conference

(SECOND SESSION)

7th September, 1931 - 1 st December, 1931

PROCEEDINGS OF THE PLENARY SESSIONS

Plenary Session 30th November 1931[1]

Rao Bahadur R Srinivasan: *Prime Minister, I am thankful to you for giving me this opportunity to take part in these deliiberations. This is the first time I am rising to speak and I believe it will be the last. The cause of the Depressed Classes has received very little sympathy in this Conference. In some quarters it has evoked armed neutrality. In others armed hostility. In view of this may I crave your indulgence for a full statement of the position of myself and my colleague, Dr. Amhedkar?*

The demands of the Depressed Classes have been formulated by us in two separate memoranda which we have submitted to the Conference. Our principal demand is for special representation through separate electorates. Permit me to say that ours is a demand which is not only just, but which is accepted to be reasonable by others besides ourselves. Take our demand for special representation. Ever since the declaration of August 20, 1917, made self-government as the basic ideal of British policy in India, special representation for the Depressed Classes has been accepted as a condition of political advance in India. In the Montagu-Chelmsford Report this claim of the Depressed Classes has

1.*Indian Round Table Conference (Second Session) 7th September, 1931 - 1 st December, 1931 Proceedings of the Pleanary Sessions. Pages 163 - 170*

found ample recognition, as a result of which the Depressed Classes have been enjoying special representation in the Provincial and Central Legislatures. Three years after, in 1923, the Muddiman Committee

examined the working of the constitution framed in consonance with the Montagu-Chelmsford Report. It not only endorsed the system of special representation of the Depressed Classes but recommended an increase in the extent of representation granted to them. The Muddiman Committee was followed by the Simon Commission. That Commission not only upheld the principle of special representation for the Depressed Classes but gave it much larger recognition than it had ever received before. Lest it should be assumed that the Simon Commission being entirely British in its composition deliberately planned this blow at the Hindu ascendancy, let me point out that the Simon Commission was assisted by various bodies which were overwhelmingly Hindu in their composition. There were first of all the Provincial Governments which submitted to the Simon Commission descriptive memoranda and concrete proposals for political reform.

Secondly, there were Provincial Simon Committees constituted from Provincial Legislatures and the Indian Central Committee which submitted proposals for the future constitution of India. All these Central and Provincial Committees which worked with the Simon Committee agreed that there must be special representation for the Depressed Classes. The matter does not end there. We have had circulated to this Conference the Dispatches of the Provincial Governments and of the Government of India reviewing the proposals of the Simon Commission. Is there any Government Provincial, or Central, which has dissented from the recommendation of the Simon Commission in the matter of the special representation of the Depressed Classes? Let me take the demand of the Depressed Classes for separate electorates. This demand is looked upon as an extraordinary demand. We are told that we are part and parcel of the Hindu community and that separate electorates would cause a severance between the two. With due respect to those who advance this argument I must say that we fail to see its force. The Depressed Classes live a completely isolated life from the rest of the Hindus. The Hindu priest will not officiate at the house of an untouchable: and will not allow him to enter his temple. The Hindu barber will not shave him. The Hindu washerman will not wash his clothes. The Hindu will not eat with him much less intermarry with him. We can conceive no greater social separation between any two communities than that which exists between the touchable and untouchable Hindu.

Consequently it is not a ease where we need follow the Biblical admonition which says "Whom God hath joined together let no man put asunder" It is a case of recognizing the separation that in fact exists. Another consideration urged against separate electorates is that they will perpetuate the difference. This again we are unable to follow. No one will be conscious of separate electorates except on the polling day which will come once in five years. What is it that can prevent our Hindu friends from working for the rest of their days to establish social intercourse between touchable and untouchables and thereby help to abolish accountability ?

What we say is, however, that the question of electorates for the Depressed Classes is not to be looked at from the point of view of what effect it will have upon the Hindu religion or upon Hindu society; it has to be looked at from one point of view, namely, what sort of electorate will give the Depressed Classes real representation. It will no doubt be said that the Simon Commission recommended joint electorates and reserved seats for the Depressed Classes, but to say this is, in our opinion, to misunderstand the Simon Commission, for the Simon Commission did not recommend joint electorates pure and simple; it recommended joint electorates with a system of certified candidates.

The reason why the Simon Commission recommended the system of certified candidates is just the reason why the Depressed Classes want separate electorates, namely, that in joint electorates pure and simple the representatives of the Depressed Classes would in all probability be the nominees of the caste Hindus, which would be defeating the whole purpose of their representation.

The Depressed Classes have condemned the recommendations of the Simon Commission both on the ground that certification of the candidates deprives the electorate of their rights to choose their representatives, and also on the ground that the Governor who has to certify may not always be an Englishman and, if he happens to be a Hindu, may use this power of certification in the interests of a party instead of in the interests of the Depressed Classes.

That the Depressed Classes want separate electorates pure and simple for some time to come, and that they would never consent to accept joint electorates until there was adult suffrage, is abundantly made clear by the telegrams we have circulated to members of this Conference, and those who wish for additional evidence on this point may he referred to the Dispatch of the Government of India on the Simon Report. We take our stand on the proposition that in the matter of minority protection the wishes of the minority should prevail; but let it out be supposed that the demand for the Depressed Classes for separate electorates has no support from other quarters. It has in fact received support from very high and quite unexpected quarters. Three Provincial Governments have objected to the Simon Commission s recommendation of joint electorates and certified candidates for the Depressed Classes and have recommended separate electorates. They are the Government of Bombay, the

Government of Madras, and the Government of the United Provinces. The Government of the United Provinces has put the case so well that I am tempted to quote the following passage from its dispatch :-

"The Commission themselves admit that separate electorates are more likely to secure the return of an adequate number of persons who enjoy the confidence of the Depressed Classes. That admission suggests the vital objection to their proposal, namely, that in the general non-Muslim constituencies the Depressed Class voters will be far out numbered by the other voters and the members returned will be those who are supported by the majority of voters, as distinct from the Depressed Class voters. The Commission s proposal will not in fact give the Depressed Classes members who will be trusted by them to represent their special interests. The alternative is separate electorates.

These no doubt have their own disadvantages, but if the initial difficulty of creating an electorate can be overcome, this Government consider that these classes should not, on a purely theoretical ground, be denied a privilege which has already been given to Muslims and Europeans and which it is proposed to give to Indian Christians and Anglo-Indians. The objection that such an electorate will involve stigmatizing each elector and will militate against his rise in the social scale is not one that is likely to weigh with those principally concerned, and if the representatives in the Legislature must be stigmatized, and even the Commission s proposal involves this, there seems no reason why the voters should not be. It is at least arguable also that the position of these classes is more likely to be improved by securing real representation in the Local Legislature than by the ineffective form of representation suggested by the Commission."

Sir, let me take the question of the number of seats we have demanded. In regard to this matter that we all know, there have been two opposing views. The Congress view is that no minority should get more than its population ratio. The minority view is that there must be weightage over and above the population basis. Now in the proposals in the Minority Pact submitted to the Minorities Committee what is the representation we have claimed? In Assam, Bihar and Orissa our representation just approaches our population ratio In Bengal we have given up 8 per cent., in Central Provinces 4 per cent., in Punjab 3.5 per cent., and in United Provinces 6.4 per cent, from our population ratio of representation. In the Central Legislature we have given up in the Upper Chamber 50 per cent, and in the Lower Chamber 25 per cent. from what we would be entitled to on the basis of population. It will thus be seen that we have not taken full benefit even of the accepted principle that the representation shall be according to population. True, we have claimed weightage in Bombay and Madras because the circumstances of these two Provinces make such weightage an absolute necessity. But even here we have not claimed the same weightage as the Muslims, nor has our weightage reduced the position of the caste Hindus.

What objection there can be to this part of the claim of the Depressed Classes we are unable to see. The question is often asked - have you the men to fill these seats? Insinuation apart, the answer to this question depends upon what sort of men are wanted. We may not be able to put forth an array of B.A.'s and M.A.'s who will confound the Legislature with their oratory. We may not be able to produce men who will sit on the Treasury Bench or on the front Opposition Bench. And we do not need to. Our aim is not to run the government. Our aim is to see that the government is not run against us. For that purpose we want men who know our conditions and who will voice our grievances. For this task we have men in abundance who will hold their own. But what surprises us, however, is that this question "Have you the men to fill these seats?" is asked only of the Depressed Classes. It is not asked of the Sikhs, the Muslims or any other minority whose claim for seats far greatly exceeds that of the Depressed Classes. Yet what is the caliber of the men who represent these minorities in the existing Legislatures? In the Bombay Legislative Council nineteen members are allotted to Sind. Of these nineteen members some fourteen do not know a word of English, have never taken part in the debate and have never even asked a question. In the same Council there are some seven seats reserved for the non-Brahmins of these there are always one or two t know English. In the Madras Legislative Council there are four members who do not know English and two of them belong to the non-Brahmin party.

In the Punjab Legislative Council there are one hundred members. Of them only twenty know English. The rest deliberate in their mother tongue. Similar instances will no doubt be found in other Provincial Legislatures and we may point out that even the Assembly is not without its non-English-knowing members. Now if the Legislature can be run with non-English knowing representatives of other communities why should they object to the Depressed Classes being represented by non-English- knowing members? We recognize the importance of the English language and we hope it will continue to hold the same high place that it holds now. But to lay it down as a qualification for a representative is another matter. It may satisfy those who want a stick to beat down the claim of the Depressed Classes. There can, however, be no doubt that to insist upon such a wild proposition would be pernicious, for it is bound to crush the genius of the people and to deprive them permanently from participating in the institutions which are being forged for the express purpose of promoting their welfare by their own hands. We therefore say that this objection is groundless even if it was honest.

Prime Minister, this Conference was called with a twofold purpose. It was called to discuss the ways and means of realizing in practice the declaration made by Lord Irwin that the goal of the British Government in India was to raise her to the status of a Dominion within the British Empire. The second purpose of the Conference was to allow Indians to decide for themselves in consultation with His Majesty's Government the sort of constitution they thought best in the interest. In pursuance of this policy Indians, representative of the different faiths and classes were invited to take part in these deliberations. The Conference which met last year agreed that subject to two conditions India should have a full measure of self-government.

Those two conditions were (1) Security for the minorities and (2) Reservations for the period of transition. The question regarding the protection of minorities remained unsolved and the question of the precise form of reservations was left over for want of time.

This Second Session of the Round Table Conference was called mainly to deal with these two questions and we had hopes that the Conference would end with a solution for them. Unfortunately the Conference has failed to come to any agreed solution on these two vital questions and disguise it as much as we may this fact has for the present at any rate darkened our horizon. As we all know the Conference has tossed about from side to side between these two questions only to reveal that there exists a fundamental difference which has divided it into two camps. To one camp the main chapter in the constitution is responsible government, and the reservations to be imposed upon it and the question of minorities is a mere matter of footnotes and appendices which may be written after the main chapter has been drafted. To the other camp in which we the Delegates for the Depressed Classes find ourselves, the minorities question is itself the main chapter.

This difference is perhaps reconcilable but I will make bold to say that no serious attempt was made to reconcile this difference. Indeed, as far as the Depressed Classes were concerned the negotiations for a settlement started with the repudiation of their claims by one party to the deal with the result that we are far more apart to-day than we ever were. So much so that there is not the possibility of an agreement on the question as to whether or not the matter should be left to your arbitration.

This reticence on the part of our Hindu friends to define their attitude towards the political demands of the Depressed Classes has come to us as a surprise. They have been insisting upon the British Government to define its attitude towards the political demands of Indians in terms of concrete proposals. We thought that they would also in their turn define their attitude towards the political demands of the Depressed Classes. They have not thought it wise to do so for reasons best known to themselves. It is not for us to tell them how they should act in a case of this sort. Statesmanship we know is on their side. But we can tell them one thing without mincing matters. It is this. If you ask us the question "Are you in favour of a responsible Executive?" we can answer that question by asking in return another question" :

"What is the sort of Legislature to which you propose to make your Executive responsible? The composition and the character of the Legislature are to us determining factors in regard to the question of responsible government. In our opinion the measure of responsibility we could consent to is intimately bound up with the measure or representation the Depressed Classes would get in the Legislature. If the Depressed Classes got no place in the Legislature we would oppose the introduction of responsible government. If the Depressed Classes are given the representation which they think is sufficient for their protection we would consent to

the fullest responsibility that may be found consistent with safety and security. That is our attitude and we have no hesitation in saying that we cannot be accused of bad motives who say "Show us your representative Legislature and if it is such that we can put our confidence in it we will gladly consent to consider the measure and manner in which the Executive should be made responsible to it". To this question no answer is forthcoming. It will not come forth till the minorities problem is settled. That problem, far from being settled, is completely shrouded in darkness and so far as the claims of the Depressed Classes are concerned they have been denied recognition in some quarters. Under these circumstances we are not prepared to lend our support to any scheme of responsible Government. And the questions whether India should advance by stages or all at once and what form the advance should take are to us premature and remote questions on which it would be useless for us at this stage to express our opinion.

There are three observations with which I wish to conclude this statement. First is that we entirely discount the suggestion that our special representation will cause harm to our interest in as much as it will stamp us with the special mark of untouchability. Our view is different and it is that it is better for a sick man to reveal his disease and get the right remedy so that he may be cured of it some day. It would be fatal if he concealed it out of shame and failed to seek his remedy in time. We therefore refuse to be foiled in our attempt to secure the real protection that we need.

Second is that the enactment of fundamental rights or the abolition of untouchability by law will not suffice. The elimination of untouchability by law is one thing. Its elimination in fact is another and more important. The latter is a question of legislative and administrative action which alone can equalize our position with the rest of our fellows. This will be impossible of realization unless the Depressed

Classes have sufficient power to control the Legislature and through the Legislature the Executive. Thirdly we must have our rights and safeguards embodied in the constitution. We refuse to accept the word of any individual, however highly placed, to guarantee our position in the future.

Mr. Prime Minister, I have done and I thank you again for your indulgence.

⌘ ⌘ ⌘

15

இரண்டாம் வட்டமேசை மாநாடு பர்மா பிரிவினை ஆய்வுக் குழுவில்

முன் குறிப்பு - *12 நவம்பர் 1930 - 19 ஜனவரி 1931 வரை நடைபெற்ற இரண்டாம் வட்டமேசை மாநாட்டின் ஓர் அங்கமாக பர்மா தொடர்பான துணைக்குழு எண் 4ல் உறுப்பினராக ரெட்டமலை சீனிவாசனார் நியமிக்கப்பட்டார். பிரிட்டிஷ் இந்தியாவிலிருந்து பர்மாவை பிரிப்பது தொடர்பாகவும், அதன் சாதக பாதக அம்சங்களை விவாதித்து சாத்தியப்படக்கூடிய முடிவுகளை அரசிற்கு வழங்க வேண்டும் என்று குழுவிற்கு பணிக்கப்பட்டிருந்தது.*

இக்குழுவில் திறம்பட பணியாற்றிய சீனிவாசனார் அக்காலத்தில் அவர் தொடர்ந்து வலியுறுத்தி வந்த புலம் பெயர்ந்தோர் நலனைப் பற்றி இக்குழுவிலும் வலியுறுத்தினார். அக்காலகட்டத்தில் பர்மாவோடு வணிகத் தொடர்பு கொண்டிருந்ததில் தமிழர்கள் முன்னணியில் இருந்தனர். அது மட்டுமின்றி பர்மாவின் பல பகுதிகளில் தொழிலாளர்களாகத் தமிழர்கள் பெருமளவு பணியிலிருந்தனர். எனவே இவர்களின் நலனைக் கருத்தில் கொண்டு புலம் பெயர் பிரச்சனைகளைப் பற்றி குழுவில் பேசினார். அவர்களுக்கான மறுவாழ்வு பற்றி கவலை தெரிவித்தார்.எனவே, பர்மா விவகாரம் தொடர்பாகவும் 1930ஆம் ஆண்டு டிசம்பர் மாதம் 5 மற்றும் 8 ஆகிய நாள்களில் நடைபெற்ற கூட்டங்களில் நடந்த விவாதங்களில் சீனிவாசனார் பங்கெடுத்தார். சுருக்கமாகவே பேசினார். அந்த விவாதங்களின் தொகுப்பு முதன்முறையாக மீள் பதிப்புக் காண்கிறது. தலித் மக்களின் பிரச்சனைகள் மட்டுமின்றி பொதுப் பிரச்சனைகளில் அவர் காட்டிய ஆர்வத்திற்கு இது சிறந்த சான்றாக விளங்குகிறது.

- சன்னா

⌘

INDIAN ROUND TABLE CONFERENCE
SUB-COMMITTEE NO. IV. (Burma.)
Proceedings of the First Meeting of Sub-Committee Vol. IV (Burma) held on 5th December, 1930.

The Sub-Committee was constituted as follows :-

The Earl Russell (Chairman).

The Earl Peel.

Mr. Isaac Foot.

U Aung Thin.

U Ba Pe.

Mr. M. M. Ohn Ghine.

Mr. de Glanville.

Mr. B. Shiva Rao.

Rao Rahadur Srinivasan.

Captain Raja Sher Muhammad Khan.

Mr. H. P. Mody.

Mr. A. H. Ghuznavi.

Sir B. K. Mitra.

Sir Hubert Carr.

---

1. *Indian Round Table Conference, 12th Nov. 1931-19th Jan. 1931, Proceedings Of Sub-committee (vol.4) Government of India, Archeological Survey of India, page no. 10,11 25*

with the following terms of reference :-

To consider the nature of conditions which would enable Burma to be separated from British India on equitable terms and to recommend the best way of securing this end.

Proceedings of the First Meeting of Sub-Committee Vol. IV (Burma) held on 5th December, 1930.

Chairman: Yes. I did not mention fiscal matters. Of course, is an old free-trader myself, I very much dislike to see new Customs barriers set up between two countries which have not had one. But I am told by those who know that India and Burma are not likely to agree to be in the same Customs Union or not to have some sort of tariff. That will be a matter, as I say, for probable negotiation between the two different governments when they are established, in the way that other countries negotiate about Customs duties. Personally, I should much prefer to see a free trade nation remain a free trade nation.

Rao Bahadur Srinivasan : I do not know whether immigration to Burma would he one more heading.

Sir B. N, Mitra: That,t again, is a matter for the two goTern- toents to settle when they come into existence. That is what I meant when I mentioned Indian labour in Burma. This Committee may very tentatively deal with the position of Indian labour in Burma once it goes there. But this question of immigration will have to be. settled, perhaps, on the lines of the arrangement now prevailing in regard to the emigration of coolie labour - if I may use the word - from Madras to Ceylon and other places. That will be a matter for settlement between the two governments after they have come into existence.

Chairman : Yes. Still, of course, we might make recom-

mendations as to free passage of the subjects of one country into another, and things of that ^ort. We may make recommendations about them.

Sir B, N . Mitra: It does not exist at the present moment. I am prepared to say that if we consulted Sir Charles Innes he would probably ask us to leave the matter alone for the moment.

Rao Bahadur Srinivasan : It will be brought in later on.

Sir B. N, Mitra : Yes, for the two governments to consider. We cannot lay down the law for the two governments.

Chairman : Quite true, we cannot ; but we might suggest certain large principles. Whether they are adopted afterwards or not is another matter. As I said in my opening remarks, I am very anxious that the separation between Burma and India should be an entirely friendly one, and that the relations between the two countries should continue on an entirely friendly basis, as friendly after separation as it was before; so that they should work together.

Sir B, N. Mitra : I fully share that hope. Unfortunately I feel that it will end up In a pious wish, for the simple reason that India will want money. I am talking now about what we call the fiscal portion of it, if India is going to lose money in connection with the excise. Sir Walter Layton himself said that will probably have to be done in regard to petroleum, and India will miss the tariff on imported petroleum.

Chairman : Of course it is possible to have customs tariffs and agreements about tariffs without quarrelling about it. You need not fall out with another country because it wants a customs tariff for its own purposes. What I an anxious about is that the feeling between the two countries should be and should continue to be as good as possible, and that everything should be settled with a desire for good will and for working well together. . . . .

Chairman: It is not a Parliamentary declaration; it is a declaration of what the Government intends to do.

(The suh-Committee adjourned at 12-20 p.m,)

Proceedings of the Second Meeting of Sub-Committee No. IV (Burma) held on 8th December 1930.

Chairman : You have had circulated to you the draft resolutions and if you think the matters can be usefully discussed, I think we had better take them now. The first resolution is that the Committee ask His Majesty's Government to make a public announcement that the principle of separation is accepted and that the prospects of constitutional advance held out to Burma as a part of British India will not be prejudiced." I do not know whether anybody wants to say anything on that.

Mr. Mody : What does that mean? Does it mean that we are not to say anything about the sort of constitution that Burma is to have?

Chairman : I think that will be a matter for the Burmese Conference to settle. I do not think we are concerned with that. Sir B. TV. Mitra : That is my point - that the Government of Burma must not take any legislative action, or must not pass legislative regulations which will have this effect, as it will show that they are making discrimination which will immediately destroy goodwill. On the other hand, the immigration officer of luclla in Burma will say that there is no employment at the present moment, and therefore Indians should be restricted from coming. Lord Feel : You mean that the immigration agent would do it, and not the Government. That is what it comes to?

Sir B. N. Mitra: Yes.

Rao Bahadur Srinivasan: There was a good deal of trou-

ble about that. So many laws and regulations were made, and similarly this niay happen in the course of time.

Sir B. N. Mitra: As a matter of fact, that is precisely what I had in view. Enforced repatriation took place, which practically means discrimination.

Mr. Foot : This, I take it, my Lord, should be an instruction to whatever authority has to deal with the actual framing of a Burmese constitution ?

Chairman: Yes, I understand the whole of these sentences in this resolution to be an indication of what the Committee think ought to be taken into consideration - certain aspects of the case which the Committee think ought to be taken into consideration in framing the constitution. That is really what the effect of it is. They are things that obviously you would have to take into consideration. I do not see any objection to this.

U Ba Pe: This suggestion assumes that the majority in Burma will control the policy of the Government. If the majority does not control the policy of Government, then there is no necessity for special protection of the minorities, because the minorities will be controlling the policy, as at present in Burma.

Chairman: Well, I am afraid I do not understand the last sentence.

Mr. Foot: It assumes a responsible government.

JJ Ba Pe: In Burma the Indians and other minorities combined, and they are running the whole show there, so what you want is special protection for the majority. If it is a popular form of government, then I agree that the minorities must be protected. . . . .

Sir B, N, Mitra: The Burmese are inhabitants of the country. That is the fundamental difficulty. I personally see no objection to their laying down that before anybody comes into Burma he must possess certain fundamental qualifications, be he a Chinese or be be an Anglo-Indian or he an Indian. To that, from the point of view of the people of Burma, I cannot see any objection, but the Burmese Government of the future must not make a discrimination against the Indians in that matter. If South Africa had laid down a regulation that this applied to everybody, I do not think India would have objected.

Rao Bahadur Srinivasan: I do not think any discrimination should be made between a labourer and any other men, merchant or tradesman, who goes there. If anybody goes there, if he is domiciled he gets the domiciled right, and his children are bound to get the same education as anyone else in Burma.

Mr, de Glanville ; But this does not refer to labourers here.

Rao Bahadur Srinivasan : No separate law should be made for that.

Mr. Mody : We should separate the sentence, because thesentence begins with immigrant labour.

Mr. de Glanville: Why not put ¨ no discrimination up higher ?

Sir B. y. Mitra: Well, put a full stop after "immigrants" and then say The Committee also specially stresses the import- ance . , That would meet Mr. Mody's point.

Chairman: Make a new sentence of it.

. . . .

⌘ ⌘ ⌘

பகுதி

6

பூனா ஒப்பந்தமும் ஆவணங்களும்

⌘

16

காந்தியாரின் உண்ணாவிரதத்திற்கு எதிர்ப்பு

முன்குறிப்பு - *இரண்டாம் வட்டமேசை மாநாட்டில் டாக்டர். அம்பேத்கரும் ரெட்டமலை சீனிவாசனாரும் இணைந்துப் போராடியதின் விளைவாக தலித் மக்களுக்கு இரட்டை வாக்குரிமையுடன் கூடிய வாக்காளர் தொகுதிகள் உறுதி செய்யப்பட்டன. அதற்கான அறிவிப்பை பிரதமர் ராம்சே மெக்டொனால்ட்... அன்று அறிவித்தார். இத்திட்டம் இந்துக்களிடையே பிளவை உண்டாக்குமென காந்தியார் கடுமையாக எதிர்த்தார். அது மட்டுமின்றி இரட்டை வாக்குரிமை முறையினை திரும்பப் பெறாவிட்டால் 20.09.1932 அன்று முதல் சாகும் வரை உண்ணாவிரதம் இருக்கப் போவதாக பூனாவின் எராவாடா சிறையிலிருந்து அறிவித்தார். இதனால் கடும் கொந்தளிப்பு உருவானது. தலித் மக்கள் மீதான அழுத்தம் அதிகமானது. இந்நிலையில் இதுதொடர்பான முடிவெடுக்கும் இக்கட்டிற்கு தலித் தலைவர்கள் தள்ளப்பட்டனர். அதேநேரத்தித்தில் வட்டமேசை மாநாட்டில் கலந்துக் கொண்டவர் என்கிற முறையில் ரெட்டமலை சீனிவாசனாருக்கு இக்கட்டான நிலை. எனினும் அவர் தம் முடிவினை தெளிவாக அறிவித்து அறிக்கை ஒன்றினை 15.09.1932 அன்று வெளியிட்டார். அந்த அறிக்கையில் காந்தியின் உண்ணாவிரத அறிவிப்பை கடுமையாக எதிர்த்ததுடன் தாழ்த்தப்பட்ட மக்கள் எச்சரிக்கையாக இருக்க வேண்டும் என அறிவுறுத்தினார். தட்டச்சு செய்யப்பட்டு வெளியான அந்த அறிக்கை நாளிதழ்களில் வெளியானது. மேலும் ஷெட்யூல் வகுப்பினர் ஐக்கிய முன்னணி என்கிற பெயரின் கீழ் இது வெளியாகியுள்ளது கவனத்தினை கவருகின்றது. அந்த அறிக்கையின் அசல் படியும், அதன் தட்டச்சுப் படியும் இங்கே இடம் பெறுகிறது. ஏறக்குறைய காந்திக்கு எதிரான முதல் குரல் தமிழகத்திலிருந்துதான் என்றால் அது மிகையில்லை.*

- சன்னா

⌘

சென்னை மாகாண தாழ்த்தப்பட்டார் பெடரேஷன்

தாழ்த்தப்பட்டாருக்கு தனித் தொகுதி கொடுத்தால் திரு.காந்தி அவர்கள் தன் உயிரை மாய்த்துக் கொள்ளப் போகிறாராம்.

பொதுத் தொகுதியிலாவது கூட்டுத் தொகுதியிலாவது ஜாதி இந்துக்களோடு சட்டசபை (தாழ்த்தப்பட்ட) அபேஷகருக்கு ஓட்டு கொடுப்பதால் இப்போ திருப்பதைவிட நமக்கு இம்சைகள் அதிகப்படுமென அறிந்த, தாழ்த்தப்பட்ட ஜாதியார்கள் தங் களுக்கு தனித் தொகுதி வேண்டுமென தங்கள் பிரதிநிதிகளாகிய ராவ் பகதூர் ஆர். ஸ்ரீநிவாசனும், டாக்டர் அம்பேத்கரும் வட்டமேஜை மகா நாட்டில் வாதித்தார்கள்.

தாழ்த்தப்பட்ட வகுப்பாருக்கு தனித்தொகுதி கொடாதபடி தன் உயிர் போகு மட்டும் வாதிப்பதாக திரு.காந்தி அவர்கள் மேற்படி (லண்டன்) மகா நாட்டில் சபதம் கூறினார்.

மாகாண சட்ட சபைகளில் தாழ்த்தப்பட்டாருக்கு ஒதுக்கி வைத்த ஸ்தானங்கள் தனித்தொகுதியிலும், அதிக ஸ்தானங்கள் வேண்டுமானால் ஜாதி இந்துக்களோடு கூட்டுத் தொகுதியிலும் தாழ்த்தப்பட்டார் அடையலாம் என்றும், நம்முடைய வாக்குரிமையை ஜாதி இந்துக்களுக்கு கொடுக்கலாமென் றும் வட்ட மேஜை மகா நாட்டு அக்ராசனரும் பிரதான மந்திரியுமாகிய மிஸ்டர்.ராம்சே மெகடானல் திட்டமாக் கூறிவிட்டார். சென்னை மாகாண சட்டசபையில் 18 (பதினெட்டு) ஸ்தானங்கள் தனித்தொகுதியிலும் பின்னும் வேண்டுமானால் ஜாதி இந்துக்களோடு கூட்டுத் தொகுதியிலும் போட்டி போட்டு தாழ்த்தப்பட்டார் பெற்றுக்கொள்ளட்டும்.

தாழ்த்தப்பட்டாருக்கு தனித்தொகுதி கொடுத்துவிட்டதால் நிகழும் செப்டம்பர் மீ 20உ செவ்வாய் கிழமையிலிருந்து உண்ணாவிரதம் பூண்டு தன் உயிரை மாய்த்துக் கொள்ளுவதாக திரு.காந்தி அவர்கள் பஹிரங்கமாக பிரமாணம் செய்

திருக்கின்றார். இந்த விரதம் ஜாதி இந்துக்களுடைய நலத்தைக் கருதியேயன்றி தாழ்த்தப் பட்டாரது முன்னேற்றத்திற்கன்றி.

ஜாதி இந்துக்களில், அவரது அனுதாபிகளும், தொண்டர்களும் திரு.காந்தி அவர்கள் உயிர் பிழைக்க பாடுபட ஆரம்பித்துவிட்டார் கள். அவர்கள் தாழ்த்தப்பட்டார்களிடம் வந்து பல தந்திரமும் நயவஞ்சகமான வார்த்தைகளும் பேசி பணத்தையும் காட்டி ஏமாற்றுவார்கள். தாழ்த்தப்பட்டார் ஜாக்கிரதையாக இருக்க வேண்டும். தங்களுக்கு பின் தங்கள் மக்கள் நல்வாழ்க்கையையும், சுகத்தையும் கவனிக்க வேண்டும். குலத்தைக் கெடுக்கும் கோடாலிக் காம்புகளை நாம் கண்டித் தெறிய வேண்டும்.

உறுதியாயும் பிடிவாதமாயும் நிலைநின்று உழைக்க தாழ்த்தப்பட்ட பல வகுப்பினரையும் மன்றாடுகின்ற வட்ட மேஜை மகா நாட்டில் தங்கள் பிரதிநிதியாகிய

ராவ் பகதுர் ஆர்.ஸ்ரீநிவாசன்

சென்னை
15.9.1932

இங்ஙனம்,
ஷெட்யூல் வகுப்பினர் ஐக்கிய முன்னணி
சென்னை

⌘

சென்னை மாகாண தாழ்த்தப்பட்டோர் பெடரேஷன்

தாழ்த்தப்பட்டாருக்கு தனித்தொகுதி

கொடுத்தால்

திரு காந்தி அவர்கள்

தன் உயிரை மாய்த்துக் கொள்ளப் போகிறாராம்.

பொதுத் தொகுதியிலாவது கூட்டுத் தொகுதியிலாவது ஜாதி இந்துக்களோடு சட்ட சபை (தாழ்த்தப்பட்ட) அபேக்ஷகருக்கு ஓட்டு கொடுப்பதால் இப்போதிருப்பதைவிட நமக்கு ஹிம்சைகள் அதிகப்படுமென அறிந்த தாழ்த்தப்பட்ட ஜாதியார்கள் தங்களுக்கு தனித் தொகுதி வேண்டுமென தங்கள் பிரதிநிதிகளாகிய ராவ் பகதூர் ஆர். ஸ்ரீநிவாசனும், டாக்டர் அம்பேத்கரும் வட்டமேஜை மகா நாட்டில் வாதித்தார்கள்.

தாழ்த்தப்பட்ட வகுப்பாருக்கு தனித்தொகுதி கொடாதபடி தன் உயிர் போகு மட்டும் வாதிப்பதாக திரு காந்தி அவர்கள் ஊ (லண்டன்) மகா நாட்டில் சபதம் கூறினர்.

மாகாண சட்ட சபைகளில் தாழ்த்தப்பட்டாருக்கு ஒதுக்கிவைத்த ஸ்தானங்கள் தனித்தொகுதியிலும், அதிக ஸ்தானங்கள் வேண்டுமானால் ஜாதி இந்துக்களோடு கூட்டுத் தொகுதியிலும் தாழ்த்தப்பட்டார் அடையலாம் என்றும், நம்முடைய வாக்குரிமையை ஜாதி இந்துக்களுக்கு கொடுக்கலாமென்றும் வட்டமேஜை மகா நாட்டு அக்ராசனரும் பிரதான மந்திரியுமாகிய மிஸ்டர் ராம்சே மெக்டானல் திட்டமாக் கூறிவிட்டார். சென்னை மாகாண சட்டசபையில் 18 (பதினெட்டு) ஸ்தானங்கள் தனித்தொகுதியிலும் பின்னும் வேண்டுமானால் ஜாதி இந்துக்களோடு கூட்டுத் தொகுதியிலும் போட்டி போட்டு தாழ்த்தப்பட்டார் பெற்றுக்கொள்ளட்டும்.

தாழ்த்தப்பட்டாருக்கு தனித்தொகுதி கொடுத்துவிட்டதால் நிகழும் செப்டம்பர் மீ 20உ செவ்வாய்கிழமையிலிருந்து உண்ணாவிரதம் பூண்டு தன் உயிரை மாய்த்துக் கொள்ளுவதாக திரு காந்தி அவர்கள் பகிரங்கமாக பிரமாணம் செய்திருக்கின்றார். இந்த விரதம் ஜாதி இந்துக்களுடைய நலத்தைக்கருதியேயன்றி தாழ்த்தப்பட்டாரது முன்னேற்றத்திற்கன்று.

ஜாதி இந்துக்களில், அவரது அனுதாபிகளும், தொண்டர்களும் திரு. காந்தி அவர்கள் உயிர் பிழைக்க பாடுபட ஆரம்பித்துவிட்டார்கள் அவர்கள் தாழ்த்தப்பட்டார்களிடம் வந்து பல தந்திரமும் நயவஞ்சகமான வார்த்தைகளும் பேசி [illegible]ம் காட்டி ஏமாற்றுவார்கள். தாழ்த்தப்பட்டார் ஜாக்கிரதையாக இருக்க வேண்டும். தங்களுக்கு பின் தங்கள் மக்கள் நல்வாழ்க்கையையும், சுகத்தையும் கவனிக்க வேண்டும். குலத்தைக் கெடுக்கும் கோடாலி காம்புகளை நாம் [illegible] வேண்டும்.

[illegible] பிடிவாதமாயும் நிலைநின்று உழைக்க தாழ்த்தப்பட்ட [illegible] மன்றாடுகின்ற வட்டமேஜை மகா நாட்டில் தங்கள் [illegible]

சென்னை 15-9-32.

ராவ்பகதூர் - ஆர். ஸ்ரீநிவாசன்.

இங்ஙனம்,
ஷெட்யூல் வகுப்பினர் ஐக்கிய முன்னணி,
சென்னை.

17

பூனா ஒப்பந்தம்

முன் குறிப்பு - பூனா ஒப்பந்தம் என்று தலைப்பிடப்பட்ட இக்கட்டுரையை தனது ஜீவிய சரித்திரம் புத்தகத்தின் பின்னிணைப்பில் அநுபந்தம் 3 என சேர்த்திருந்தார் சீனிவாசனார். ஜீவிய சரித்திரம் கிடைத்தபோது இக்கட்டுரையின் கடைசி இரண்டுப் பக்கங்கள் கிடைக்கவில்லை. எனவே முந்தைய பதிப்புகள் குறையோடு பதிக்கப்பட்டன. நல்பாய்ப்பாக சேத்துப்பட்டு மெயில் முனிசாமி அவர்கள் தனது கையேட்டில் இக்கட்டுரையை முழுமையாக எழுதி வைத்திருந்தார். அது இங்கே அச்சேற்றியுள்ளது. எனவே முந்தைய பதிப்புகளில் இருந்த குறைகள் இதில் சரிசெய்யப்பட்டுள்ளன.

தற்கால புரிதலுக்கேற்ப வடமொழி குறிகள் நீக்கப்பட்டு அவற்றுக்கு இணையாக தமிழ்ச் சொற்கள் சேர்க்கப்பட்டுள்ளன. அவை **ஸ்ரீ = திரு, ௵ = வருடத்திய, ஷை = மேற்படி, ௴ = மாதத்திய, ௳ = நாளது, நி = எண்.**

மேலும் ரெட்டமலை சீனிவாசனார் கையொப்பமிட்ட பூனா ஒப்பந்தத்தின் நகல் இத்தொகுப்பில் சேர்க்கப்பட்டுள்ளது.

- சன்னா

⌘

பூனா ஒப்பந்தம்

வட்ட மேஜை மாநாட்டில் தாழ்த்தப்பட்டார் பிரதிநிதிகள் தங்கள் சமூகத்தவர்களுக்கு தனி தொகுதி வேண்டுமென்றார்கள். காந்தி அவர்கள் எதிர்த்து கூட்டு தொகுதியில் தாழ்த்தப்பட்டார் சேர்க்கப்பட வேண்டும் என்றார். தனி தொகுதியில் 18 ஸ்தானங்கள் தாழ்த்தப்பட்டாருக்கு கொடுக்கப்படவேண்டுமென தீர்மானமாயிற்று.

இந்தியா திரும்பிய காந்தி அவர்கள் உண்ணாவிரதமிருந்து கூட்டு தொகுதி வேண்டுமென்றார். தாழ்த்தப்பட்டார் பிரதிநிதிகளும் இந்து சமூக பிரதிநிதிகளும் கூடி ஆலோசித்து இந்துக்கள் தங்கள் ஸ்தானங்களிலிருந்து பன்னிரண்டு ஸ்தானங்கள் சட்டசபையில் தாழ்த்தப்பட்டாருக்கு கொடுத்து கூட்டு தொகுதியில் சேர்த்துக் கொள்ள வேண்டுமென தீர்மானமாயிற்று. அதனால் தாழ்த்தப் பட்டாருக்கு சென்னை சட்டசபையில் பதினெட்டிலிருந்து முப்பது ஸ்தானங்களாயின. ஒப்பந்தம் பத்து வருடங்கள் மட்டும்தான். **1932** ஆண்டு செப்டம்பர் மாதம் **24**ம் நாள் ஏற்பட்டது[1].

1.லண்டனில் நடந்த வட்டமேசை மாநாடுகளில், இரண்டாம் வட்டமேசை மாநாட்டில் டாக்டர்.அம்பேத்கர் மற்றும் சீனிவாசனாரின் முயற்சியால் இரட்டை வாக்குரிமை முறை பிரிட்டிஷ் அரசினால் ஏற்கப்பட்டு பிரதமர் ராம்சே மெக்டொலாட் அவர்களால் வகுப்புவாரி உரிமை (Communual Award) அறிவிக்கப்பட்டது. இதை எதிர்த்து காந்தியார் 18.09.1932 அன்று சாகும்வரை உண்ணாவிரதம் தொடங்கினார். உப்பு கலந்த வெந்நீரை அருந்தியபடி டாக்டர்.அம்பேத்கர் அவர்களுடன் பேச்சு வார்த்தைகளைத் தொடர்ந்தார். காந்தி கொடுத்த கடும் அழுத்தத்தினால் தலித் தலைவர்கள் இறங்கி வந்தனர். 24.09.1932 அன்று பூனா ஒப்பந்ததின் மூலம் காந்தியின் ஐந்து நாள் உண்ணாவிரதம் முடிவிற்கு வந்தது. இந்த ஒப்பந்தத்தில் ரெட்டமலை சீனிவாசம் அவர்களும் கையொப்பம் இட்டிருந்தார்.

ஒப்பந்தத்தின் விவரம்

ஒடுக்கப்பட்ட வகுப்பினருக்குச் சட்டசபையிலிருக்க வேண்டிய பிரதிநிதித்துவ விஷயமாகவும், அவர்களது க்ஷேம சம்பந்தமான வேறு சில விஷயங்களைப் பற்றியும் அவர்கள் சார்பாக வேலை செய்யும் தலைவர்களுக்கும் இந்து சமூகத்திலுள்ள இதரர்களுடைய தலைவர்களுக்கும் பின்கண்ட உடன்பாடு ஏற்பட்டிருக்கின்றது:-

மாகாண சட்டசபையிலுள்ள கூட்டுத் தொகுதிப் பதவிகளில் ஒடுக்கப்பட்ட வகுப்பினருக்கு பின்கண்டபடி பதவிகள் ஒதுக்கப்படும்.

சென்னை	30
சிந்துவுடன் கூடிய பம்பாய்	15
பஞ்சாப்	8
பீகார் ஒரிஸா	18
மத்திய மாகாணம்	20
அஸ்ஸாம்	7
வங்காளம்	30
ஐக்கிய மாகாணம்	20
மொத்தம்	148

பிரதம மந்திரியின் தீர்ப்பில் மாகாண சட்டசபைகளிலிருக்குமென்று அறிவிக்கப்பட்டுள்ள பதவிகளின் மொத்த தொகையை ஆதாரமாகக் கொண்டே இந்தக் கணக்கு தயாரிக்கப்பட்டிருக்கின்றது.

தேர்தல் முறை

2. இந்தப் பதவிகளுக்குக் கலப்புத் தொகுதி மூலம் தேர்தல் நடக்கும். ஆனால் அத்தேர்தல் பின்கண்ட முறைக்குட்பட்டு நடக்கும்:- ஒரு தொகுதியிலுள்ள பொது வாக்காளர் ஜாப்தாவில் வாக்காளராகப் பதிவு செய்யப்பட்டிருக்கும் ஒடுக்கப்பட்ட வகுப்பு மெம்பர்களெல்லாம் ஒரு வாக்காளர்

(ஓட்டர்) கோஷ்டியாக இருப்பார்கள். இந்தக் கோஷ்டியார் ஒதுக்கிவைக்கப்பட்ட ஒவ்வொரு பதவிக்கும் ஒடுக்கப்பட்ட வகுப்பினரைச் சேர்ந்த 4 பேர்களை ஒரே ஓட்டு மூலம் தெரிந்தெடுப்பார்கள். இந்தப் பூர்வாங்கத் தேர்தலில் அத்கப்படியான வாக்குகளைப் பெறுகிறவர்களே பொது தொகுதி வாக்காளர்களால் தெரிந்தெடுக்கப்பட வேண்டிய தேர்தலில் அபேட்சகர்களாக நிற்பார்கள்.

3. மத்திய சட்டசபையிலும் ஒடுக்கப்பட்ட வகுப்பினருக்கு 2வது ஷரத்தில் மாகாண சட்டசபையில் அவர்களது பிரதிநிதித்துவத்திற்காக செய்யப்பட்டிருக்கும் ஏற்பாட்டைப் போலுள்ள ஏற்பாட்டின் மூலமே பிரதிநிதித்துவமளிக்கப்படும். அதாவது அவர்களுக்குப் பதவிகள் ஒதுக்கப்பட்டு கலப்புத் தொகுதியில் நடக்கும் தேர்தல் மூலமே பிரதிநிதித்துவமளிக்கப்படும். ஆனால் முதலில் ஒடுக்கப்பட்ட வகுப்பு வாக்காளரே ஒதுக்கப்பட்ட பதவிகள் ஒவ்வொன்றுக்கும் தங்களில் 4 பேரை ஒரே ஓட்டு முறை மூலம் தெரிந்தெடுப்பார்கள். கலப்புத் தொகுதியில் நடக்கும் தேர்தலுக்கு அவ்வாறு தெரிந்தெடுக்கப்பட்ட 4 பேர்களே அபேட்சகர்களாக நிற்பார்கள்.

மத்திய சட்டசபையில் 18 ஸ்தானங்கள்

4. மத்திய சட்டசபையில் பிரிட்டிஷ் இந்தியாவுக்காக பொதுத் தொகுதியில் ஒதுக்கப்படும் பதவிகளில் 100க்கு 18 வீதமுள்ளதை ஒடுக்கப்பட்ட வகுப்பினருக்காக ஒதுக்கிக் கொடுக்கப்படும்.

பூர்வாங்க தேர்தலுக்கு முடிவுக்கு வருங்காலம்

5. மத்திய சட்டசபைக்கும் மாகாண சட்டசபைக்கும் தெரிந்தெடுக்கப்படுவதற்காக ஒதுக்கப்பட்ட வகுப்பு வாக்காளரே பூர்வாங்கமாக தங்களில் 4 பேரை ஒவ்வொரு பதவிக்கும் தெரிந்தெடுத்து கலப்புத் தொகுதியில் அபேட்சகராக நிறுத்த வேண்டுமென்ற முறை 10 வருஷங்களுக்குப் பிறகு முடிவுக்கு வரும். ஆனால் 6வது ஷரத்தில் கண்டபடி பரஸ்பர உடன்பாட்டின் மூலம் இதனை இந்த 10 வருஷங்களுக்கு முன்னதாகவும் முடிவுக்குக் கொண்டு வரலாம். இவ்வாறு

பரஸ்பர உடன்பாட்டின் மூலம் முன்னதாகவே இது முடிவுக்குக் கொண்டு வரப்படா விட்டால் இது 10 வருஷங்களானவுடன் தானாக முடிவுக்கு வரும்.

6. 1, 4வது ஷரத்துக்களில் வகை செய்யப்பட்டிருக்கின்றபடி மாகாண சட்டசபைகளிலும் பதவிகளை ஒதுக்கி வைப்பதன் மூலம் ஒடுக்கப்பட்ட வகுப்பினருக்கும் பிரதிநிதித்துவமளிக்கும் முறை இந்த உடன்பாட்டில் சம்பந்தப்பட்டிருக்கும் வகுப்பார்கள் பரஸ்பர உடன்பாட்டின் மூலம் முடிவுக்குக் கொண்டுவரும்வரை நீடித்திருக்கும்.

7. லோதியன் கமிட்டி[2] யாதாஸ்தில் குறிப்பிட்டபடியுள்ள மத்திய சட்டசபை, மாகாண சட்டசபை இவற்றிற்கான வாக்குரிமை யோக்கியதைகளே ஒடுக்கப்பட்ட வகுப்பினருக்கு ஏற்பட்டிருக்கும்.

ஸ்தல ஸ்தபனங்களிலும் ஊழிய வர்க்கங்களிலும் பிரதிநிதித்துவம்

8. ஸ்தல ஸ்தாபனங்களுக்கான தேர்தல்கள் சம்பந்தமாகவோ அன்றி சர்க்கார் ஊழிய வர்க்கங்களுக்கு நியமனங்களைச் செய்வது சம்பந்தமாகவோ ஒடுக்கப்பட்ட வகுப்பினரைச் சேர்ந்தவர் என்ற காரணம் கொண்டு எவருக்கும் எவ்விதமான அசௌகரியமும் இருக்கக்கூடாது. சர்க்கார் ஊழிய வர்க்கங்களில் நியமனஞ் செய்யப்படுவதற்காக நிர்ணயிக்கப்படும் கல்வி யோக்கியதைகளைப் பெற்றிருப்பதற்குட்பட்டு இவ்விஷயங்களில் ஒதுக்கப்பட்ட வகுப்பினருக்கு நியாயமான பிரதிநிதித்துவத்தை வாங்கிக்கொடுக்க சகல முயற்சியும் செய்யப்படும்.

---

2. லோதியன் குழு. (Lothian Committee - Joint Committee On Indian Constitutional Reform (1932-1933) வட்டமேசை மாநாட்டிற்குப் பிறகு வாக்குரிமையை உறுதி செய்யும் பொருட்டு அமைக்கப்பட்டக் குழு. இக்குழுவின் இந்தியாவில் இருந்த முன்னணி தலித் தலைவர்கள் சாட்சியம் அளித்து தமது வாதங்களையும், கோரிக்கைகளையும் முன்வைத்தனர். இந்த குழு மக்கள் தொகை அடிப்படையில் வாக்காளர் தொகுதிகளை அமைக்க முயன்றது. அதனால் பலவிதமான பொய்களை தலித் மக்கள் தொடர்பாக சாதி இந்துக்கள் முன்வைத்ததை டாக்டர்.அம்பேத்கர் அம்பலப்படுத்தினார். இக்குவின் முன் தமிழ தலித் தலைவர்கள் சாட்சியம் அளித்தனர். சீனிவாசனாரும் தமது சாட்சியத்தையும் அறிக்கையும் முன் வைத்தார்.

கல்வி மானியம்

9. ஒவ்வொரு மாகாணத்திலும் கல்வி மானியத்திலிருந்து ஒடுக்கப்பட்ட வகுப்பினருக்குக் கல்வி வசதிகள் ஏற்படுத்திக் கொடுப்பதற்காக போதிய தொகை தனியாக ஒதுக்கிவைக்கப்படும்.

⌘ ⌘ ⌘

PRINTED AT PAYNE & CO., MOUNT ROAD, MADRAS

18

THE YERAVADA PACT[1]

முன் குறிப்பு - எரவாடா ஒப்பந்தம் என்ற இக்கட்டுரை ரெட்டமலை சீனிவாசனார் எழுதியதல்ல. காந்தியின் சீடரான பியாரிலால் எழுதிய புனித உண்ணாவிரதம் என்னும் நூலிலிருந்து எடுக்கப்பட்டது. வழக்கமாக பூனா ஒப்பந்தம் என அழைக்கப்படுவதை எரவாடா ஒப்பந்தம் என பியாரிலால் தலைப்பிட்டார். அதற்குக் காரணம் பூனாவில் உள்ள எரவாடா சிறைச்சாலையில்தான் காந்தி இரட்டை வாக்குரிமையை எதிர்த்து உண்ணாவிரதம் இருந்தார். எனவே பூனா ஒப்பந்தத்திற்கானப் பேச்சுவார்த்தைகள் அங்கிருந்தே தொடங்கின.

இங்கு இந்த ஆவணம் சேர்க்கப்பட்டதற்கான காரணங்கள் இரண்டு இருக்கின்றன. முதலாவது காரணம் சீனிவாசனார் தமது ஜீவிய சரித்திரத்தில் பூனா ஒப்பந்த்தைப் பின்னிணைப்பாகச் சேர்த்திருந்திருந்தர், எனவே பூனா ஒப்பந்தம் உருவான காலத்தில் பியாரிலால் ஒரு சாட்சியாக அருகில் இருந்து எல்லாவற்றையும் கவனித்தார். தமது புத்தகத்தில் சீனிவாசனார் செய்த பணிகளை ஆங்காங்கே குறித்திருக்கிறார். இரண்டாவதாக, ஒப்பந்தத்தில் சீனிவாசனார் கையொப்பமிட்டதை மட்டுமே குறிப்பிட்டிருந்தார். மற்றவர்களின் பெயரை அவர் குறிப்பிடவில்லை. எனவே மற்றவர்களோடு சீனிவாசனாரும் கையொப்பமிட்டதை ஆதாரப்பூர்வமாக நிறுவ இந்த ஆவணம் அவசியமாகிறது. அது மட்டுமின்றி ஒப்பந்தத்திற்குப் பிறகான முக்கியமான ஒரு சான்றும் பியாரிலால் புத்தகத்தில் கிடைத்ததது. அது இந்நூலில் இணைக்கப்பட்டிருக்கிறது. இக்கட்டுரையினைத் தொடர்ந்து வருவது பூனா ஒப்பந்தத்தின் நகல்கள் - சன்னா

⌘

1. *The Holy Fast by Pyarelal. Page 153-156*

THE YERAVADA PACT

(The fallowing is the text of the agreement which has been arrived at between the leaders acting on behalf of the Depressed Classes and of the rest of the Hindu community regarding the representation of the Depressed Classes in the legislatures and certain other matters affecting their welfare,)

1. Thera shall be seats reserved for the Depressed Classes out of general electorates. Seats in Provincial Legislatures shall be as follows :

Madras	*30*
Bombay with Sind	*15*
Punjab	*8*
Behar and Orissa	*18*
Central Provinces	*20*
Assam	*7*
Bengal	*30*
United Provinces	*20*
Total	**148**

These figures are based on the total strength of the Provincial Councils announced in the Prime Minister s decision.

2. Election to these seats shall be by joint electorates subject, however, to the following procedure:

All members of the Depressed Classes registered in the general electoral roll of a constituency, will form an electoral college which will elect a panel of four candidates belonging to the Depressed Classes, for each of such reserved seats by the method of single vote and four persons getting the highest number of votes in such primary election shall be the candidates for election by the general electorate.

3. *Representation of the Depressed Classes in the Central Legislature shall likewise, be on the principle of joint electorates and reserved seats by the method of primary election in the manner provided for in clause* 2 *above for their representation in Provincial Legislatures,*

4. *In the Central Legislature* 18 *per cent, of the seats allotted to the general electorate for British India in the said legislature shall be reserved for the Depressed Classes.*

5. *The system of primary election to panel of candidates for election to the Central and Provincial Legislatures, as hereinbefore mentioned, shall come .to an end after the first ten years unless terminated sooner by mutual agreement under the provision of Clause* 6 *below.*

6. *The system of representation of the Depressed Classes by reserved seats in the Provincial and Central Legislatures as provided for in clauses* 1 *and* 4 *shall continue until determined by mutual agreement between the communities concerned in this settlement.*

7. *The franchise for the Central and Provincial Legislatures for the Depressed Classes shall be as indicated in the Lothian Committee Report.*

8. *There shall be no disabilities attaching to anyone on the ground of his being a member of the Depressed Classes in regard to any elections to local bodies or appointment to public service.*

Every endeavour shall be made to secure a fair rep-

resentation of the Depressed Classes in these respects subject to such educational qualifications as may be laid down for appointment to public services.

9. *In every province out of the educational grant an adequate sum shall be earmarked for providing educational facilities to members of the Depressed Classes.*

MADAN MOUAN MALAVIYA

TEJ BAHADUR SAPRU

M. R. JAYAKAR

B. R. AMBEDEAR

SRINIVASAN

B. S. KAMAT

G. K. DEODHAR

A. V. THAKKAR

R. K. BAEHLE

P. G, SOLANKI

M. C. RAJAH

C. V. MEHTA

C. RAJAGOPALACHARI

RAJENDRA PRASAD

G. D. BLHLA

RAMESUWAR DAS BIRLA

SHANKERLAL BANKER

P. BALOO

GOVIND MALAVIYA

DEVADAS GANDHI

BISWAS

B. N. RAJBHOJ

GAVAI

The following signatures were added In Bombay at the final sitting of the Hindu Conference on September 25 :

LALLUBHAI SAMALDAS

HANSA MEHTA

K. NATARAJAN

KAMAKOTI NATARAJAN

PHRSHOTTAMDAS THAKURDAS

MATHRADAS VASSANJI

WALCHAND HIRACHAND

H. N. KUNKRU

K, G. LIMAYE

P. KODANDARAO

G. K. GADGIL

MANU SDBEDAR

AVANTIKABAI GOKHLE

K. J. CHITALIA

RADHAKANT MALAVIYA

A. R. BHAT

COLAM

PRADHAN

⌘

08734

POONA PACT.

The following agreement has been arrived at between leaders acting on behalf of the depressed classes and of the rest of the Hindu community, regarding the representation of the depressed classes in the legislatures and certain other matters affecting their welfare:-

1. There shall be seats reserved for the depressed classes out of the General Electorate Seats in the Provincial legislatures as follows:-

Madras 30, Bombay with Sindh 15, Punjab 8, Bihar and Orissa 18, Central Provinces 20, Assam 7, Bengal 30, The United Provinces 20 - total 148. These figures are based on the total strength of the Provincial Councils announced in the Prime Minister's decision.

2. Election to these seats shall be by joint electorates subject however, to the following procedure:-

All the members of the depressed classes registered in the general electoral roll of a constituency will form an electoral college which will elect a panel of four candidates belonging to the depressed classes for each of such reserved seats by the method of the single vote and four persons getting the highest number of votes in such primary election shall be the candidates for election by the general electorate.

3. The representation of the depressed classes in the Central Legislature shall likewise be on the principle of joint electorates and reserved seats by the method of primary election in the manner provided for in clause 2 above for their representation in the Provincial legislatures.

in the said Legislature shall be reserved for the depressed classes.

5. The system of primary election to a panel of candidates for election to the Central and Provincial Legislatures as herein before mentioned shall come to an end after the first 10 years, unless terminated sooner by mutual agreement under the provisions of clause 6 below.

6. The system of representation of depressed classes by reserved seats in the Provincial and Central Legislatures as provided for in clauses 1 and 4 shall continue until determined by mutual agreement between the communities concerned in this settlement.

7. The franchise for the Central and Provincial Legislatures for the depressed classes shall be as indicated in the Lothian Committee's Report.

8. There shall be no disabilities attaching to any one on the ground of his being a member of the depressed classes in regard to any elections to local bodies or appointment to the Public Services. Every endeavour shall be made to secure a fair representation of the depressed classes in these respects, subject to such educational qualifications as may be laid down for appointment to the Public Services.

9. In every province out of the educational grant an adequate sum shall be earmarked for providing educational facilities for the members of the depressed classes.

Poona 24th September 1932

B. R. Ambedkar   Madan Mohan Malaviya

C. Rajagopalachar   R. [illegible] MLC R.T.C.

Tej Bahadur Sapru   M. R. Jayakar

G. A. Gavai

Baloo A. Palwankar

N. S. Kajrolkar

Ram Pershad

Devi Das Jatana

P. N. Rajabhoj

N. V. Khandke.

D. N. Pigale

M. K. Thriyan

Dr. M. N. [illegible]

M. C. Thukkar

Bapuji Narayan Samant

Pratap Chandra Pandit.

B. A. Karak

Hargovind J. Mehta

M. B. Velkar

K. Natarajan

R. S. Nekalgay.

03731 G. K. Devadhar,

S. B. Banker

B. S. Kamat

N. Siva Raj. M.L.C.

V. Dharmalingam Pillai M.L.C.

E. Kannan

S. N. Shivtarkar

M. C. Rajah M.L.C., Madras

B. H. Varale

Rajendra Prasad

A. V. Thakkar

R. R. Bakhale

D. P. Khaitan

Devdas Gandhi

T. Prakasam

Govind Malaviya

Hiralal S. Nanavati

Lalubhai Samaldas

Manilal Narbheshankar

[illegible]

03734

Jethalal V. Vora

Bejray Gupta

Munilal J Bhoo

Kalidas Vashram

Anant Jaiwant Sonone B.A.

Anant Waman Phanse

~~D. Y. Sambrani~~

D. Y. Sambrani.

R. N. Varmali

J. S. Raj.

N. L. Gangavane

H. B. Tersekar

M. C. Matani.

Vishwanath P. Vaidya.

Gordhandas Gocaldas Morarji

Promathanath Banerjee

03734

K. J. Chitalia

M. T. Godghate.

Hansa Mehta

Jayashri Raiji

Avantika Gokhale

Urmila Mehta.

Mangla Mehta

Gangu Ramdas [illegible]

[illegible]

K. G. Limaye

H. [illegible]

Bhanji [illegible] Kathal

B. F. Bharucha

[illegible]

[illegible] Vanmali Bhatt

A R Bhat, Kesari [illegible] Bombay

B. J. Deorukhkar.

Damodar Panduang Thakore

Choithram P. Gidwani

K. Nageswara Rao

19

POONA TELEGRAM

Dr. Ambedkar and Mr.R. Srinivasan sent the following cable to the Prime Minister and the Secretary of State for India and also the Viceroy[1].

ARE GLAD to inform you that an agreement has been reached between the Depressed Classes and Caste Hindus in regard to the questions involved in the Communal Award, the substance whereof has been already cabled to you. This settlement has the support of all the Depressed Classes including those from Madras. We request you to give effect to this settlement immediately in order to enable Mahatmaji to break his fast.

பின் குறிப்பு - பூனா ஒப்பந்தம் கையொப்பம் ஆன பிறகு பேச்சுவார்த்தையில் ஈடுபட்ட குழுவினர் அனைவரும் இந்திய வைஸ்ராய் மற்றும் பிரிட்டிஷ் பிரதம மந்திரி ஆகியோருக்கு தந்தி வாயிலாக தமது இசைவுகளையும் முடிவுகளையும் தெரிவித்தனர். அதன்படி ஒப்பந்தத்தின் மையமாக விளங்கிய டாக்டர். அம்பேத்கரும் கையெழுத்திட்டார். வட்டமேசை மாநாடுகளில் டாக்டர்.அம்பேத்கருடன் கலந்துக் கொண்ட சீனிவாசனாரும் கையொப்பமிட்டதுடன், அம்பேத்கருடன் சேர்ந்து கையொப்பமிட்ட தந்தியினை மேற்படி அனுப்பி வைத்தனர். பியாரிலால் தமது புத்தகத்தில் அத்தந்தி விவரத்தை பதிவு செய்திருக்கிறார். அது இங்கே மீள் பதிப்புக் காண்கிறது **- சன்னா**

---

1. *The Epic Fast by Pyarilal, Page No* 160

பகுதி

7

தொகுதி மறுசீரமைப்புக் குழுவிடம் அளித்த சாட்சியம்

⌘

20

Evidence Before The Indian Delimitation Committee

முன் குறிப்பு - வட்டமேசை மாநாடுகளுக்குப் பிறகு பிரிட்டிஷ் அரசு இந்திய சட்டம் 1935 (அரசமைப்புச் சட்டம் 1935)ஐ நடைமுறைக்கு கொண்டு வந்தது. அதன் தொடர்ச்சியாய், 1937ஆம் ஆண்டு நடத்த திட்டமிடப்பட்ட பொதுத் தேர்தலை முன்னிட்டு, தொகுதிகளை வரையறை செய்வதற்காக பிரிட்டிஷ் இந்திய அரசினால் *Indian Delimitation Committee* ஒன்று அமைக்கப்பட்டது. இக்குழுவிற்கு சர் லாரி ஹாம்மோண்ட் தலைமையில், மெட்ராஸ் உயர்நீதி மன்ற நீதிபதி சர்.எம். வெங்கிட்ட சுப்பாராவ் மற்றும் லாகூர் உயர்நீதிமன்ற நீதிபதியான திரு.தின் மொகம்மது ஆகியோரை உறுப்பினராகவும் கொண்டு அக்குழு அமைக்கப்பட்டது. இக்குழு மத்திய மற்றும் மாகாணங்களுக்கான தொகுதிகளை அடையாளம் காண்பதுடன், ஐரோப்பியர், இசுலாமியர், பெண்கள், இந்திய கிறித்துவர், பட்டியல் சாதியினர், தொழிலாளர் சங்கங்கள், நில உரிமையாளர்கள், வணிக குழுக்கள், பிற்பட்ட பழங்குடியினர் உள்ளிட்ட பலரின் கோரிக்கைகளைப் பரிசீலித்து அதற்கேற்ப தொகுதிகளை வரையறை செய்யப் பணிக்கப்பட்டது.

எனவே, 30.09.1935 அன்று சிம்லாவில் தனது முதல் கூட்டத்தை நடத்தி பயணத்தை தொடங்கியது. இந்தியா முழுமைக்கும் 9,500 கிமீ பயணம் செய்து, 1383 மனுக்களைப் பெற்றது. அந்த மனுக்களுக்காக 339 பேராளர்கள் குழுவின் முன்னிலையானார்கள். 331 பேர் சாட்சியமளித்தார்கள். இந்தக்குழு சென்னைக் வருகைத் தந்த போது 27.11.135 அன்று ரெட்டமலை சீனிவாசனார் குழு முன்பு அறிக்கை அளித்ததுடன் சாட்சியமும் அளித்தார். சாட்சியத்தில் தொகுதி வரையறைக்கான ஆலோசனைகள் முன்வைத்துப் பேசினார். மேலும், தேர்தலுக்கான வேட்பாளர் வைப்புத்தொகையினைக் குறைக்க வேண்டும் என்று வாதாடினார். அவரின் கோரிக்கைகள் ஏற்கப்பட்டு குழுவின் அறிக்கையில் அது பிரதிபலித்தது. 1936ல் குழு அரசிற்கு தனது அறிக்கையை அளித்தது. 1937ல் பொதுத்தேர்தல் நடைபெற்றது. - **சன்னா**

Evidence Before
The Indian Delimitation Committee[1]
Madras, dated the 27th November 1935

The Chairman;- Rao Bahadur R. Srinivasan, we have got the short note from you. You say that as regards the interpretation of the Poona Pact, there ought to be four candidates, but if there are only three or two, or even one, it does not really make much difference ?

Rao Bahadur R. Srinivasan: Surely.

The Chairman ; more than four candidates are there, there must be a primary election, and if there is only one candidate, then there would be no voting for the reserved seat at the final election?

Rao Bahadur R. Srinivasan: If there be less than four, there will be no panel election.

The Hon'ble Mr. Justice Venhatasubba Rao. ; shall put it this way. Unless there are more than four, there cannot be an election?

Rao Bahadur R. Srinivasan; Yes, as candidates.

The Hon'ble Mr. Justice Venhatasubba Rao. ; There must be at least five so that there may be an election which will result in four being returned ?

---

1. 12. *Evidence of Rao Bahadur R. Srinivasan, M.L.C. Madras, dated the 27th November 1935. Selections from Evidence. Indian Delimitation Committee Volume III, 1936 Pages 59-61*

Rao Bahadur R. Srinivasan: That is it.

The Chairman; Well now, you get these four people ; there is to be an interval of some weeks between the primary and the final election. Your view is that any of these four candidates may, if he chooses, withdraw ?

Rao Bahadur R. Srinivasan: Yes.

The Chairman; And forfeit the deposit ?

Rao Bahadur R. Srinivasan: Yes.

The Chairman; And you think Rs. 50 would be a proper deposit?

Rao Bahadur R. Srinivasan: Rs. 50 is too much. I think the minimum should be Rs. 10 and the maximum Rs. 20. The condition of the people has to be considered. If you put Rs. 50, the man will have to borrow from his caste-man employer. If it be fixed at less than Rs. 20, he will put in his own money or he may scrape from his people or from those who are interested. It is with that object that I suggest from Rs. 10 to Rs. 20.

The Chairman; Then we were told that owing partly to the poverty of the scheduled castes, corruption would be rife, and that there would be a good deal of selling of votes ?

Rao Bahadur R. Srinivasan: Is it to be the distributive or the cumulative vote.

The Chairman; If it is the cumulative vote, there would be more chance of corruption than if it is distributive ?

Rao Bahadur R. Srinivasan: Yes.

The Chairman; Why do you think so ?

Rao Bahadur R. Srinivasan: Because the caste Hindus would come in; they have the money and the influence.

The Chairman; They will come in quite regardless of the

form or the manner of voting.For instance, supposing you have two votes and you have to give one to the scheduled caste man and one to the Hindu. The Hindu may like to buy off your vote ?

Rao Bahadur R. Srinivasan: Yes; there may be so many at it.

The Chairman; So, I cannot understand why there should be any difference. By now you have got your members on local boards and district boards, and those men who want to stand for the Assembly will surely get their friends of the scheduled castes at the election to say : we won t sell our votes to the Hindu : we would give our votes only to you . To that extent, I think with either of these systems you can mitigate corruption?

Rao Bahadur R. Srinivasan: But the scheduled caste people are not quite independent as many think, or you think. They are all servants of the caste people, especially in the rural parts. They are agricultural labourers, tenants under landholders ; and there are very few who are pattadars or landowners. That being the case, the depressed classes in the rural parts are completely in the hands of the caste Hindus or the landowning classes. In the district boards, it is noticed that these people are herded like cattle and taken to the polling booths, and their votes are taken that way.

The Chairman; You have got reserved seats in the district boards; what happens there?

Even there for the reserved seats, scheduled caste men who are in the employ of or are the favourites of caste-Hindus are put up.

The Chairman; In other words, you say the higher caste Hindu by reason of his wealth, his intellectual ability and his powers of organization will practically nominate the candidate for the reserved seat ?

Rao Bahadur R. Srinivasan: Yes, that is what I mean. It has been so. No doubt the constitution may not intend it, but that is the practice.

The Chairman; And you think the practice still continues ?

Rao Bahadur R. Srinivasan: Yes

The Chairman; Can you give us some suggestions as to how that can be got over?

Rao Bahadur R. Srinivasan: I think it is a matter of time. Even under the new constitution, until we have two elections, the scheduled caste people may not be in a position to understand what an election is or the value of the vote.

The Chairman; But gradually I suppose they will acquire the knowledge that is necessary as regards their position, if opportunities are given to them?

Rao Bahadur R. Srinivasan: Yes in course of time. That is why I say they must have experience of at least two elections. They being illiterate and ignorant, it will be impossible to educate them in a short time unless they see the whole thing in practice.

The Chairman; Is there any effort being made in the way of organization of these scheduled castes?

Rao Bahadur R. Srinivasan: Efforts are being made, but it is so difficult to reach the rural parts. In course of time, I think there will be good result. We have also got what is called the Depressed Classes Federation, and we have associations in towns and districts. We consult them now and again, and that is the sort of organisation we have at present; but as for elections, we have not advanced so much as to organise our people for them.

* * * * * * * *

The Chairman; The view is - and we have been going

round India - that the deposit should be somewhere between Bs. 25 and Rs. 50 ?

Rao Bahadur R. Srinivasan: In this province Bs. 50 is too much. Even Bs. 20 which I suggested is too much. When there was an amending Bill for the Local Boards Act, it, was I who pressed for the exemption of these classes from making these deposits. Now, however, people from the rural parts come and tell me that there being no deposit, the castemen put up their own servants to contest the elections against the depressed class candidates and there is difficulty; because if the servants win that is all right; otherwise they have not lost anything. If however we are to have a deposit, the castemen will not compete so much, because there is some risk of losing the money ; at any rate, they will think half a dozen times before standing for election.

The Chairman; But the smaller the deposit, the less is the risk ?

Rao Bahadur R. Srinivasan: But these people must be able to pay. They are so poor ; they can t raise the amount, and if they do that is only by going to the caste people, and being obliged to them for it. That means, they will be the representatives of the caste people. Moreover, there are depressed class tenants under the landlords, and they will not be allowed to stand.

The Chairman; It has been suggested that there should be reserved seats; but do you anticipate that in these constituencies, there will be more tlian four candidates coming forward ?

Rao Bahadur R. Srinivasan: There may be more in some places, and there may be less in others.

The Honorable Mr. Justice Venkatasubba, Rao; In some places you think even four won t be forthcoming?

Rao Bahadur R. Srinivasan: Yes, in some places.

The Honorable Mr. Justice Venkatasubba, Rao; Nevertheless, you think the election should go on?

Rao Bahadur R. Srinivasan: Yes.

The Honorable Mr. Justice Venkatasubba, Rao; Supposing there is only one candidate of the scheduled caste available?

Rao Bahadur R. Srinivasan: Well, he goes in without any contest.

The Honorable Mr. Justice Venkatasubba, Rao; Therefore, you won t regard four as a minimum ?

Rao Bahadur R. Srinivasan: No.

The Honorable Mr. Justice Venkatasubba, Rao; You advocate single non-transferable voting in constituencies where a seat is reserved ?

Rao Bahadur R. Srinivasan: Yes.

The Honorable Mr. Justice Venkatasubba, Rao; You add that a scheduled caste man, although the single non-transferable vote is to be the system, must have the liberty to vote for caste Hindus?

Rao Bahadur R. Srinivasan: Yes, because we have to keep up the Poona Pact.

The Honorable Mr. Justice Venkatasubba, Rao; Do you think that the spirit of the Poona Pact will be carried out by the introduction of the single non-transferable vote ?

Rao Bahadur R. Srinivasan: Yes, because the caste Hindu will go to the scheduled caste man and this man will go to him.

The Honorable Mr. Justice Venkatasubba, Rao; That is, you hope that the higher caste man will exercise his single vote in favour of the scheduled caste man and likewise the latter will exercise his one vote in favour of the caste Hindu man? That is what you -conceive to be the single non-

transferable vote!

Rao Bahadur R. Srinivasan: Yes, that is my hope.

The Honorable Mr. Justice Venkatasubba, Rao; You think that inspite of the system being single non-transferable vote, the spirit of the Poona Pact will be carried out ?

Rao Bahadur R. Srinivasan: Yes, it ought to be so......

⌘ ⌘ ⌘

பகுதி

8

காந்தி - ரெட்டமலை சீனிவாசம் சந்திப்பும் எழுத்துப் பூர்வமான கேள்வி பதில்களும்

⌘

தீண்டாமை யகற்றல்.

மகாத்மா காந்தி அவர்களுக்கு ராவ் பகதூர் ஆர். ஸ்ரீநிவாசன் அவர்கள் எழுதிய பகிரங்க கடிதம்.

இருவரும் சந்தித்தல்.

மகாத்மா மருமொழி.

22-12-1933

மகாத்மா காந்தி அவர்கள்.

ராவ் பகதூர் ஆர். ஸ்ரீநிவாசன் அவர்கள்.

21

தீண்டாமை யகற்றல்

முன் குறிப்பு - பூனா ஒப்பந்தத்திற்குப் பிறகு நாட்டில் கொந்தளிப்பான நிலை நிலவியது. மூன்றாம் வட்டமேசை மாநாடும் முடிந்திருந்தது. சாதி இந்துக்களுக்கும் தலித்துகளுக்கும் இடையில் பெரும் மனக்கசப்பு நிலவியது. பிரிட்டிஷ் அரசு புதிய அரசமைப்புச் சட்டத்திற்கான வேலைகளில் தீவிரம் காட்டியது. இந்நிலையில் காந்தியாருக்கும் தலித் மக்களுக்கும் இடையிலான கருத்து வேறுபாடுகள் குறித்து விளக்கம் கேட்டு காந்தியாருக்கு சீனிவாசனார் கேள்விகள் கேட்டு கடிதம் எழுதியிருந்தார். அந்த கடிதத்திற்கு நேரிலே பதில் சொல்வதென ஏற்கெனவே முடிவாகியிருந்தது. அதனடிப்படையில் சென்னைக்கு பயணம் செய்த காந்தியாரை 22.12.1933 அன்று வெள்ளிக்கிழமை மாலை சீனிவாசனார் தமது குழுவினருடன் சந்திப்பதென ஏற்பாடாகியிருந்தது.

மைலாப்பூரில் திரு. நாகீஸ்வர ராவ் பந்துலு இல்லத்தில் காந்தியார் தங்கியிருந்தபோது சீனிவாசனார் தம்முடன் பணியாற்றிய முன்னணித் தலைவர்களான ராவ் சாகிப் வீ.தர்மலிங்கம் பிள்ளை, ஸ்வாமி சகஜாநந்தன், திருவாளர்கள் பி,வி.இராஜகோபால் பிள்ளை, புஷ்பராஜ் மற்றும் திராளான தொண்டர் கூட்டத்துடன் சென்று சந்தித்தார்.

காந்தியாருடன் சென்னை மாகாணத்தின் தீண்டப்படாதார் சங்கத்தின் செயலாளர் வி.பாஷியம் ஐயங்கார், நாகேஸ்வர ராவ் பந்துலு, வி.வெங்கட்டசுப்பையா, கே.பாஷ்யம், ஆர்.வி சாஸ்திரி (ஹரிஜன் பத்திராதிபர்) மற்றும் பலர் உடனிருந்தனர்.

சந்திப்பின்போது காந்தியாரிடம் ஏற்கெனவே சீனிவாசனார் கேட்ட கேள்விகளுக்கு விளக்கமான பதில்களைச் சொன்னார். அவை முறையாகப் பதிவு செய்யப்பட்டன. பதிவு செய்ததை தமிழ் ஆங்கிலம் என இரு மொழிகளில் சிறு நூலாக வெளியிட்டார் சீனிவாசனார். இத்தொகுப்பில் அது பிரித்து பதிக்கப்பட்டிருக்கிறது. தமிழைத் தொடர்ந்து ஆங்கில பதிப்பையும் இத்தொகுப்பில் காணலாம்.

- சன்னா

தீண்டாமை யகற்றல்
மகாத்மா காந்தி அவர்களுக்கு ராவ் பகதூர் ஆர்.ஸ்ரீநிவாசன் அவர்கள் எழுதிய பகிரங்க கடிதம்
இருவரும் சந்தித்தல்

மகாத்மா காந்தியவர்கள் உலகப்பிரசித்தியானவர். சாகா உடம்பினர் என்றும் சொல்லலாம். இந்தியர்களுக்கு தென் ஆப்பிரிக்காவிலும், இந்தியாவிலும் இதர தேசத்தாருக்கு உண்டாயிருக்கும் உரிமைகளும் சுதந்தரங்களும் தங்கள் தேசத்தினருக்கும் இருக்கவேண்டுமென்று, மகாத்மா காந்தியவர்கள் பல முயற்சிகள் செய்து இந்திய கவர்ன்மெண்டாரை எதிர்த்து வாதாடி. பலமுறை சிறைவாசஞ்செய்து வந்தது உலகத்தினருக்குத் தெரிந்தவிஷயமே. இந்தியர்களுக்கு சுயராஜ்யப் பதவியை உண்டாக்குவதற்கான ஹேதுக்களை யோசிக்க பிரிட்டிஷ் கவர்ன்மெண்டார் லண்டன் நகரில் கூட்டிய வட்டமேஜை மகாநாடு என்னும் கூட்டம் இரண்டாம் முறை நடைபெற்றபோது மகாத்மா காந்தி அவர்களும் அழைக்கப்பட்டிருந்தார். அங்கே இந்து சமூகத்தின் பிரதிநிதியாக இவர் பிரகாசித்தனர்.

கனம் ராவ் பஹதுார் R.ஸ்ரீநிவாசன் அவர்கள் தாழ்த்தப்பட்டார்களின் வகுப்பில் ஜனித்தவர். கடந்த 40 வருஷங்களுக்கு முன்னர் தாழ்த்தப்பட்டார் முன்னேற்றமடைய ''பறையன்'' என்ற ஓர் பத்திரிகையை நடாத்தியவர். பறையன் மகாஜன சபையை ஸ்தாபித்தவர். தாழ்த்தப்பட்டாரை இந்து சமூகத்தினின்றும் பிரித்து வேறொரு சமூகத்தாராக கவர்ன்மெண்டாரால் அங்கீகரிக்கப்படச் செய்தவர். பார்லிமெண்ட்[1] வரையிலும் வாதாடியவர். சென்னை மாகாண சட்டசபையில் சென்ற பத்து வருடகாலமாய் உழைத்து அநேக உரிமைகளைத் தேடிவைத்தவர். சட்டசபையில்

1. பிரிட்டிஷ் நாடாளுமன்றத்தினைக் குறிப்பிடுகிறார். - சன்னா

தாழ்த்தப்பட்டாரின் பிரதிநிதிகளுக்கு இவர் தலைவர். சென்னை மாகாணத் தாழ்த்தப்பட்டார் ஐக்கிய சங்கத்தின் அக்ராசனாதிபதி[2]. வட்டமேஜை மகாநாட்டுக்கு கவர்ன்மெண்டாரின் வேண்டுகோளின்படி லண்டன் நகரில் நடந்த இரண்டு மகாநாடுகளுக்கும் சென்றவர். சமீபத்தில் எராவாடாவில் நிறைவேறிய பூனா ஒப்பந்தத்தில் கையொப்பமிட்டத் தலைவர்களில் இவரும் ஒருவர்.

இந்தியாவில் தாழ்த்தப்பட்ட வகுப்பினர்களின் பிரதிநிதிகளாக ராவ் பகதுார் R **ஸ்ரீநிவாசன்** அவர்களும் டாக்டர் அம்புயத்தவர் அவர்களும் கவர்ன்மெண்டாரால் அழைக்கப்பட்டிருந்தார்கள். இவர்கள் தங்கள் சமூகங்களுக்காக, தனித்தொகுதி வேண்டுமென மேற்படி மகாநாட்டில் வாதம் தொடுத்த போது மகாத்மா காந்தி அவர்கள் எதிர்த்து தாழ்த்தப்பட்டார் இந்து சமூகத்தில் சேர்ப்பிக்கப்பட்டு தங்கள் அபேக்ஷகர்கள் பொது ஜன வாக்கால் தெரிந்தெடுக்கப்பட்டு சட்டசபைகளில் அங்கத்தினர்களாக வீற்றிருக்க விடப்படவேண்டுமென வாதிட்டார். இந்த வாதம் மும்முரப்பட்டது. தம் உயிரிருக்குமட்டும் தாழ்த்தப்பட்டோருக்கு தனித்தொகுதி ஸ்தாபிதமாகாவண்ணம் வாதாடுவதாக சபதம் கூறி இந்தியாவுக்குத் திரும்பினார்.

அதன் பின்னர், தாழ்த்தப்பட்டார் பிரதிநிதிகள் கோரிய வண்ணம், அவர்கள் சமூகங்களுக்கு தனித்தொகுதி அளிக்கவேண்டுமென்றும் மாகாண ஜனத்தொகைக் கேற்றவாறு ஸ்தானங்களைக் குறித்து பிரஸ்தாபஞ் செய்தார் பிரிட்டிஷ் பிரதம மந்திரியார்[3]. இதையறிந்த மகாத்மா காந்தி அவர்கள் தம் கருத்தை நிறைவேற்றும் பொருட்டு உண்ணாவிரதம் பூண்டார். அச்சமயத்தில் பூனாவுக்கடுத்த எராவாடாவென்னுமிடத்தில் சிறைவாசஞ் செய்திருந்தார். இதைக் கேள்வியுற்று இந்துக்களுள் பிரதான தலைவர்களாயுள்ள சர். தேஜ் பாதுார் சாப்ரு, கனம் ஜெயகர், பண்டித மாளவியா, கனம் பிர்லா, தாக்கர், பிரகாசம், C.இராஜகோபாலாச்சாரியார் இன்னும் அநேக கனவான்கள் வந்து பூனாவில் கூடினார்கள். அவர்கள் வேண்டுகோளுக்கிணங்க தாழ்த்தப்பட்டார்த் தலைவர்கள் சென்னை, பம்பாய், கல்கத்தா,

---

2.*Madras Provincial Depressed Classes Federation s General Secretary.*

3. *Ramesy McDonald, Prime Minister of British Goverment* - சன்னா

மத்திய மாகாணம் இன்னும் இதர மாகாணங்களிலிருந்தும் வந்து கூடினார்கள். இவ்விரு சமூகத் தலைவர்களுக்குள் ஓர் சமாதான உடன்படிக்கை ஏற்பட்டது. அந்த ஒப்பந்தத்தின்படி தாழ்த்தப்பட்டாருக்கு ஸ்தானங்கள் ஏறக்குறைய இரண்டு பங்கு அதிகப்பட்டன. அதை அறிந்த மகாத்மா காந்தி அவர்கள் தமது உண்ணாவிரதத்தைத் தாம் தவிர்த்து தீண்டாமையை நீக்கப் பாடுபடுவதாக முன்வந்தார்.

அப்படி அவர் உழைக்க ஏற்படுத்திக்கொண்ட அம்சங்களில் ஆலயப் பிரவேசமும் ஒன்று. இவ்விதமானத் தமதுக் கொள்கையை நிறைவேற்ற இவர் இந்தியா முழுதும் சுற்றுப்பிரயாணம் செய்துகொண்டு சென்னைக்கு வந்தபோது மேற்சொன்ன வட்டமேஜை மகாநாட்டில் தீண்டாதவர் பிரதிநிதியாக சென்றிருந்த ராவ் பகதூர் ஸ்ரீநிவாசன் அவர்கள் ஒரு பகிரங்கக் கடிதம் மகாத்மா அவர்களுக்கு விடுத்து, நேரிலும் அவரைக் கண்டு சம்பாஷித்தனர். ராவ் பகதூர் அவர்கள் கொடுத்த பகிரங்கக் கடிதமும் மகாத்மா அவர்கள் அதற்கு பகர்ந்த விடைகளும், இரு சமூகத்தாரும் தெரிந்துகொள்ளவேண்டி பிரசித்தம் செய்யப்பட்டன.

சந்தித்தல்

1933 - டிசம்பர் - *22*-ந் தேதி வெள்ளிக்கிழமை மாலை ஸ்ரீமான், நாகீஸ்வர ராவ் பந்துலு அவர்கள் மாளிகையில்[4] சந்திப்பு நிறைவேறியது.

ராவ் பஹதூர் *R.*ஸ்ரீநிவாசன், ராவ் சாயிப் *V.* தர்மலிங்கம் பிள்ளை, ஸ்வாமி சகஜாநன் தா, திருவாளர்கள் *P.V.* இராஜகோபால் பிள்ளை, புஷ்பராஜ் முதலியவர்கள் விஜயஞ் செய்திருந்ததோடு, அநேக ஹரி ஜனத் தலைவர்களும், தொண்டர்களும் வந்திருந்தனர்.

மாகாணத்தின் தீண்டப்படாதார் சங்கத்தின்[5] அக்ராசனாதிபதியும், திருவாளர்கள், *V.* பாஷியம் ஐயங்காரும்,

4. சென்னை மைலாப்பூரில் உள்ள அமிருதாஞ்சன் இல்லமே அன்றைய நாகேஸ்வரராவ் இல்லமாகும். அவருடைய வீட்டிற்கு அருகிலேயே நாகேஸ்வரராவ் பூங்கா அவர் நினைவாகவே அமைக்கப்பட்டது.

5. காந்தியார் உருவாக்கிய அரிஜன சேவா சங்கத்தினையே இவ்வாறு குறிப்பிடுகிறார் சீனிவாசனார். - சன்னா

நாகேஸ்வர ராவ் பந்துலுவும், *V.* வெங்கட்டசுப்பையா, *K.* பாஷ்யம், *R.V.* சாஸ்திரி ஹரிஜன் பத்திராதிபர், முதலானவர்களும் வந்திருந்தனர்.

மகாத்மாஜீ தம்முடைய மாலை போஜனத்தை முடித்துக்கொண்டு, பிரதிநிதிகள் உட்பிரவேசித்தவுடன், அவர்களை வரவேற்க அங்கு கீழே விரிக்கப்பட்டிருந்த ஜமக்காளத்தின்மேல் அமர்ந்துக் கொண்டிருந்தார்.

கனம் ராவ் பஹதூர் ஸ்ரீநிவாசன் அவர்கள் உள்நுழைந்ததும், காந்திஜீ உடற்சாகத்துடன் ராவ் பஹதூர் அவர்களே வாரும்! வாரும்!! என்று வரவேற்று, தாங்கள் வீற்றிருக்க நாற்காலி யளிக்கட்டுமாவென்று நாற்காலியைக் காட்டினார். அப்போது அங்கிருந்தவர்களும், நாற்காலியை முன்னுக்கு எடுத்து வந்து கனம் ஸ்ரீநிவாசன் அவர்களை அமரும்படி உபசரணை செய்தார்கள். ஆனால் திரு. ஸ்ரீநிவாசன் அவர்கள், கீழே விரித்திருக்கும் ஜமக்காளத்தின் மேல் வீற்றிருப்பது உசிதமென்று அமர்ந்தார்.

''இப்பொழுது ராவ் பஹதூர் அவர்களே! உம்முடைய கடிதம் எனக்குக் கிடைத்தது. நடவடிக்கைகளை நடத்தத் தங்கள் உசிதம்போல நாம் விஷயத்தை யாரம்பிக்கலாமா?'' என்று காந்திஜீ கேட்டார்.

அதை வாசிக்கும்படியாகத் தாங்கள் உத்தரவுக் கொடுப்பீர்களா? என்று திரு.ஸ்ரீநிவாசன் அவர்கள் மகாத்மாஜீயைக் கேட்டார்.

"ஆம், உம்முடைய இஷ்டப்படிச் செய்யலாம்! என்று பதிலளித்தார் காந்திஜி.

அதை வாசிக்க வந்திருந்த ஐக்கோர்ட் வக்கீல் கனம் புஷ்பராஜ் அவர்கள் காந்திஜீக்கு பரிச்சயம் செய்யப்பட்டார். திரு. *V.* பாஷியம் ஐயங்கார் அவர்களும் தாமும் ஒரு நிருபம் எழுதியிருப்பதாகவும், தீண்டப்படாதார் சங்கத்தின் ஊழியர்கள் அதை பகிரங்கமாய் விநியோகஞ் செய்யப்போவதாகவுஞ் சொன்னார்.

திரு. பாஷியம் ஐயங்கார், கனம் ஸ்ரீநிவாசன் அவர்கள் கடிதத்தை அச்சடித்த ஆறு பக்கங்களுடையதென்று குறிப்பித்தார்.

"அதெல்லாம் இங்கே சபாநாயகராய் வீற்றிருக்கும், திரு. ஸ்ரீநிவாசன் அவர்களைப் பொறுத்தியது. ஆனால் என்வரையில் அதை முதலிலிருந்துக் கடைசிவரையில் வாசித்துவிட்டேன்.'' என்றார் காந்திஜீ.

முன்னமே தயாரித்து யாவருக்கும் கொடுப்பதற்கு வேண்டிய காலம் வாய்க்கவில்லை. என்னுடைய தோழர்களின் நன்மைக்காகவும், அவர்கள் விஷயங்களைத் தெரிந்துக் கொள்வதற்காகவும் அந்தக் கடிதத்தைப் படிக்கத்தான் வேண்டும் என்றார் திரு.ஸ்ரீநிவாசன் அவர்கள்.

காந்திஜீ திரு. புஷ்பராஜ் அவர்களைப் பார்த்து நடத்தும் என்றார்.

கடிதத்தை வாசிக்கிறபோது. நான் வேறு சில கடிதங்களைப் பார்த்துக் கொண்டிருப்பதால், என்னை மன்னிக்க வேண்டியது. நீங்கள் வாசிப்பதைக் கவனிக்கவில்லையென்று நீங்கள் நினைக்கக் கூடாது. ஏனென்றால் நான் முன்னமே அதைப் படித்து ஏறக்குறைய மனப்பாடஞ்செய்து கொண்டிருக்கிறேன்'' என்று மகாத்மா சொல்லி, தம் அருகிலிருந்த சில கடிதங்களைப் பார்வையிட்டுக் கொண்டிருந்தார்.

கடிதம்.

என் அன்பார்ந்த மகாத்மா அவர்களே!

தென் ஆப்பிரிக்காவில் நாம் இருவரும் பழைய நண்பர்களா யிருந்தோம். சேய்ன்ட் ஜேம்ஸ் மாளிகையில் கூடிய வட்டமேஜை மகாநாட்டில் எதிர்த்து வாதாடினோம். எராவாடாவில் நாம் கை கலந்து சமாதானமானோம். மறுபடியும் நாம் இருவரும் ஸ்நேகமானோம். தாழ்த்தப்பட்ட வகுப்பினரின் நிலையை அபிவிர்த்தி செய்யவேண்டிய வழிகளையும் திட்டங்களையும் தயாரிக்க நாம் இருவரும் இங்கே சந்தித்தோம்.

பூனா ஒப்பந்தம்.

கீழ்கண்ட தாழ்த்தப்பட்ட சமூகத்தைப் பற்றிய சில முக்கியமான விஷயங்களைத் தங்களுடையவும், தங்கள் சங்கத்தினுடையவும், கவனிப்புக்காகவும், முக்கியமான நடவடிக்கைகளுக்காகவும், உமது முன்பாக சமர்ப்பித்துக்கொள்ள விரும்புகிறேன்.

எராவாடாவில் நாம் சம்மதப்பட்டதும் வெகு காலத்திற்கு மறவாமலிருக்கக் கூடியதுமான பூனா ஒப்பந்தமானது, உண்மையில் சந்தோஷிப்பதிற்கும் திருப்தியடைவதற்கும் மூலகாரண மாயிருப்பது மின்றி அநேக அரசியல் விவகாரங்களையும் தெளிவுபடுத்தப் பட்டிருப்பதாகவும் நாங்கள் நம்புகிறோம். ஆனால், ஜாதி இந்துக்கள் ஒப்பந்தத்தில் குறிப்பிடப்பட்டிருக்கிற எல்லாவித நிபந்தனைகளுக்கும் கட்டுப்பட்டு, நடந்து, உண்மையாகவும் நேர்விரோத மில்லாதத் தன்மையுடனும் அனுஷ்டானத்துக்குக் கொண்டு வராதவரையில் ஒப்பந்தமானது நடைக் பெறக்கூடியதும் பழக்கத்திற்கு கொண்டு வரக்கூடியதுமாக இல்லை யென்று நாங்கள் ஒப்புக்கொள்ளவேண்டியதோடு, உண்மையாகவே அச்சமுறுகிறோம்.

ஓட்டுரிமை நடைபெறுங்காலத்தில் எங்கள் நன்மையின் பொருட்டு எங்களுக்கு வேண்டிய அபேக்ஷகர்களை[6] எங்கள் சமூகத்திலேயே தேர்ந்தெடுப்பதில் எங்களுக்கு சந்தர்ப்பங்களே இல்லாமற் போகுமென்று நாங்கள் பயப்படுகிறோம். விவசாய தொழிலாளர்களை சாதாரணமாய் பட்டியிலடைக்கப் பட்ட மந்தைகளைப் போல கூட்டிவைத்து அவர்களிடமிருந்து ஜாதி இந்துக்களையே நேமிக்க ஓட்டு வாங்கப்படுவது விரும்பப்படாதது. இப்படிப்பட்ட நடவடிக்கைகள் நீக்கப்படவேண்டும். தென்னிந்தி யாவில் இப்படிப்பட்ட அக்கிரமங்கள் ஓட்டு சம்பந்தமான விஷயங் கள் நடைப்பெறுவது பஹிரங்கமான இரகசியம்.

தாழ்த்தப்பட்ட சமூகத்தார்கள் தங்களுக்கு வேண்டிய அபேக்ஷகர் களைத் தங்கள் சமூகத்திலேயேத் தேர்ந்தெடுக்கும் காலங்களில் ஜாதி இந்துக்களால் நடைபெறும் எல்லா துர்ப்பழக்கங்களையும் தடுத்து உதவிசெய்ய உங்கள் சங்கத்தார் முன்வரவேண்டியது. இல்லாவிட்டால் பூனா ஒப்பந்தமானது வியர்த்த நிலைமைக்குக் கொண்டு வரப்பட்டுத் தோல்வியடைந்து விடும்.

---

6. வேட்பாளர்களை..

தீண்டாமையை யொழிப்பது

ஜாதி இந்துக்களுடைய சமவுரிமையைப் போலவே, தாழ்த்தப்பட்ட சமூகத்தாருக்கும், பொது ரஸ்தாக்கள், கிணறுகள், குளங்கள், பள்ளிக்கூடங்கள், சங்கங்கள், இதர பொது ஸ்தாபனங்கள் முதலிய எல்லாவற்றிலும் சமவுரிமையளிக்கப்படவேண்டு மென்னும் நிபந்தனையை, சென்னை அரசாங்கத்தார்[7] தங்களுடைய அரசு முறையில் பகிரங்கமாய்ப் பிரசித்தி செய்திருக்கிறார்கள். அந்த முறையை அப்போதைக்கப்போது மந்திரி பதவிக்கு வருபவர்களும், லோகல் போர்ட், முனிசிபல் ஆக்ட், மூலமாகக் கொண்டு செலுத்த சட்டதிட்டங்களை சட்டசபையின் மூலமாக திருத்தியிருக்கிறார்கள்.

மேற்குறித்த அரசாங்க நீதிக்கு விரோதமாய் தாழ்த்தப்பட்ட மக்களை பொது ரஸ்தாக்கள், பள்ளிக்கூடங்கள், கிணறுகள், குளங்கள், முதலியவைகளில் பிரவேசிக்கவும், உபயோகிக்கவும் தடைசெய்பவர்களைத் தண்டிக்கும்படியான சட்டங்களையும் சட்டசபையானது ஏற்படுத்தியிருக்கின்றது. இப்பொழுது சென்னை அரசாங்கத்தார் தாழ்த்தப்பட்டாருக்கு கொடுத்திருக்கிற அரசு நீதியை செலுத்தும்படி இலாகாவைச் சேர்ந்த அதிகாரிகளுக்கு உதவியாயிருக்கவும், சட்டவிரோதமாய் நடந்து தாழ்த்தப்பட்டாருக்கு இடையூறு செய்யும் ஜாதி இந்துக்களை பதிவு செய்து தண்டனைக்குக் கொண்டு வரவும் உங்கள் சங்கத்தார்கள் முன்வரவேண்டியது. இந்த விஷயம் உங்கள் சங்கத்தாருடையக் கடமையாகும்.

இப்பொழுது டில்லி சட்டசபையில்[8] வைக்கப்பட்டிருக்கும் தீண்டாமை யொழித்தல் மசோதாவை ஆதரித்து பொதுத் தேர்தலான அபிப்பிராயத்தில் கொண்டுவந்து சித்திப் பெறச் செய்ய வேண்டுமெனில், இப்பொழுது உம்முடைய சங்கத்தார் நீண்ட பெரிய பிரச்சார வேலை செய்யவேண்டும்.

---

7. ராமகிருஷ்ண ரங்காராவ் எனும் பொப்பிலி அரசர் (5 நவம்பர் 1932 - 4 ஏப்ரல் 1936) முதலமைச்சராக இருந்த சென்னை மாகாண அரசாங்கம் கொண்டு வந்த அரசாணை. **- சன்னா**

8. இந்திய நாடாளுமன்றம்

பொருளாதார அந்தஸ்துகள்

தாழ்த்தப்பட்ட சமூகத்தாரின் பொருளாதார அந்தஸ்துக்களை அபிவிர்த்தி செய்யும்படியாக லேபர் கமிஷனர் [9] என்று பிரசித்திப்பெற்ற ஒரு அதிகாரியை, தகுந்த சிப்பந்திகளோடு சென்னை கவர்ன்மெண்டார் அமர்த்தியிருக்கிறார்கள். ஏறக்குறைய எல்லா ஜில்லாக்களிலும் ஜில்லா லேபர் ஆபீஸர் என்னும் அதிகாரிகள் நியமிக்கப்பட்டிருக்கிறார்கள். தாழ்த்தப்பட்ட சமூகத் தாருக்கு வேண்டிய கிணறுகளமைத்துக் கொடுப்பதும், வீடுகள் கட்டிக்கொள்ள மனைகள் கொடுப்பதும் விவசாயத்திற்காக நிலங்கள் கொடுப்பதும், பள்ளிக்கூடங்கள் ஸ்தாபிப்பதுமான முக்கிய வேலைகளே அந்த ஜில்லா லேபர் ஆபீஸர்களுடையதாகும்.

இதுவரையில் லேபர் டிபார்ட்மெண்டாரால் தாழ்த்தப்பட்டாரின் பலதுறைப்பட்ட முன்னேற்றங்களைக்கருதி, 70,544 மனைகளும், 360,287 எக்ரா நிலங்கள் பயிர்த் தொழிலுக்காகவும் கொடுக்கப்பட்டிருக் கின்றன. 4,167 கிணறுகள் வெட்டப்பட்டிருக்கின்றன. இப்படிப் பட்ட வேலைகளினிமித்தம் அரசாங்கத்தார் வருடாந்தரக் கணக்கில் சுமார் ரூ.10 லக்ஷம் ஒதுக்கி வைத்துக் கொண்டே வருகிறார்கள். இந்தப் பெரும் தொகையிலிருந்து ரூ.4,70,000, தாழ்த்தப்பட்டவர்களின் கல்வி, போதனா முறையிலும் உபாத்திமார் சம்பளம், பரீக்ஷைக்காக அளிக்கப்படும் சம்பளம் முதலியவைகளில் சிலவு செய்யப்பட்டிருக்கிறது. இவைகளோடு வித்தியாத் தேர்ச்சி வெகுமானம், சாப்பாடு விடுதிச் சிலவு, புஸ்தகங்களுக்காக ஏற்படும் தொகை முதலியவைகளுக்கும் தொகையிலிருந்தே செலவிடப்படுகின்றது.

உம்முடைய சங்கமும் விஷயங்களில் தாழ்த்தப்பட்ட சமூகத்தின் அதி தீவிர முன்னேற்ற அந்தஸ்துக்களை வளர்ச்சி செய்ய முயல வேண்டியது. ஆனால், அரசாங்கத்தாருக்கு இடையூறாகவோ, தாழ்த்தப்பட்டாருக்குச் செய்யும் வேளைகளில் அரசாங்கத்தாருக்கு விரோதமாகவோ மாத்திரம் நுழையக்கூடாது.

---

9. சீனிவாசனாரின் முயற்சியினால் உருவான லேபர் கமிஷன்தான் தலித் மக்களின் முன்னேற்றத்திற்கு செயல்பட்ட அரசு அமைப்பு. பிற்காலத்தில் இது ஆதிதிராவிட நலத்துறை அமைச்சகத்திற்கு முன்னோடியாக இருந்தது.

கல்வி

தீண்டாமையை யொழிக்கலாம் என்று நம்பிக்கைக் கொண்டு, ஜாதி இந்துக்கள் அதிகப்பட்டத் தொகையில் படிக்கும் பொது கலாசாலைகளில் தாழ்த்தப்பட்ட நபர்களின் குழந்தைகளை சேர்க்க வேண்டுமென்ற கொள்கை நடைபெறுவதாக காணாமலிருப்பதோடு, அவர்கள் கல்வி அபிவிருத்திக்கு அனுகூலமாகவுமில்லை. எங்கே தாழ்த்தப்பட்டார் தம்முடைய குழந்தைகள் ஜாதி இந்துக்கள் பள்ளிக்கூடங்களில் சேர விரும்புகிறார்களோ, அங்கே அவர்கள் பெற்றோர்களை கொடுமையாய் ஜாதி இந்துக்கள் நடத்துவதோடு, பலவித துர்செய்கைகளாலும் துன்புறுத்துவதால் பொது கலாசாலைகளிலிருந்து தாழ்த்தப்பட்டார் குழந்தைகள் தாங்களே நீங்கிவிட ஜாதி இந்துக்கள் கட்டாயப்படுத்துகிறார்கள். அதனால் தாழ்த்தப்பட்டார் குழந்தைகளுக்கு கல்வி இல்லாமல் போய்விடுகிறது.

எதிர்கும் நோக்கமும் அச்சுறுத்தலுமுடைய இந்த அநியாயமானது ஜாதி இந்துக்களாகிய முதலாளிகளிடத்தில் இன்று வரையில் சாதிக்கப்பட்டு வருகின்றன. அவர்களுடைய மனமானது கொடுமை யினின்று கொஞ்சமும் மாறுதலடையவில்லை யென்பதும் இதனால் தெரியவருகின்றது. தாழ்த்தப்பட்ட குழந்தைகளின் கல்வியை அபிவிர்த்தியாக்கவும், பரவச் செய்யவும், ஆரம்பக் கலாசாலைகள் பிரத்தியேகமாய் ஸ்தாபித்தல் அவசிய மென்று அனுபவம் காட்டுகின்றது. ஜாதியாவாதத்தை யகற்றவும், தீண்டாமையை யொழிக்கவும் தாழ்த்தப்பட்ட குழந்தைகளின் கல்வியபிவிர்த்திக்காக வேண்டிய ஏற்பாடுகளை முதலில் செய்யவேண்டும்.

குறைந்தது, உயர்தர ஆரம்பக் கலாசாலைகள் மட்டுமாவது ஸ்தாபித்து கிறிஸ்தவர்கள் எப்படி பள்ளிக்கூடங்களை ஸ்தாபித்து அரசாங்கத்தாரிடம் தக்க வுதவி நிதி பெற்றுத் தங்கள் பள்ளிக்கூடங்களை யாதரிக்கிறார்களோ, அதுபோலவே, உம்முடைய சங்கமானது லேபர் டிபார்ட்மெண்ட்டோடும், கல்வியிலாகாவோடும் ஒத்துழைத்து, தாழ்த்தப்பட்ட மக்களின் விஷயத்தில் உழைக்க முன்வரவேண்டியது.

நகரங்களிலிருக்கும் தாழ்த்தப்பட்ட பிள்ளைகளின் கல்வியைக்

கவனிப்பது அவ்வளவு கஷ்டமல்ல. நாட்டுப்புறங்களிலிருக்கும் பிள்ளைகளின் கல்வியபிவிர்த்தியை மிகவும் ஜாக்ரதையாய் கவனிக்கவேண்டியது, ஏனெனில் அங்குதான் எல்லையற்ற அந்தகாரம் பயங்கரமாகவிருக்கின்றது. வித்யாவுதவி கொடுப்பதிலும், அதற்கென நிதி வைப்பதிலும், போதனாப் பயிற்சிச் சம்பளம், விடுதிகள் அமைப்பதிலும், அதிலும் முக்கியமாக தாழ்த்தப்பட்ட பெண்களுக் கமைப்பதிலும், உங்களுடைய உதவி வேண்டியது. இந்த உதவிகளை உம்முடைய சங்கம் செய்தால் மதித்து மெச்சக் கூடியதாயிருக்கும்.

உண்மையாகவே தீண்டப்படாதாரின் விடுதலைக்கு முக்கியமானது கல்வியே யென்று நான் வற்புறுத்தி கட்டாயமாய்ச் சொல்ல வேண்டியிருக்கிறது. அது அவர்களின் மூடாந்தகாரத்தைப் போக்கும், விழிப்படையச் செய்யும், அறிவுறச்செய்யும், அவர்கள் ஜீவியத்தில் அவர்கள் ஸ்வரூபத்தை நிமிர்த்தும், தாங்கள் தாழ்ந்தவர்கள் என்னும் எண்ணத்தை நீங்கச்செய்யும்; இப்படியாகத் தீண்டாமையென்னும் அவமதிப்பை அசட்டைச் செய்வார்கள்.

ஆப்பிரிக்காவினின்றும் திருப்பியனுப்பப்பட்ட இந்தியர்கள்

தென் ஆப்பிரிக்காவில் நீர் செய்த வேலையின் பயனாக நெட்டா லிலிருந்தும், இதர குடியேறும் நாடுகளிலிருந்தும், இந்தியர்கள் நீக்கப் படுகிறார்களென்பது உம்முடைய நெஞ்சறிந்ததே. இப்பொழுது அவர்கள் செய்தொழிலின்றி தேசங்களில் கஷ்டப்படுகிறார்கள். தாங்கள் அவர்களுக்கு என்ன செய்யப் போகிறீர்கள்? அல்லது, என்னதான் செய்து, அவர்களின் துயரத்தைப் போக்கி, கஷ்ட நிவர்த்தி செய்ய நினைத்திருக்கிறீர்கள்? என்பதை நாங்கள் அறிந்து கொள்ள மிகவும் ஆவலாயிருக்கிறோம். ஏனென்றால், தற்காலம் தாங்கள் தீண்டாமையை யொழிக்க செய்து வரும் கிளர்ச்சியினால், யாதும் பயன் பெறாது, தென்னாப்பிரிக்கா இந்தியர்களுக்கு நேர்ந்த கஷ்டங்கள் போன்ற அபாய நிலைமை இங்கேயும் வந்து விடுமோவென்று, எங்கள் அநேகருடைய மனதில் பயம் குடி கொண்டிருக்கிறது.

ஒத்துழைப்பு

எங்கள் சமூகத்தை சீர்தூக்கி முன்னேறச்செய்யும் விஷயத்தில், தாங்களும், தங்கள் சங்கத்தாரும், அரசாங்கத்தாரோடு ஒத்துழைக்கும் முறையைக் கைக்கொள்ளவேண்டும். இல்லாவிட்டால் எங்கள் முன்னேற்றமானது சிக்குப்பட்ட நிலைமையில், பங்கப்பட்டுப் போகும். எங்கள் விஷயத்தில் உங்களுக்கும் அரசாங்கத்தாருக்கும் யாதொருத் தாக்குதலோ முரண்பாடோ இருக்கக்கூடாது. அப்படி நேரும் பட்சத்தில் அரசாங்கத்தார் எங்களுக்கு செய்துவரும் பலவுதவிகளையும் நிறுத்திவிடுவார்கள். நாங்கள் அடையக்கூடிய நன்மைகள் மோசநிலைக்கு வரும்.

விவசாய ஜனாங்கத்தவருள், பெரும்பான்மையோர், விவசாயத் தொழில் செய்பவர்கள் நாங்களே. எதிர்கால அரசாங்க முறையில் முக்கியமான பெரும் பாகத்தின் நடவடிக்கையைக் கொண்டு நடத்தக் கூடியவர்களும் நாங்களே. அரசாங்கமுறைக்கு ஆதாரமாயுமிருக்கிறோம். சென்னை மாகாணத்திலிருக்கும் தாழ்த்தப் பட்ட சமூகத்தின் ஐக்கிய சங்கத்தார் (பிடெரேஷன்) விவசாயத் தொழிலாளர்களின் உரிமையைப் பாதுகாக்க, அரசியல் விஷயமாய், விவசாயத் தொழிலாளர்களின் சங்கம் ஒன்றை ஸ்தாபிக்கவும், ஒன்று சேர்க்கவும், மிகமுக்கியமான ஆலோசனையிலிருக்கிறார்கள்.

ஆலயப் பிரவேசம்

ஆலயப் பிரவேச விஷயத்தில் நாங்கள் ஒன்றும் எதிர்மறையாயிருக்கவில்லை. நாசிக்[10] போன்ற இதர இடங்களில், எங்களுக்கிருக்கும் அனுபவத்தைப் போல், இந்த இயக்கத்தில் எந்த வேலையுஞ்செய்ய எங்களுக்குச் சொல்வது உசிதமாகத் தெரியவில்லை. எப்பொழுது வணங்கும்படியாகக் கோயில்கள் எங்களுக்குத் திறக்கப்படுகின்றனவோ, எப்பொழுது எங்களுக்கு அது வேண்டுமென்று அவசியப்படுகின்றதோ, அப்போது நாங்கள் கோயிலுள் நுழையக் கூடும்.

---

10. 1930 மார்ச் 3ம் நாள் டாக்டர்.அம்பேத்கர் தலைமையில் மகாராஷ்டிர மாநிலம், நாசிக்கில் உள்ள காலாராம் கோயில் நுழைவுப் போராட்டம் நடைபெற்றது. கடுமையாக ஒடுக்கப்பட்ட அந்தப் போராட்டத்தின் கசப்பான அனுபவத்தினை இங்கே சுட்டிக் காட்டுகிறார் சீனிவாசனார்.

மதுபானம்

கள்குடி முதலிய துர்பழக்கங்களில் சம்பந்தப்பட்டவர்களில், அநேகத் தொடக்கூடிய ஜாதியார்களுமிருக்கின்றனர். ஆனால், தாழ்த்தப்பட்ட மக்களை மாத்திரம், அவமானப்படுத்துவது அடாததும் அந்நியமாகவுமிருக்கிறது. அப்படிப் பிடிவாதமாக, அவர்கள் மனதைப் புண்படுத்துவதும், தூஷிப்பதும், நேர்மையற்ற குற்றப்படுத்துவதாகும்.

மகாத்மாஜீ! தாங்கள் கள்குடியின் கேட்டைப் பற்றியும் சுத்தப் பழக்கங்களைப் பற்றியும் பேசலாம்.

"ஹரிஜன்'' என்னும் பேர்.

தாழ்த்தப்பட்ட சமூகத்தாருக்கு "ஹரிஜனங்கள்" என்று பேரிட்டழைப்பதைப் பற்றித் தாங்கள் தெரிந்து கொண்ட போது, அவர்களோடு கலந்து ஆலோசிக்கவில்லை, தாழ்த்தப்பட்டாரில் பெரும் பாகத்தாருக்கு "ஹரிஜன் என்ற பேர் ஒப்புக்கொள்ளக் கூடியதாயில்லை.

அரசியல்

எங்களைச் சார்ந்தமட்டில் ராஜிய சம்பந்தமாய் எது உசிதமென்று நிர்ணயிக்க எங்களுக்கே உரிமையிருக்கவேண்டும்.

முடிவாக

மகாத்மாஜீ அவர்களே ! எங்கள் வகுப்பின் பொருட்டாக மிக்க அபூர்வமான இயக்கத்தை ஆரம்பித்து நடத்துவதைப்பற்றி, நான் தங்களுக்கு என் மனமார்ந்து வந்தனத்தை சமர்ப்பிக்கின்றேன். இந்த இயக்கம் நாளுக்கு நாள், திடன் பெற்று, தீண்டாமையை இந்நாட்டினின்றும் அடியோடே ஒழித்து எங்கள் சமூகத்தை முன்னே றச் செய்வதற்கு ஜாதி இந்துக்களுக்கு ஒரு சாதனமாயிருக்கிறது, தங்கள் சுற்றுப்பிரயாணம் வெற்றிகரமாய் முடிந்து, தங்கள் இயக்கம் ஓங்கி நிற்பதற்கும், இன்னும் வேலைசெய்து வருவதற்கும், எல்லாம் வல்ல இறைவன் தங்களுக்கு பூரண ஆயுளும் நோயற்ற வாழ்வும் கொடுத்தருளும்படி நான் பிரார்த்திக்கின்றேன்.

32, லாயிட்ஸ் ரோட், இரோயப்பேட்டை. *22.12.1933*

இப்படிக்கு
தங்கள் ஊழியன்,
*R.*ஸ்ரீநிவாசன்

⌘ ⌘ ⌘

22

காந்தியின் மறுமொழி

மகாத்மா காந்தி
மேற்படி பகிரங்கக் கடிதத்திற்கு
பதில் அளித்தது வருமாறு:

"நீங்கள் சொல்லிய விஷயத்திற்கு பதிலளிப்பதற்கு விஷயம் ஒவ்வொன்றாக எடுத்துக் கொள்வதே எனக்குச் சரியானதாயிருக்கும் என்று நினைக்கிறேன்'' என்று சொல்லி பதிலளிப்பதற்கு ஆரம்பித்தார்:-

தாங்கள் சொல்லிய பூனா ஒப்பந்தம் நமக்குள் நேர்ந்த ஒரு பொது விஷயம். மேல் ஜாதி இந்துக்கள் அதில் கண்டிருக்கும் நிபந்தனைகளுக்குட்பட்டு, ஒத்துழைக்காவிடில் அந்த ஒப்பந்தம் யாதொரு பிரயோஜனத்தையும் தராததோடு அதன் மூலமாய் எந்த லாபகரமும் உண்டாகாது. இந்த நோக்கத்தை நான் முற்றும் ஒப்புக்கொள்ளுகிறேன் என்று பின்னும் வற்புறுத்தினார்.

ஆனால், தேர்தல் விஷயத்தில் டில்லியிலிருக்கும் மத்திய சபையோ,[1] அல்லது மாகாண போர்டுகளோ, நேராக இயக்கக்கூடுமென்பதைப் பற்றி எனக்குத் தெரியாது. ஆகையால் அது ஒரு கஷ்டமானதும் வெகு ஜாக்கிரதையாக கையாளக்கூடியதென்றும் நான் நினைக்கிறேன். தேர்தல் காரியங்களில் நாம் பிரவேசிக்கக்கூடாதென்று சொல்லி யிருக்கிறேன். ஆனால் ஒரு ஹரிஜன அபேக்ஷகருக்கு அநியாயம் நடக்கும்பட்சத்தில் நாங்கள் நுழைந்து வேலை செய்கிறோம். பம்பாயில் நடந்ததைப்போல மறுபடியும் அக்ரமம் நடைபெற்றால் நாங்கள் பிரவேசித்துக் காரியங்களை சரியான நிலைக்கு கொண்டு வருவோம்''.

பம்பாயில் நேர்ந்த சம்பவத்தை விவரித்து சொல்லி ஒரு

1. காங்கிரஸ் கட்சியின் மத்திய சபையைக் குறிப்பிடுகிறார்.

ஹரிஜன அபேக்ஷகருக்கு சட்டசபைத் தேர்தலில் எதிரியாக இருந்த மற்றவரை ராஜிநாமா செய்யும்படி செய்த முயற்சியையும் விபரமாய்க் கூறினார்.

டில்லியில் ஒரு முனிசிபல் தேர்தலில் ஒரு ஹரிஜன அபேக்ஷகர் அபஜெயமடையும்படியான அபாயத்திலிருந்தார். நாங்கள் அதில் தலையிட்டு ஹரிஜன அபேக்ஷகரை ஜெயமடையச் செய்தோம்.

கான்பூரில் ஒரு ஹரிஜன அபேக்ஷகரை ஒரு ஜாதி இந்து எதிர்த்தது தவறு. தேர்தல் நடந்த பிறகு இது எனக்குத் தெரியவந்தது. அபஜெயமடைந்த அந்த கனவான் எனக்கு இதை எழுதினார். ஹரிஜன அபேக்ஷகருக்கு எதிரிடையாய் அக்ரமஞ் செய்தது சவர்ண இந்துக்களின்[2] தவறு என்று அவருக்கு பதில் எழுதினேன். எதிரிடையாயிருந்த சவர்ண இந்துவை, தம் ஸ்தானத்தை ராஜிநாமா செய்துவிடும்படி கேட்டுக்கொண்டோம். அச்சமயம் அது நிறைவேறவில்லை. அதன் பிறகு நடந்ததும் எனக்குத் தெரியாது. இம்மாதிரி பல சம்பவங்களிருக்கின்றன.

நான் ஏன் இந்த திருஷ்டாந்தங்களைச் சொல்லுகிறேனென்றால், ஒரு ஹரி ஜன அபேக்ஷகரின் யோக்யதையையும் நல்லெண்ணங்களையும் குறித்து யாருங்குறை கூறாமலிருந்து அவருக்கு சரியாக சவர்ண (ஜாதி) இந்துக்கள் அபேக்ஷகர்களாக நின்றால் மத்திய போர்ட் (சபை) தன் செல்வாக்கையுபயோகித்து ஜாதி இந்து அபேக்ஷகர்களை வாபீஸ் வாங்கிக் கொள்ளச் செய்யும் என்பதைக் காண்பிப்பதற்காகத்தான்.

ஜாதி இந்துக்கள் தேர்தல் நடத்தும் போதும், இரண்டு ஹரிஜன அபேக்ஷகர்கள் போட்டியில் நிற்கும்போதும், அவ்விஷயத்தில் மத்ய சபைத் தலையிடாது. அம்மாதிரித் தேர்தல்களில் மத்திய சபைத் தலையிட்டுத் தன் செல்வாக்கையுபயோகப்படுத்தித் தகுதியான ஹரிஜன அபேக்ஷகரை தேர்ந்தெடுக்க வேண்டுமென்று உங்கள் விருப்பம்போலும்? ஆனால் மத்திய சபை அம்மாதிரி

2. சவர்ண இந்துக்கள் என்றால் சாதி இந்துக்கள் என பொருள். தலித்துகளை அவர்ண இந்துக்கள் என அழைத்தனர். இதன் பொருள் சாதியற்ற இந்துக்கள் என்பதாகும். சவர்ண என்பது பிராமணன், சத்திரியன், வைசியன், சூத்திரன் எனும் வர்ண வரிசை முறையின் வழக்குச் சொல். இதில் அடங்காதவர் அவர்ணர்.

செய்தால் அதன் செல்வாக்கு ஷீணிக்குமென்பது என் அபிப்பிராயம்.

ஆகையினால் நான் சொல்லியிருக்கிற தென்ன வென்றால் இந்தத் தேர்தல் விஷயத்தில் பிரவேசிக்கக் கூடாதென்பதே. ஹரிஜனங்களுக்கு எதாவது பிரதிகூலங்கள் ஏற்பட்டால் அப்பொழுது மாத்திரம் மத்திய சபைத் தலையிடுகிறது. இந்த விஷயம் ஒன்று தவிர சாதாரணமாக மத்திய சபை மற்ற விஷயங்களில் தலையிடாமல் ஒதுங்கி நிற்பதாலேயே அதன் செல்வாக்கு அதிகரித்து வருகிறது.

மத்திய சபையை இவ்வளவு தூரம்தான் தலையிடவேண்டு மென்று ஒரு எல்லை நிர்மாணித்திருக்கிறோம். அதை நீங்கள் ஆராய்ந்துப் பார்த்தால் என்னுடன் ஒத்துக்கொள்வீர்கள். மத்திய சபைத் திறமையாகவும் நேர்மையாகவும் வேலை செய்யவேண்டு மென்றால் அது ராஜீய விஷயங்களில் தலையிடக் கூடாதென்று நான் நினைக்கிறேன் என்று காந்திஜீ வற்புறுத்திக் கூறி மேலும் அவர் சொன்னதாவது:-

இன்றைக்கு, சங்கமானது[3] நாளுக்கு நாள் ஜன சமூகத்தில் தன்னுடைய செல்வாக்கை அதிகரித்துக்கொண்டு வருகிறது. எனென்றால், அப்போதுதான் அது தீண்டாமை யொழிக்கும் வேலையை அதிதீவிரமாகச் செய்யும் சிற்சில சமயங்களில் மனோதர்மத்திற்கு மாறாக சில சம்பவங்கள் நேர்ந்தால் மத்திய சபைத் தலையிடக் கூடாது. அம்மாதிரித் தலையிட்டால் அந்த ஸ்தானமே அழிந்து விடும் என்பதைத் தாங்கள் அறிந்து கொள்வீர்கள்.

அரசியலில் முட்டுப்படாதது

நான் அப்போதைக்கப்போது சொல்லுகிறவண்ணம், ஹரிஜன இயக்கம் ஒரு மதவியக்கமானபடியால் மத்திய சபை ராஜீய விஷயங்களில் தலையிடக் கூடாது. மத்திய சபை இதை ஏற்றுக்கொண்டு ஊக்கமுடன் உழைத்து வந்தால் நம் காரியம் ஜயமுறும். அது ராஜீய விஷயங்களிலிருந்து ஒதுங்கி நின்றால் ஹரிஜன இயக்கம் புனிதமான இயக்கம் ஆவதுடன் மத்திய சபையின் காரியங்களும் அதிசீக்கிரம் நிறைவேறும்.

---

3. அரிஜன சேவா சங்கத்தினைக் குறிப்பிடுகிறார்.

தீண்டாமையை யொழித்து ஹரிஜனங்களின் பொருளாதார நிலைமையை உயர்த்தப்படுவதற்கு அரசாங்கத்தார் செய்து வரும் வேலைகளைக் குறித்து திரு.ஸ்ரீநிவாசன் அவர்கள் சொல்லியிருக்கின்றார். நான் அதை முற்றிலும் ஒத்துக்கொள்ளுகின்றேன். கவர்ன்மெண்டார் செய்து வரும் வேலைகளுக்கும் மத்திய சபை செய்து வரும் வேலைகளுக்கும் முரண்பாடிருக்கக்கூடா தென்றே யானும் சொல்வேன். அரசாங்கத்தைக் குறித்து எனக்கு என்ன மாறுபாடு இருந்தபோதிலும் மத்திய சபையார் கவர்ன்மெண்டார் செய்து வரும் வேலைகளில் பிரவேசிக்கா தென்று கண்டிப்பாய் சொல்வேன்.

இந்தியாவின் பொது நிலைமையை எடுத்துக் கொண்டால் தற்போது நடைபெற்று வரும் அரசாங்கம் மிகக் கொடிய அரசாங்கமென்றே சொல்வேன். ஆனால் உங்கள் அபிவிர்த்தியை நாடி, நான் கவர்ன்மெண்டாருக்கு மாறானக் கொள்கையைக் கொண்டிருந்தாலும் அவர்களை எதிர்க்கமாட்டேன். ஆனால் தங்களைப் போலவும் திரு. R.ஸ்ரீநிவாசன் திரு. புஷ்பராஜ் அவர்களைப் போலவும் ஹரிஜனகள் தங்கள் அபிவிர்த்திக்கு வேண்டியக் காரியங்களைச் செய்து கொள்ள வல்லமைப் பெற்றிருப்பின் நான் அரசாங்கத்தாரை எதிர்க்கலாம்.

ஹரிஜனங்களை ஒரு சமூகமாக எடுத்துக் கொண்டால், அவர்கள் திக்கற்றவர்களாக இருக்கிறார்கள். அவர்களும் ஜாதி இந்துக்கள் மாதிரி சம அந்தஸ்துடன் முன்னேற்றமடைந்து விடுவார்களாகில் நான் சந்தோஷமடைந்து அவர்களைப் பார்த்து இனிமேல் என்னுடைய சேவை உங்களுக்குத் தேவை இல்லை'' என்று சொல்லுவேன்.

கவர்ன்மெண்டாரிடமிருந்தும் ஹரிஜனங்கள் எல்லா உதவியடை யட்டும். ஜாதி இந்துக்களிடத்திலிருந்தும் ஹரிஜனங்கள் எவ்வளவு உதவியும் பெறட்டும். அப்போதும், ஹரிஜனங்கள் முற்றிலும் சவுகரிய மடைந்து விட்டதாகச் சொல்ல முடியாது. பல தலைமுறைகளாக வழங்கிவரும் தீண்டாமை யென்னும் தீயவொழுக்கம், அதற்காக ஜாதி இந்துக்கள் என்ன பரிகாரம் தேடினாலும், இரண்டொரு வருஷத்தில் அது மறைந்து விடாது. ஹரிஜனங்கள் தாங்களே உணர்ந்துத் தகுதியுடையவர்களாகிறவரையில் அது இருக்கும்.

முழு உறுதிப்பாடு

ஹரிஜனங்கள் சம்பந்தப்பட்டவரையில், கவர்ன்மெண்டாருடையக் கொள்கையில், நுழைந்து விரோதமாக வேலை செய்யமாட்டேனென்று மீண்டும் உங்களுக்கு உறுதியாக சொல்லுகிறேன். ஒருவரும் என்மேல் சந்தேகப்படாவண்ணம் நான் சுற்றுப்பிரயாணம் செய்து வருகிறேன். சட்ட மறுப்பியக்கத்தை பலப்படுத்துவான்வேண்டி நான் சுற்றுப்பிரயாணம் செய்யவில்லை. அப்படியானால் நான் குற்றவாளியாவேன்.

நான் என் ஆயுளில் எந்தக் காலத்திலும் கெட்ட எண்ணங்களை எண்ணினவனல்ல. இதனாலேயே ஹரிஜன இயக்கத்தை ஒரு தனி இயக்கமாக வைத்துள்ளேன். ஹரிஜன இயக்கத்தை ராஜீய காரியங்களுக்கு உபயோகப்படுத்திக் கொள்ளலாமென்று எனக்கு விருப்பமிருந்திருந்தால் நான் பின்வாங்காமல் பஹிரங்கமாய் சொல்லிருப்பேன். சட்டமறுப்பியக்கத்திற்காக ஹரிஜனங்களை ஒருநாளும் உபயோகப்படுத்திக் கொள்ளமாட்டேன். இல்லை திடமாகவே இல்லை. இது உண்மை. நான் என் ஆசரமத்தைக் கலைக்கும் போது என்னுடன் மிகவும் பழகி ஆசரமத்தில் இருந்து வந்த ஹரிஜனங்கள் சட்ட மறுப்பியக்கத்தில் தாங்களும் சேர்வதாகச் சொன்னார்கள் ; அவர்கள் எங்களை மாத்திரம் ஏன் ஒதுக்கிவைக்கிறீர்கள், நாங்களும் சட்டத்தை மீறமாட்டோமா? எங்களுக்கு தேசாபிமானம் இல்லையா என்று கேட்டார்கள்.

ஹரிஜனங்கள் சட்ட மறுப்பியக்கத்தில்[4] சேர்ந்து கொள்வார்களானால் அது ஒரு தவறான காரியம் என்று அவர்களுக்கு நான் எச்சரிக்கைச் செய்தேன். தீண்டாமை ஊழியர் சங்கங்கூட சட்ட மறுப்பியக்கத்தில் கலந்து கொள்ளக் கூடாதவர்கள் ஆதிக்கத்தில் இருந்து வருகிறது. ஸ்ரீமான்கள் தாக்கர், பீர்லா முதலானவர்கள் அதில் அதிகமாக சிரத்தைக்கொண்டு வேலை செய்து வருகிறார்கள். சட்ட மறுப்பியக்கத்தைச் சேர்ந்த காங்கிரஸ் வாதிகளும் தீண்டாமை, ஊழியர் மத்திய சங்கத்திலோ, அல்லது கிளைச் சங்கங்களிலோ நிர்வாக அங்கத்தினர்ப் பதவிகளை வகிக்கக்கூடாதென்று தடை செய்யப்பட்டிருக்கிறது.

4. காந்தியார் அறிவித்த ஒத்துழையாமை இயக்கம் - *civil disobedience movement.*

அரசியலும் ஹரிஜனங்களும்

இங்கே இன்னொரு கேள்வியுமிருக்கிற தென்று காந்திஜீ சொல்ல வாரம்பித்தார். மத்திய சபையானது கவர்ன்மெண்டோடு சம்பந்தம் வைத்துக் கொள்ளும் விஷயத்தைக் குறித்து இன்னும் ஒரு விஷயம் இருக்கிறது. நீங்கள் எல்லா பாரத்தையும் மத்திய சபையின் மேல் போட்டு விட்டு விடக் கூடாது. அப்படி செய்தால் மத்திய சங்கத்தின் அகில இந்திய செல்வாக்குக்கு பெரும் பங்கம் ஏற்படும். நீங்கள் சொல்லியவாறு மத்திய சங்கத்தார் கவர்ன்மெண்டார் வேலையில் பிரவேசிக்காது. கவர்ன்மெண்டார் காரியங்கள் உங்களுக்கு தீமையை விளைவித்தாலும் மத்திய சபைப் பிரவேசிக்காது. அத் தீமையை நீக்கிக்கொள்வது உங்கள் கடைமை. நாங்கள் அதில் பிரவேசிக்கமாட்டோம்.

ராஜிய காரியங்கள்

உங்கள் ராஜீய காரியங்களைச் செய்ய உங்களுக்குதான் உரிமை யிருக்க வேண்டுமென்கிறீர்கள். அதை நான் ஒத்துக் கொள்ளுகிறேன். உங்கள் ராஜீய வேலைகளில் மத்திய போர்ட் (சபை) பிரவேசிக்காது. கவர்ன்மெண்டாருடையக் கொள்கை ஹரிஜனங்களை பாதித்தாலும், அதை சட்டரீதியாகவும் நேர்மையாகவும், எதிர்க்கவோ, அல்லது அதற்கு உட்பட்டு நடப்பதோ அதை நீங்களேத் தீர்மானித்துக்கொள்ள வேண்டும். எங்களைக் கேட்டால் "நாங்கள் எங்கள் வேலையை வரையறுத்து வைத்திருக்கிறோம். அதற்குமேல் போகமுடியாது'' என்று சொல்லிவிடுவோம். அப்போதுதான் கவர்ன்மெண்டாரும் எங்கள் சங்கத்திற்கு மரியாதைக் கொடுப்பார்கள். ஆகவே மேற்கண்ட விஷயங்களில் சங்கமானது நேர்மையாகவே நடக்கும்.

கல்வி

கல்வி விஷயமாக மத்திய சபை நல்ல வேலை செய்து வருவதை நீங்கள் ஒத்துக்கொள்வீர்கள் என்று நான் நினைக்கிறேன். பல இடங்களில் சங்கம் சம்பளவுதவி கொடுத்துக்கொண்டு வருகிறது. இதர ஸ்தாபனங்களிலிருந்தோ அல்லது கவர்ன்மெண்டாரிடமிருந்தோ, உதவிப் பெறாத நூற்றுக்கணக்கான ஹரிஜனங்கள் சபையினின்றும் சம்பளவுதவிப் பெற்று வருகிறார்கள். ஆனால் நாங்கள் ஒருவரை யும்

கவர்ன்மெண்டாரிடம் உதவிக்குப் போகவேண்டாமென்று சொல்லவில்லை. கல்வி விஷயத்தில் ஹரிஜனங்கள் கவர்ன்மெண்டாரி டமிருந்து எவ்வளவு உதவி பெறவேணுமோ பெறட்டும். இது போதாவிடில் நாங்கள் உதவி செய்கிறோம். கல்வி விஷயமாக நாங்கள் கொண்டிருக்கும் கொள்கை அதுதான்.

தென் ஆப்பிரிக்காவிலிருந்து திருப்பியனுப்பப்படும் இந்தியர்கள்

நான் செய்த கிளர்ச்சியினால் தென் ஆப்பிரிக்காவினின்றும் இந்தியர்களை திருப்பியனுப்பப்படுவதாக சொல்லுகிறீர்கள். அது அன்பில்லாத வசனமாகும். சரித்திரம் உங்களுக்கு வேறு விதமான அபிப்பிராயத்தைக் காட்டும். 1893-ம் வருஷத்தில் நான் தென்னாப்பிரிக்காவிற்குப் போன போது இந்தியர்களை தாய்நாட்டிற்கு அனுப்பும் திட்டம் ஆரம்பமாயிருந்தது. ஒப்பந்தத்தின் பேரில் சென்ற ஒவ்வொரு இந்தியனும், காலம் முடிந்ததும், அவன் நெட்டாலில் குடியிருக்க இஷ்டப்பட்டால் அவன் செய்யவேண்டியது என்னவென்றால் நெட்டால் சட்டசபையில் ஒரு சட்டத்தை இயற்றி வைத்தது உங்களுக்கு தெரியுமா? அது என்ன!

திரு. ஸ்ரீநிவாசன்:- தலைவரிக் கட்டவேண்டும்.

மகாத்மாஜீ:-எவ்வளவு?

திரு. ஸ்ரீநிவாசன்:- தலைக்கு ஒரு பவுன்.

மகாத்மாஜீ:- இல்லை 25 பவுன் கட்டவேண்டுமென்று நெட்டால் கவர்ன்மெண்டார் சட்டம் இயற்றினார்கள் நான் அதை எதிர்த்தேன். முதலில் அவர்கள் ஒப்பந்த காலம் முடிந்ததும் இந்தியர்களை வெளியேற்ற வேண்டுமென்று எண்ணினார்கள். நான் இதுவிஷயமாக நெட்டால் சட்ட சபைக்குப் பல விண்ணப்பங்கள் செய்து கொண்டேன். இந்த விண்ணப்பங்கள் தனிப்பட்ட இந்தியர்கள் மூலமாக சமர்ப்பிப்பது கடினமாக இருந்தபடியால், வியாபாரிகள் மூலமாக சமர்ப்பித்தேன், அம்மாதிரி செய்ததின் பேரில் சட்டத்தில் சில மாறுதல்களைச் செய்தார்கள் அது பதியப்பட்டிருக்கின்றது.

நான் தென் ஆப்பிரிக்காவிற்குப் போகும் போதே இந்தியர்களை வெளியேற்றிக்கொண்டிருந்தார்கள். நான் போனவுடனே அது முடியாமல் போய்விட்டதைப் பற்றி சரித்திர ஆராய்ச்சி மூலமாய்த் தெரிந்து கொண்டிருப்பீர்களென நம்புகிறேன்.

தென்னாப்பிரிக்கா இயக்கத்தைப் போல் தீண்டாமை இயக்கமும் முடியுமென்று பயப்படுவதாகத் தாங்கள் சொல்லுகிறீர்கள். ஹரிஜன இயக்கமும் அப்படியே முடிந்தால் எனக்குச் சந்தோஷமே. தற்போது இந்தியர்கள் இஷ்டப்பட்டால் அவர்கள் தென்னாப்பிரிக்காவினின்றும் திரும்பிவிடலாம். அப்படித் திரும்பி வருகிறவர்களுக்கு நஷ்ட ஈடு கொடுக்கின்றார்கள். ஆனால் 1893-ம் வருஷம் இந்தியர்களை கட்டாயப்படுத்தி அவர்களுக்கு நஷ்ட ஈடு கொடுக்காமல் வெளியேற்றிவந்தார்கள். நான் செய்த காரியம் தப்பென்று சொன்னால் நான் ஒத்துக்கொள்ளுகிறேன்.

ஆனால், தற்போது இயற்றிய சட்டம் நடைமுறையில் சரியான பலனைக் கொடுக்கவில்லை, அதைப் பற்றிக் கடிதங்கள் எழுதியிருக்கிறேன். ஆப்பிரிக்காவினின்றும் இந்தியர்கள் இங்கு வரக்கூடாதென்றுதான் எச்சரிக்கை செய்வேன். மேற்கண்ட விஷயங்களில் தென்னாப்பிரிக்காவைப் பற்றி நான் விசனப்படுவதற்கு யாதொரு எதுவுமில்லை.

ஆலயப்பிரவேசம்

நீங்கள் ஆலயப்பிரவேச விஷயமாகச் சொல்வதை நான் ஒத்துக்கொள்ளுகிறேன். ஆலயப்பிரவேசம் வேண்டாமென்று சொன்னாலும், அதையும் ஒத்துக்கொள்ளுகிறேன். உங்களைக் கோயிலுக்குள் பிரவேசிக்கச் செய்வது ஜாதி இந்துக்களின் கடமை. எங்கள் கோயிலில் நீங்களும் பிரவேசிக்கலாம் வாருங்கள் என்று அவர்கள் உங்களை யழைக்கவேண்டும்.

இப்போது நீங்கள் ஆலயப்பிரவேச இயக்கத்தில் கலந்து கொள்ளும்படி நான் சொல்லவில்லை. கோயிலுக்குள் போக இஷ்டப்படுவதும் இஷ்டப்படாததும் உங்களைச் சார்ந்தது. ஆனால் ஜாதி இந்துக்களின் மனமாசு மாறவேண்டும். அவர்களுக்கு இருக்கும் உரிமை உங்களுக்கும் உண்டு. இதை ஜாதி இந்துக்கள் உணரவேண்டுமென்பதே எனது கோரிக்கை.

அதை அவர்களுணர்ந்து உங்களை அழைத்தால் போகலாம். இல்லாவிடில் வேண்டாம்.

மதுபானம்

இந்த விஷயமாக நான் உங்களுடன் அதிக ஜாக்ரதையாகப் பேசவேண்டியிருக்கிறது. இதர வகுப்பார்களும் மதுபானம் செய்கிறார்களென்பது தெரியும். ஆனால் ஹரிஜனங்கள் உதவியற்றவர் களாகையால் அவர்கள் அந்த விஷயத்தில் வீண் சிலவு செய்ய முடியாது. ஜாதி இந்துக்கள் மதுபானம் செய்துவிட்டு சாக்கடையில் விழலாம். ஆனால் ஹரிஜனங்கள் அவ்வாறு செய்யக்கூடாது. நான் வெகு காலமாக இவர்களைக் குடியிலிருந்து நீக்க வேலை செய்து கொண்டு வருகிறேன். இந்த விஷயத்தில் நீங்கள் என்னைத் தடுக்கக் கூடாது. ஆனால் எச்சரிக்கை செய்யலாம். அதைப் பற்றி நான் சந்தோஷமுறுவேன். நான் சொல்லுவதைக் குறித்து மனவருத்தப்படக் கூடாது. உங்களுக்கு மனவருத்த முண்டாக்கவேண்டு மென்பது என் எண்ணமல்ல.

''ஹரிஜன்'' என்ற பெயர்

தாழ்த்தப்பட்டோருக்கு "ஹரிஜன் என்ற பெயரை சூட்டும் விஷயமாக நான் ஹரிஜனங்களை ஆலோசனைக் கேட்கவில்லையென்று குறை கூறுகிறீர்கள். ஆனால், அவர்கள் என்னிடத்தில் அதைப் பற்றி கலந்து ஆலோசித்தார்கள். அதுதான் விசேஷம்.

நான் பல இடங்களில் பிரயாணம் செய்த போது எங்களுக்கு ஏன் "ஹரிஜனங்கள்" என்று பேர் வைத்தீர்கள்? என்று கேட்டிருக்கிறார்கள். தீண்டாதார் எனப்படுவோரில் ஒருவர் "தாழ்த்தப்பட்டோர்" என்ற பதங்கள் எங்களை அடிமைத் தனத்திற்காளாக்குகின்றன என்றார். அப்படியானால், ஏதாவதொரு நல்ல பெயரைச் சொல்லுங்கள் என்றேன். அவர் "ஹரிஜன்" என்ற பெயரைக் குறிப்பிட்டார். இதைக்கேட்டு ஆனந்தம் கொண்டேன். "நரசிம்ம மேத்தா"என்னும் குஜாரத்தி கவி தம்முடைய கிரந்தங்களில் இந்த பதத்தை உபயோகித்திருப்பதை அவர் எனக்கு ஞாபகப்படுத்தினார். அங்கீகரித்தேன்.

ஜாதியற்றவர்கள் கடவுளால் தெரிந்துக் கொள்ளப்பட்டவர்கள்.

"திக்கற்றவர்க்குத் தெய்வமே துணை" என்று தமிழில் ஒரு பழமொழி இருக்கிறது எனக்குத் தெரியும். "ஹரிஜன்" பதமும் அதையேக் குறிக்கிறது. தாழ்த்தப்பட்டவர்கள் கடவுளின் மக்களாதலால் "ஹரிஜன்" என்ற பதம் அதை ஒப்பிடுகிறது.

தீண்டாமை என்னும் அரக்கன்.

நீங்கள் என்னைக் குறித்து உங்கள் கடிதத்தில் பெருமையாக சொல்லுகிறீர்கள். அதற்கிப்போது நான் அருகனல்ல. நாம் எல்லோரும் ஒரே நோக்கத்துடன் வேலை செய்வோம். கடவுள் நமக்குத் துணையாக இருக்கிறார். ஆகையால் நாம் ஜெயம் பெறுவோம். அதில் எனக்கு சந்தேகமே இல்லை. தீண்டாமையரக்கன் இன்னும் சில முச்சுகள் விட்டுக்கொண்டிருக்கின்றான். அம்மூச்சுகளும் கடைசி மூச்சுகளே. சீக்கிரம் மரணமடைவான்.

திரு. **ஸ்ரீ**நிவாசன்:- நான் அப்படித்தான் நம்புகிறேன்.

திரு. காந்திஜீ:- ஆம் உண்மையாகவே நம்பலாம்.

பின்னர் திரு.**ஸ்ரீ**நிவாசன் அவர்கள் மகாத்மாஜீக்கு கரங்கூப்பி விடைதரும்படி கேட்க மகாத்மாவும் அவருக்கு கரங்கூப்பி விடைதந்தார். சுவாமி சகஜாநந்தா அவர்களும், திரு. புஷ்பராஜ் அவர்களும் காந்திஜீயை அடிவணங்கினார்கள். சில அன்பார்கள், அவர் பாதங்களைத் தொட்டு நமஸ்கரித்தார்கள். தாழ்த்தப்பட்ட சமூகத்தாருக்குத் தலைவர்களாகவும் தொண்டர்களாகவும் இருக்கும் கனவான்கள், மகாத்மாவின் பேரில் வைத்திருக்கப்பட்ட அன்பும் நேர்மையும் பொருந்திய அந்தக் காட்சி பார்ப்பதற்கு ஆச்சரியமாயிருந்தது. ஏனைய பிரதிநிதிக் கூட்டத்தாரும் மகாத்மா காந்தி கடிதத்திற்கு அளித்த விடைகளைக் கேட்டுத் திருப்தியடைந்து, மகாத்மாவிடம் செலவுப்[5] பெற்றுச் சென்றார்கள்.

⌘ ⌘ ⌘

5.செலவு பெற்றுக் சென்றார்கள் என்றால் விடைப் பெற்றுக்கொண்டார்கள் என பொருள். பழந்தமிழில் விடைதாருங்கள் என்பதை செலவு தாருங்கள் என்றே சொல்வது வழக்கம். தவறாக பொருள் கொள்ளக்கூடாது என்பதற்காக இக்குறிப்பு.

DEPRESSED CLASSES' CLAIMS.

LEADERS' INTERVIEW
WITH
MAHATMA GANDHIJI.

MAHATMA GANDHIJI.

23

DEPRESSED CLASSES' CLAIMS

LEADERS' INTERVIEW WITH MAHATMA GANDHIJI

முன் குறிப்பு - *காந்தியார் மற்றும் ரெட்டமலை சீனிவாசனாரின் வரலாற்றுச் சிறப்புமிக்க சந்திப்பு முன்கூட்டியே திட்டமிட்டபடி 1933 - டிசம்பர் - 22-ந் தேதி வெள்ளிக்கிழமை மாலை, மைலாப்பூரில் உள்ள திருவாளர் நாகீஸ்வர ராவ் பந்துலு அவர்கள் மாளிகையில் நடைபெற்றது.*

ராவ் பஹதூர் R.ஸ்ரீநிவாசன், ராவ் சாயிப் V. தர்மலிங்கம் பிள்ளை, ஸ்வாமி சகஜாநந்தன் தா, திருவாளர்கள் P.V. இராஜகோபால் பிள்ளை, புஷ்பராஜ் முதலிய சகாக்களுடன் பல தலித் தலைவர்களும், தொண்டர்களும் வந்திருந்தனர்.

மாகாணத்தின் தீண்டப்படாதார் சங்கத்தின் செயலாளர் V. பாஷியம் ஐயங்கார், நாகேஸ்வர ராவ் பந்துலு, V. வெங்கட்டசுப்பையா, K. பாஷ்யம், R.V. சாஸ்திரி (ஹரிஜன் பத்திராதிபர்) மற்றும் பலர் வந்திருந்தனர்

- சன்னா

⌘

DEPRESSED CLASSES' CLAIMS

LEADERS' INTERVIEW

WITH

MAHATMA GANDHIJI

"Yes, you please", said Gandhiji and Mr. Pushparaj, who was to read it, was introduced to him as a practising advocate. And Mr. V. Bashyam Iyengar added that he had also written a pamphlet, which the Servants of Untouchables Society had since published.

Mr. Bashyam Iyengar threw out a hint that Mr. Srinivasan's letter consisted of six typed pages.

"It all depends on Mr. Srinivasan, who is the Chairman here", observed Gandhiji. "But so far as I am concerned, I have read it from top to bottom."

Mr. Srinivasan suggested that it might be allowed to be read for the benefit of his colleagues as there was hardly time to circulate it to them : and Gandhiji asked Mr. Pushparaj to go ahead.

" You will excuse me, if I am not attending it", told Gandhiji, after a few sentences had been read. "Because, I have almost got it by heart. In the meantime I shall be putting my papers in order."

THE LETTER

The following is the text of the letter :-

My dear Mahatmaji,- We were old friends in South Africa: we crossed swords at the Round Table Conference in St. James Palace : we joined hands and entered into a compromise at Yerrawada : we became friends again and we are met here together to concert ways and means for ameliorating the condition of the Depressed Classes.

The Poona Pact

The following are some matters of importance concerning the Depressed Classes which I wish to place before you for your and your Society's attention and necessary action:-

The memorable Poona Pact which we entered into at Yerrawada is a source of real pleasure and satisfaction to us and we believe that it has solved many of our political problems. But we in all earnestness apprehend that the Poona Pact will not be feasible or practicable unless the Caste-Hindus behave fairly and honestly and abide by the terms of the Pact. During elections, we fear, there will be very little chance for us to elect men of our own choice, Agricultural labourers are usually herded together in enclosures and then their votes are taken to elect Caste-Hindus. Such tactics and unfair methods should be eschewed. Corruption at elections in South India is an open secret. The members of your Society should come to the help of the Depressed Classes in electing the men of their choice, and prevent all malpractices at elections. Otherwise the Poona Pact will be reduced to a nullity and will be an absolute failure.

Removal of Untouchability

The Local Government have declared their policy that all public roads, wells, tanks, public resorts, schools and institutions are accessible to the Depressed Classes to the same extent as they are accessible to the Caste-Hindus. Successive Ministers have amended the Local Boards and Municipalities Act through the local legislature for embodying this declared policy of Government. The legislature has also passed an enactment for punishing those who obstruct or prevent the use of public roads, wells, tanks, schools, etc., by the Depressed Classes. Now it is left for your Society to gradually help the authorities in the enforcement of these Acts and to bring to book all offenders of the law.

Your Society should undertake to carry on a wide propaganda for enlisting and mobilising public opinion in support of the Removal of Untouchability Bill which is now on the legislative anvil.

Economic Condition

To ameliorate the condition of the Depressed Classes, the Local Government have appointed an officer now known as the Labour Commissioner with an efficient staff. Almost in all the districts there are District Labour Officers whose duties are to open wells, grant house-sites and lands for cultivation and establish schools. 70,544 *house-sites and* 360,287 *acres of land for cultivation have been granted,* 4,167 *wells have been opened and* 900 *schools have been established by the Labour Department. The Government have allotted an annual grant of about* 10 *lakhs of rupees for this class of work. Out of this amount a sum of about Rs.* 4,70,000 *has been spent on education in various ways and items such as stipends for teacher's training examination, Examination fees, Boarding Grants, Scholarships, Book Grants, etc. Your Society may also do similar ameliorative work, but they should not put any impediment in the way of the Government or interfere with Government work.*

Education

The policy of admitting Depressed Classes children into Common Schools in which Caste-Hindus predominate in number, in the belief that untouchability will be removed thereby does not work well and is not conducive to the educational progress of the Depressed Classes. Where the Depressed Classes children seek such admission the Caste-Hindu employers deal very severely with the parents of the children and practise various forms of cruelty and oppression upon them in consequence whereof the children are compelled to leave the Common Schools, and to remain without education. This defiant attitude on the part of the Caste-Hindus is still maintained to this day, and there appears to be little or no change of heart. Experience has shown that separate elementary schools for the Depressed Classes children are indispensable for promoting and spreading education among them. As education should precede any measures taken for non-observance of caste or for removal of untouchability steps should therefore be first taken to establish separate schools at least up to the Higher Elementary stage for imparting education to the Depressed Classes, and to obtain suitable grants from Government as Christian Missionary bodies do, for maintaining such schools. For this purpose your Society should co-operate with the Labour Department and the Education Department. So far as education of the Depressed Classes children in the cities is concerned there is not much to be desired, but very great attention should be paid to the education of children in rural areas where the rate of illiteracy is appallingly high. Your help in finding scholarships and stipends, and in establishing hostels more particularly for our girls will be much appreciated. It is hardly necessary for me to say that it has been fully realised that education is the surest means of salvation for the Depressed Classes, as that will remove their ignorance, awaken and enlighten them, raise their status in life and will purge them of their feeling of inferiority, and thus they will be made to pay no heed to the stigma of untouchability.

Repatriation of Indians

You are aware that a large number of Indians have been repatriated from Natal and the Colonies as the result of your work in South Africa, and they are all undergoing great suffering and hardship in this country without any employment. We are anxious to know what steps you have taken or you propose to take to relieve their distress and redress their grievances. There is a great apprehension in the minds of our people that your present agitation to remove untouchability may not fructify and may perhaps lead them to some such catastrophe or disaster, which befell the Indians in South Africa.

Co-operation

You and your Society should co-operate with the Government towards the upliftment of our community without which our progress will be seriously hampered, and marred. Should there be any clash between your Society and the Government, the Government will withdraw any help that they are rendering us now and our interests will be jeopardised.

Agricultural labourers who form the bulk of the agrarian population and the bulwarks in this country have a very important part to play in politics in the near future. Our Madras Provincial Depressed Classes Federation is seriously considering the question of bringing them together into an organisation for safeguarding and promoting their interests.

Temple Entry

As regards temple entry we are not opposed to it. Our experience in Nasik and other places of Worship has shown us that it is not advisable for us to take any active part in the movement. When the temples are thrown open to us for worship we can enter them as and when it suits us.

Drink Evil

There are several castes who are touchables that are addicted to drink and other evil habits. But to stigmatise the Depressed Classes alone as a drinking community is unfair and unjust. Such presistent stigmatization wounds their feelings, insults them and gives them offence. Mahatmaji ! you may speak about the bad effects of drink, clean habits etc.

'Harijans'

The Depressed Classes Community was not consulted when you chose to call them Harijans. Large sections of the people resent the name Harijan.

Politics

Politics, so far as they affect our interests should be left to ourselves to be handled by us as it suits us.

In conclusion, Mahatmaji, I take this opportunity to thank you most sincerely for the unprecedented movement you have started in the cause of my community, which is gaining strength from day to day and which has given a great impetus to the Caste Hindus to banish untouchability from the land and to ameliorate the condition of the Depressed Classes and I earnestly wish that the rest of your tour in India will be fruitful and successful, and I fervently pray that God Almighty, in His Unbounded Grace, will bless you with long life and best of health to enable you to carry on your noble mission to a successful end."

⌘ ⌘ ⌘

24

GANDHIJI'S REPLY

Work of the Central Board

Mahatma Gandhi then replied to Mr. Srinivasan's letter.

"The best thing would be for me to take up point after point and deal with it.", Gandhiji determined the procedure.

What you say about the Poona Pact is common ground between us; and I entirely endorse the view that if Savarna[1] Hindus do not work the Pact in the manner it is intended it should be, it can become nugatory and of no benefit whatsoever," he said.

"I will admit that, in its entirety" he reiterated; but added "How far the Central Board at Delhi or the provincial boards will be able directly to affect the elections, I do not know. I think it is a very difficult and delicate subject. Therefore what I have directed is that with these elections generally we should not interfere. But we do interfere where injustice is done to a Harijan candidate. When that happens, as it did in Bombay, we try to set it right."

Gandhiji related the Bombay incident at some length and men. tioned his efforts in effecting the withdrawal of the candidate (for election to the Legislative Council) who had ranged himself against one, who was a member of the Servants of India Society, uniformly known to be decisively friendly to Harijan interests.

---

1. *Savarna Hindu Means Caste Hindus*

"In Delhi", Gandhiji went on to say, "there was the danger of the Harijan candidate not being elected to the Municipality. We intervened and room was specially made for the Harijan candidate. In Cawnpore, there was a Harijan candidate and it was wrong for Savarna Hindus to have opposed him. I came to know about it after the election. The gentleman who was defeated wrote to me ; and I replied that it was wrong on the part of the Savarna rival, to have so ranged himself against the Harijan candidate. We tried our best to get this gentleman resign his seat. At that time it was not successful. What has since happened I do not know. There are other instances as well."

The Line of Demarcation

"I give these instances." emphasised Gandhiji. "to show that where there is a Harijan candidate whose bona fides are not impeach. ed in any manner whatsoever, the Central Board have tried to influence the Savarna Hindu candidates to withdraw from the contest. But where Harijan candidates are opposed to one another, or when Savarna Hindus are conducting the elections, the Board does not interfere which you really want the Board to do. You desire that the Board should so regulate the elections or so influence the elections as to have the right type of men elected. But, I think, the Board will then lose its influence. To-day the Board is daily rising in influence, because of its absolute neutrality except where, as I said, a Harijan stands to suffer. That is the line of demarcation we have placed. If you examine the situation, I have no doubt you will agree with me.

"If you want to make this Board an effective instrument of service, it must keep itself a part and aloof from politics," Gandhiji insisted; "and the level of our character rises; and the root that lies in the heart of untouchability is affected and expelled, there would be levelling up of everything all along the line. That is my hope. But with these lapses of

mere moral character, the Central Board should not interfere. Once we endeavour to do that, I think, you would find that the whole of the structure will fall to pieces,

Unaffected by politics

"The Board is absolutely unaffected by politics; and as I have so often said, the Harijan movement is purely religious, emphatia cally declared Gandhiji. "If I succeed in doing so, and if the Board accepts that policy in all sincerity and works out earnestly. you will find nothing better for our purpose. The movement will become purer, and the Board would be wiser and achieve its ends quicker for its aloofness and abstention from direct intervention in the politics."

Passing on to the next point raised in Mr. Srinivasan s letter, namely economic condition of Depressed Classes and the removal of untouchability, in general, through the instrumentality of Govern. ment, Mahatma Gandhi said that he totally agreed with them--that the Board should not do a single act which will interfere with the encouragement afforded by the Government; and the Board, he assured. will not do it, no matter what views he held in connec. tion with the Government.

"There is no doubt", Gandhiji said, "I have been holding very strong views against the present system of Government. It is a mischievous system, taking the interests of India as a whole. But I cannot possibly apply that doctrine in connection with Harijans, unless I would so throw myself in the turmoil and resist the Government there also. I cannot do it."

"I say honestly, I cannot possibly resist doing it, if the Harijans were capable of looking after themselves, as you Mr. Srinivasan are and as Mr. Pushparaj is. That is so far as you individuals are concerned. Taken as a mass they are absolutely helpless. When they can help themselves, stand

equal to Savarna Hindus and brush shoulders with them I shall be at ease and then say: No; I cannot look to your interests. That I cannot possibly do."

"Let them take all the advantage they can," Gandhiji continued, from the Government; and let them take all the advantage they can from the Savarna Hindus. The two mixed together will enable them to redress the balance somewhat. Even then, I do not believe, they would be able to redress the balance; because this crushing down that has gone on for ages is not going to be lifted off entirely in a few years, no matter what atonement is done by Savarna Hindus. It would take a long time before the Harijans come to their own, and feel they are just as good as they might be."

Absolute Assurance

"I can give you this absolute assurance," once again declared Gandhiji," that I shall never interfere with the policy of the Government in so far as the Harijans are concerned. Here also I will say I am conducting this tour in a manner so as to disarm all suspicion ; and I will never take advantage of the Harijan movement in order to further the aims of the civil disobedience movement. It would then not be civil but criminal. I do not ask your word of certificate. But I do say that I have never had any criminal intention in all my life. In order to justify that civil nature, I am keeping this Harijan cause apart. If on the other hand, I wanted to use it for political purposes, I would not have hesitated to make an open declaration that of course, I am going to use the Harijans for conducting the civil resistance movement. No; emphatically no. On the contrary, those Harijans who are living with me, and who, according to their declarations, owe their all to their association with me, pleaded with me to allow them to join the movement, when I was disbanding the Ashram. "Why do you keep us aloof? Are we less patriotic and less capable of offering resistance?"

"*You dare not do it,' I warned; 'because.' I said 'you as representatives of Harijans, would be putting yourself in the wrong.*"

"*The Society of Servants of Untouchables*", Gandhiji went on to say, "*is to-day under the control of men who cannot afford to offer civil resistance. Messrs. A. V. Thakkar and G. D. Birla were the moving spirits there. Not only that; all Congressmen, who have got this civil resistance in them and wanted to do so. They are also prohibited from taking office in the Central Board, provincial boards or any of their branches.*"

Harijans and politics

"*There still remains one question*" Gandhiji proceeded, "*as to the activities of the Society and its relationship with the Government. There again, I would say, 'Do not put that weight on the Board. If you do that, it would lose its universal influence.' I want the Board to have a universal influence and its influence felt effectively everywhere. In matters, you have mentioned, the Board will never interfere with the Government. The Government may even adopt measures that may be harmful. Then it will be for you to put your foot down. We would not do it. There again I endorse what you (Mr. Srinivasan) have said in your letter.*"

"*In your politics also you say you must be allowed to develop along your own lines. I entirely grant it. There will be no interference on the part of the Board. So then, when the Government's policy is questionable in connection with Harijan's interests, it will be for you and for you alone to decide whether to resist it, even by constitutional and legitimate means. But so far as the Board is concerned, it will say, 'We have drawn the line of demarcation and there we stand.' If they do stand, I know the Board will command the respect of Government also. So along the line, they will be acting on the square,--all right angles and no acute angle.*"

Education

"Now, to Education", Gandhiji took up the next point. "On this subject, I think the Central Board can present you with an absolutely good record. Everywhere scholarships are being given freely. So many hundreds of Harijans are now in receipt of scholarships which they cannot get from the Government or any other agency. We never say to a single person Do not go to Government. That is not a policy which is applicable to this Board. We enccurage them to seek assistance from the Government Departments. Where there is not enough the Board supplemented it. We have done it in so many cases. That is our policy in connection with Education."

Repatriation of Indians

"Then, ah!", interjected Gandhiji. "You say that repatriation is the result of my activities in South Africa. That is a very unkind cut. I say that history will give a different verdict."

"When I landed in the South African soil", Gandhiji explained, " in the year 1893, repatriation was on the anvil ? Do you know that a Bill was actually passed in the Natal Legislature whereby every Indian, who, after finishing his indenture, wanted to settle in Natal, was required-to do what?"

Mr. R. Srinivasan: Pay poll tax

Gandhiji: How much?

Mr. Srinivasan : £1 a head.

Gandhiji: No fear. They stipulated £25. I resisted it. The original intention was that after indenture had been finished, they must go back. That is to say, indenture should expire in India. I promoted petitions in the Natal Parliament. I did it through the mercantile community, as it was not possible for me to do it through individual Indians at that time. The provisions were altered in consequence; and that is a matter of record. Therefore you will see, historically, repatriation was taking place when I went to South Africa ; and on my going there, it became impossible. You then express your fear that this untouchability movement may end as the movement in South Africa ended. I wish it ended like that. Repatriation is now voluntary and repatriates get money compensation. In 1893, it was involuntary and compulsory without any - compensation whatsoever. If that was the crime I have committed, I plead guilty.

Winding up this part of the discussion, Gandhiji said that the scheme of repatriation has proved a failure. He knew it was a failure because he was in correspondence with those who could speak with direct knowledge in South Africa. He was guiding Indians there to the extent he could ; and warning them against coming to India where they would be outcastes even among outcastes. In these circumstances, he said, he had nothing to repent for, in regard to South Africa.

Temple-Entry

"Let me now come to the temple-entry question; and I will at once say that I accept your point," Gandhiji stated. "If you say, you do not want it at all, I agree. But it is due to the Savarna Hindus to say come to our temples. They are as much open to you as they are to us. It is entirely your choice whether you will enter or not, I do not invite Harijans to take part in this agitation for temple-entry. But you can signify your approval; if you wanted, that this is also your right, but you may not exercise it. Or you may take a different attitude. That is entirely for you to consider. But so far as I am concerned, it is simply a one-sided "thing. It is a matter of repentance for Savarna Hindus and a change of heart. You are entitled to come to those places which you consider to be our sanctuaries. You have just as much right as any Savarna Hindu. When that right is recognised, it is

for you to exercise that right or not.

"Ceasar's Wife"

About the drink evil, Gandhiji said that he was always circumspect and careful in offering advice to this community. He was aware that it was prevalent among other communities. But only the Harijans who were under the great handicap of having to fight uphill, could not afford it. They had got to be, like Cæsar s wife, above suspicion. " The Savarna Hindus may wallow in lakes of red water but you must fly away from it. I do not, however, want to wound your susceptibilities. I tell you, gentlemen like you may take it amiss; but the large body of Harijans don t. After all you and I know that I have been working in their midst for years and years in order to wean them from drink. Therefore, I think you ought not to seek to restrict my freedom. You can certainly warn me; and I accept it-I shall shape my language in such a manner that it does not offend any person whatsoever; and you may take it from me that I would not say a single word to offend anybody."

THE NAME HARIAN

" *Lastly to the name Harijan*", *said Gandhiji,* " *You say that the depressed classes were not consulted. They consulted me. That is the point. I have visited all parts of India. Why are we called Harijans? I am asked. Why should they not have a better name. That is the generality of feeling. For heaven s sake do not call us coolies ? they pleaded. At one time this word had a particular significance. A whole race was called by that name. If it was not now used it does not mean, there has come about a change of heart. The offence to the ear has been removed. That is what the new name has achieved. It is not, as I said, my coining. An untouchable pleaded with me not to be known by any expression of eternal reproach. Depressed or suppressed reminds them of slavery, he very rightly said. "I have no name to suggest; will you suggest I asked. Then the man suggested Harijan . He quoted in support from Narasimlia Mehta, Guzrathi poet, who had used it in his works. I jumped at it. I knew also the Tamil saying "Thikkatravanukku Theivama Thunai." Is not Harijan a paraphrase of it ? They are God s chosen who are outcastes. That is what Harijan signifies as applied to suppressed classes."*

The Monster of Untouchability

"The certificate you have given in the last paragraph of your letter, is too early for me," Gandhiji concluded. "You all have listened to what I have had to say to the points raised. We shall all work together with the same end in view. I am sure God is with us ; and therefore success is assured. I have no misgivings at all. I know untouchability is dying. To me the monster seems to be still taking a few breaths ; but they are last breaths." (Loud applause.)

Mr. R. Srinivasan: I hope so.

Gandhiji : Yes; we can honestly hope.

Rao Bahadur R. Srinivasan and his followers who were evidently satisfied with Gandhiji s replies, rendered their grateful thanks and departed, paying their reverential respects.

⌘ ⌘ ⌘

Sri Ramakrishna Printing Works, 2 34.200

Sri Ramakrishna Printing Works, 2-'34-200.

பகுதி

9

கோயில் நுழைவு போராட்டம் பற்றி

⌘

25

ஆலயப் பிரவேசம்

முன் குறிப்பு - பூனா ஒப்பந்தத்திற்குப் பிறகு தலித் சமூக அரசியல் வரலாற்றில் ஏற்பட்ட மிக முக்கியமான மாறுதலை இந்த அறிக்கை சுட்டிக் காட்டுகிறது. *7.9.1938* அன்று வெளியிடப்பட்ட ரெட்டமலையாரின் இந்த அறிக்கை இரண்டு அம்சங்களை அக்கால தலித் மக்களுக்கு சுட்டிக்காட்ட வெளியிடப்பட்டது.

முதலாவது, ஆதிதிராவிடர்கள் என்பது அனைத்து அட்டவனை சாதிகளையும் குறிக்கும் என்பது. இரண்டாவது, ஆலய நுழைவுப் போராட்டம் என்பது தலித் அரசியல் செயல் திட்டதில் இல்லாதது. இந்தியா முழுமைக்கும் இருந்த அனைத்து தலித் தலைவர்களும் தலித்துகள் ஆலயத்திற்கு நுழைவதை விரும்பவில்லை. அவர்கள் ஆலய நுழைவின் மூலம் இந்து என்னும் வட்டத்திற்குள் கொண்டுவரப் படுவார்கள் என்றும் அதனால் அது சாதி இந்துக்களின் எண்ணிக்கையை கூட்டி அவர்கள் அரசியல் லாபம் பார்க்க மட்டுமே உதவும் என கருதினார்கள். அவர்களின் பயத்தை உண்மையென வரலாறு காட்டியது. அதனால்தான் சீனிவாசனார் ஆலய நுழைவை கடுமையாக எதிர்க்கிறார்.

இந்த ஆவணத்தின் அசல் நமது சேகரிப்பில் இருந்தது. கெடுவாய்ப்பாக, அதன் கடைசி பக்கங்கள் நைந்துவிட்டன. நல்வாய்ப்பாக மெயில் முனிசாமி அவர்களின் கையேட்டுப் புத்தகத்தில் இது முழுமையாக கிடைத்தது. அது இங்கே அச்சேறியுள்ளது.

- சன்னா

⌘

ஆலய பிரவேசம்

ஆதி திராவிடர்களுக்கு அறிவிப்பு.

இதில் ஆதி திராவிடர்கள் என்பது (Scheduled Castes) செடூல் காஸ்ட்கள் என்னும் 86 வகுப்புகளையும் சேர்த்து குறிக்கிறது.

ஆரியா என்போர் நமது தேசத்தில் குடியேறி ஜாதி அனுச்சாரத்தை பாவச்செய்தபோது நமது ஆதி திராவிட முன்னோர்கள் அதைத் தடுத்து எதிர்த்தபோது அவர்களின் சொத்து, சுதந்திரங்கள், ஆலயங்கள், நிலபலங்கள் முதலியவைகளைச் கைப்பற்றிக்கொண்டு அன்னியராக பாவித்து அடித்து நகரங்களுக்கப்பால் காட்டில் துரத்தினதுமல்லாமல் தீண்டப்படாதவர்கள் என [illegible]சித்து நாசப் படுத்தினார்கள். அதுமுதல் பல ஆயிரவருடங்களாக பரிதவித்து பாடுபட்டுகொண்டிருக்கும் காலத்தில் ஆங்கிலேயர் இந்தியா தேசத்தை நாடிவந்து, நிலைத்து, அரசாள ஆரம்பித்தமுதல் ஆதி திராவிட ஜன பலசமுகத்தவர்கள் சென்ற நூற்றைம்பது வருடங்களாக ஜாதி இந்துக்கள் செய்துவரு[illegible] கடும் கொடுமையினின்று நாளுக்குநாள் மீண்டுகொண்டு வருகி[illegible]கள்.

இந்தியர்கள் தங்கள் தேசத்தை தாங்களே ஆண்டுகொள்ள சில நிபந்தனைகளையேற்படுத்தி அரசியலை நடத்தும்படி ஆங்கிலேய கவர்ன்மெண்டார் அனுக்கிரகம் செய்திருக்கின்றார்கள். என்றாலும் ஜாதி அனுச்சாரம் தேசத்தில் இருந்தே வருகின்றது. ஆதி திராவிடரை தீண்டாதார் என்று இன்னமும் ஜாதி இந்துக்கள் இம்சித்து வருகின்றார்கள் என்றாலும், ஆங்கிலேயர் அனுக்கிரகத்தால் ஆதி திராவிடர்கள் முன்னேற்றத்திற்கு வந்து, ஜாதி அனுச்சாரத்திலீடுபடாமல் தங்களது பெரியதோர் ஜனசமுகத்தை நிலைநாட்டி ஜாதி இந்துக்களுக்கு சமமாக தங்களுக்குக் கிடைக்கவேண்டிய உரிமைகளை பெற வாதாடி, நாளுக்கு நாள் சித்திபெற்று வருகின்றார்கள். நடைபாதை, ஜலவசதி, தங்குமிடம், கிராமங்களிலிருந்து நகரம்வரையிலுள்ள எல்லா பொதுஸ்தலங்களிலுமுள்பிரவேசிப்பது முதலான உரிமைகளை ஜாதி இந்துக்கள் எம்மட்டும் அனுபோகிக்கின்றார்களோ அம்மட்டும் ஆதி திராவிடர்களும் வித்தியாசமின்றி அனுபவிக்கவும், அப்படி அனுபவிப்பதை தடுப்பவர்களை தண்டனைக்குட்படுத்தும் சட்டம் ஏற்படுத்தியும், ஜாதி இந்துக்கள் பிள்ளைகள் வாசிக்கும் கீழ்தர உயர்தர பள்ளிக்கூடங்களில் சேர்ந்து வாசிக்கவும், கவர்ன்மெண்டார் ஏற்படுத்திவரும் கீழ்தர உயர்தர உத்தியோகங்களில் சில பாகங்களை அடைந்து ஜீவிக்கவும், பஞ்சாயத்து கோர்ட்டுகள், பெஞ்ச் கோர்ட்டுகள், பஞ்சாயத்துகள், லோகல் போர்ட்கள், முனிசிபாலிட்டிகள் என்னும் ஸ்தாபனங்களில் இவர்கள் சம[illegible]னங்கொண்டு வாதிக்க ஸ்தானங்களும் அன்றியும், மேயர்களாக[illegible] மந்திரி[illegible]ாகவும், வட்டமேஜை மகாநாட்டில் பிரதிநிதிகளா[illegible]ன்], பிரகாசிக்கும் நிலைமைக்கு

ஆலய பிரவேசம்

ஆதி திராவிடர்களுக்கு அறிவிப்பு

இதில் ஆதி திராவிடர்கள் என்பது (Scheduled Castes)[1] *செட்யூல் காஸ்ட்கள் என்னும் 86 வகுப்புகளையும் சேர்த்து குறிக்கிறது*

ஆரியர் என்போர் நமது தேசத்தில் குடியேறி ஜாதி அனாச்சாரத்தைப் பரவச் செய்தபோது நமது ஆதி திராவிட முன்னோர்கள் அதைத் தடுத்து எதிர்த்தபோது அர்களின் சொத்து, சுதந்திரம், ஆலயங்கள் நிலபுலங்கள் முதலியவைகளைக் கைப்பற்றிக்கொண்டு அன்னியராக பாவித்து அடித்து நகரங்களுக்கப்பால் காட்டில் துரத்தினதுமல்லாமல் தீண்டப்படாதவர்கள் என நசித்து நாசப்படுத்தினார்கள். அது முதல் பல ஆயிர வருடங்களாக பரிதவித்துப் பாடுபட்டுக் கொண்டிருக்குங் காலத்தில் ஆங்கிலேயர் இந்திய தேசத்தை நாடி வந்து நிலைத்து, அரசாள ஆரம்பித்த முதல் ஆதி திராவிட ஜன பல சமூகத்தவர்கள் சென்ற நூற்றைம்பது வருடங்களாக ஜாதி இந்துக்கள் செய்துவரும் கடும் கொடுமையினின்று நாளுக்கு நாள் மீண்டுகொண்டு வருகிறார்கள்.

இந்தியர்கள் தங்கள் தேசத்தை தாங்களே ஆண்டுகொள்ள சில நிபந்தனைகளையேற்படுத்தி அரசியலை நடத்தும்படி ஆங்கிலேய கவர்ன்மெண்டார் அனுகிரகம்

1. 1935ல் நிறைவேற்றப்பட்ட பிரிட்டிஷ் இந்திய அரசமைப்புச் சட்டத்தில் பின் அட்டவணையில் தனித்தொகுதிக்கு உரிய தீண்டத்தகாத சாதிகளின் பட்டியல் இணைக்கப்பட்டு அவர்களின் அரசியல் உரிமை அரசமைப்புச் சட்டத்தில் பாதுகாக்கப்பட்டது. இந்த பட்டியல்தான் *Scheduled Castes (SC)* மற்றும் *Schedules Tribes (ST)* என அழைக்கப்படுகிறது. இந்த மாற்றத்தைதான் சீனிவாசனார் இங்கே சுட்டிக் காட்டுகிறார். சென்னை மாகாணத்தில் ஆதிதிராவிடர்கள் என்பது பட்டியல் சாதிகளுக்கான பொதுப் பெயராக அப்போது நிலவியது.

செய்திருக்கின்றார்கள் என்றாலும் ஜாதி அனாச்சாரம் தேசத்தில் இருந்தே வருகின்றது. ஆதி திராவிடரை தீண்டாதார் என்று இன்னமும் ஜாதி இந்துக்கள் இம்சித்து வருகின்றார்கள். என்றாலும், ஆங்கிலேயர் அனுகிரகத்தால் ஆதி திராவிடர்கள் முன்னேற்றத்திற்கு வந்து, ஜாதி அனாச்சாரத்திலீடுபடாமல் தங்களது பெரியதோர் ஜன சமூகத்தை நிலைநாட்டி ஜாதி இந்துக்களுக்கு சமமாக தங்களுக்கு கிடைக்க வேண்டிய உரிமைகளைப் பெற வாதாடி, நாளுக்கு நாள் சித்தி பெற்று வருகின்றார்கள்.

நடைபாதை, ஜல வசதி, தங்குமிடம், கிராமங்களிலிருந்து நகரம் வரையிலுள்ள எல்லா நீதிஸ்தலங்களிலுமுள் பிரவேசிப்பது முதலான உரிமைகளை ஜாதி இந்துக்கள் எம்மட்டும் அனுபோகிக்கின்றார்களோ அம்மட்டும் ஆதி திராவிடர்களும் வித்தியாசமின்றி அனுபவிக்கவும், அப்படி அனுபவிப்பதைத் தடுப்பவர்களை தண்டனைக்குட்படுத்தும் சட்டம் ஏற்படுத்தியும், ஜாதி இந்துக்கள் பிள்ளைகள் வாசிக்கும் கீழ்தர உயர்தர பள்ளிகூடங்களில் சேர்ந்து வாசிக்கவும் கவர்ன்மெண்டார் ஏற்படுத்திவரும் கீழ்தர உயர்தர உத்தியோகங் களில் சில பாகங்களை அடைந்து ஜீவிக்கவும், பஞ்சாயத்து கோர்ட்டுகள், பஞ்சாயத்துகள், லோகல் போர்டுகள், முனிசிபாலிட்டிகள் என்னும் ஸ்தாபனங்களில் இவர்கள் சம ஆசனங்கொண்டு வாதிக்க ஸ்தபனங்களும் அன்றியும், மேயர்களாகவும், மந்திரிகளாகவும், வட்டமேஜை மகாநாட்டில் பிரதிநிதிகளாகவும் தோன்றி பிரகாசிக்கும் நிலைமைக்கு வந்திருக்கின்றார்கள். இந்த மனோக்கியமும், சௌக்கியமும், இனிமையும், இரம்மியமும் இவர்களுக்கெப்படி வந்ததென்பதை பின்னுமோர் பத்திரிகையில் விளக்கிக்காட்டுவோம்.

ஆதி திராவிடர்கள் அடைந்துவரும் அபிவிருத்தியைக் கண்ட இந்துக்கள் தங்கள் வர்ணாசிரம அதர்மத்துக்குள் இவர்களையும் இழுத்து சேர்த்து, ஐந்தாம் வருணத்தவராக அமைத்து, அடக்கியாள ஆதி திராவிடர்கள் சமூகத்தை

அழித்து அவர்களும் ஜாதி இந்து சமூகத்தைச் சேர்ந்தவர்களாக ஜாதி இந்துக்கள் தங்களைப் பலப் படுத்திக்கொள்ள வேண்டு மென்னும் கருத்தோடு ஆலயப் பிரவேச மென்னும் கபடமான இயக்கத்தைக் கொண்டு வந்திருக்கிறார்களென்றே சொல்லலாம்.

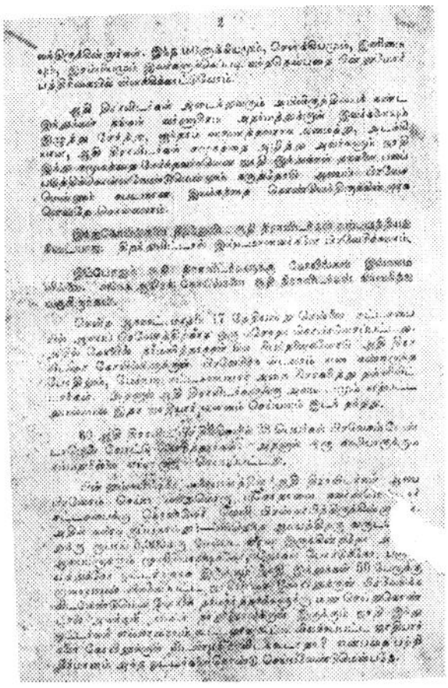

இந்து கோயில்களைத் திறந்திவிட ஆதி திராவிடர்கள் வற்புறுத்தியது கிடையாது. திறந்துவிட்டால இஷ்ட மானவர்களே பிரவேசிக்கலாம்.

இப்போதும் ஆதி திராவிடர்களுக்கு கோயில்கள் இல்லாமலில்லை அநேக ஆலயங் கோயில்களை ஆதி திராவிடர்கள் நிர்வகித்து வருகிறார்கள்.

சென்ற ஆகஸ்ட் மாதம் 17[2] தேதியன்று சென்னை சட்டசபையில் ஆலயப் பிரவேசத்திற்காக ஒரு மசோதா கொண்டுவரப்பட்டது. அதில் கோயில் தர்மகர்த்தாக்கள் சில நிபந்தனையோடு ஆதி திராவிடரை கோயில்களுக்குள் பிரவேசிக்கவிடலாம் என கண்டிருந்தபோதிலும், மேல்படி சட்டசபையார் அதை நிராகரித்து தள்ளிவிட்டார்கள். அதனால் ஆதி திராவிடர்களுக்கு அவமானமும் ஏற்பட்டதுமல்லாமல் இதர ஜாதியார் ஏளனம் செய்யவும் இடம் தந்தது.

30 ஆதி திராவிட பிரதிநிதிகளில் 28 பெயர்கள் பிரவேசம் வேண்டாமென ஓட்டு கொடுத்தார்கள்; அதனால் இரு கட்சியாருக்கும் சம்மதமில்லை என ருஜு செய்யப்பட்டது.

பின்னும் பிரிட்டிஷ் மலையாளத்தில் ஆதி திராவிடர்கள்

2. 1938 ஆகஸ்ட் மாதத்தினை குறிப்பிடுகிறார். சென்னை மாகாண சட்டசபையில் கொண்டு வரப்பட்ட கோயில் நுழைவு மசோதா சாதி இந்துக்களின் கடும் எதிர்ப்பினால் தோற்கடிக்கப்பட்டதைச் சுட்டிக்காட்டுகிறார் சீனிவாசனார்.

ஆலயப் பிரவேசம் செய்ய மற்றுமொரு மசோதாவை கவர்ன்மென்டார் சட்டசபைக்கு கொண்டுவர வெளியே பிரஸ்தாபித்திருக்கிறார்கள். அதில் கண்டிருப்பதாவது:- எந்தெந்த ஆலயத்திற்கு வருடமொன்றுக்கு ரூ.5000க்கு மேல்பட வரவு இருக்கின்றதோ அந்தந்த ஆலயமிருக்கும் முனிசிபாலிட்டிக்கோ, லோகல் போர்டுக்கோ, பஞ்சாயத்துக்கோ ஓட்டர்களாக இருக்கும் ஜாதி இந்துக்கள் 50 பேருக்கு குறையாமல் விலக்கப்பட்ட ஜாதியாரை கோயிலுக்குள் விடவேண்டுமென கோயில் தர்மகர்த்தாக்களுக்கு மனு செய்துகொண்டால் அவர்கள் தங்கள் தாலுக்காவுக்குள் இருக்கும் ஜாதி இந்து ஓட்டர்கள் எல்லாரையும் கூட்டமாக கூட்டி விலக்கப்பட்ட ஜாதியார்களை கோயிலுக்குள் விடலாமா விடக்கூடாதா? என்பதைப் பற்றி தீர்மானம் அந்த ஓட்டர்களைக் கொண்டு செய்ய வேண்டுமென்பதே. இங்கே விலக்கப்பட்ட ஜாதியார் என்னும் நவீன இழிவான பெயரைச் சுட்டிக் காண்பித்து இருப்பதைக் காண்க.

ஓட்டு எடுக்கும் சமயத்தில் ஜாதி இந்துக்கள் இரு கட்சிக்காரராகப் பிரிந்துகொண்டு கலகத்துக்குள்ளாக்குவார்கள். பகையும் வெறுப்பும் வெகுநாள் வரையிலும் நீடித்து நிற்கும். விலக்கப்பட்ட ஜாதியார் கோயிலுக்குள் பிரவேசிப்பார்களேயானால் இந்துக்களுக்குள்ள நாலு ஜாதிகளில் ஒன்றிலேனும் சேர்க்காமல், விலக்கப்பட்ட ஐந்தாவது ஜாதியாராக இருக்கச்செய்வார்கள். இந்த கபட இயக்கத்தில் ஆதி திராவிடர்கள் சேர்வார்களேயானால் தீண்டாமை ஒழிந்தது என்று ஜாதி இந்துக்கள் தேசம் பிரதேசமெங்கும் புகார் செய்வார்கள். தனிப்பட்ட சமூகத்தாராகவிருந்து இம்மட்டும் பல பாடுகள்பட்டு தாங்கள் சேகரித்த உரிமைகளை ஆதி திராவிடர்கள் நாளடைவில் இழந்துவிடுவார்கள். ஜாக்கிரதை! ஜாக்கிரதை!

இப்படி இருக்க விலக்கப்பட்ட ஜாதியார் ஆலயப்

பிரவேசம் செய்ய ஓட்டு எடுப்பது என்பது அவர்களுக்கு அதிக தாழ்வையும், அவமானத்தையும், குறைவையும், இழிவையும் உண்டாக்கும். அது எப்படி என்றால்:- ஒரு கள்ளுக்கடைக்கு முன்பாக ஜனங்களைக் கூட்டி, மகமதியர்களையோ, கிருஸ்தவர்களையோ, பிராமணர்களையோ, கனந்தாங்கிய மந்திரிகளையோ அக்கடைக்குள் பிரவேசிக்கவிடலாமா? அல்லது விடக்கூடாதா? என்று ஓட்டு எடுத்தால் அவர்கள் மனம் பதைக்காதா? அவர்களுக்கு அவமானமும் தாழ்வும் குறைவும் இழிவும் ஏற்படாதா? அவர்கள் இதை சகித்துக்கொண்டிருப்பார்களா? ஆங்கில இந்தியர்கள், மகமதியர்கள், கிருஸ்தவர்கள் இருப்பதுபோல ஆதி திராவிடர்களும் ஒரு தனி சமூகமாக இருப்பது மிக நன்மையாகவும் வேண்டிய உரிமைகளைத் தருவதாகவுமிருக்கும்.

ஆதி திராவிடர்கள் ஒரு ஆலயத்திற்குள் பிரவேசிக்கலாம் என்று திட்டமேற்பட்டு விட்டால், சேலத்தில் எப்படி லாகிரி உபயோகிக்கக் கூடாதென்றபோது உபயோகித்தவனுக்கு தண்டனை ஆறு மாதமும், கட்டாய இந்தி படிக்க வேண்டு மென்ற போது அதை எதிர்த்து போராடினவனுக்கு தண்டனை ஆறு மாதமும் என்பதுபோல, ஆலயத்திற்குள் பிரவேசிக்கலா மென்னும் சட்டம் வந்துவிட்டால் பிரவேசிக்காத ஆதி திராவிடனுக்கு ஆறு மாதம் தண்டிக்க ஒரு சட்டம் ஏற்பட்டா லும் ஏற்படும். ஏன் இப்படி தண்டிக்க வேண்டும் என்று கேட்டால் ஆதி திராவிடர்கள் மோட்ச கதியடைவதற்கு வேண்டிய வசதிகளை ஏற்படுத்தியும் அவர்கள் அதை நிராகரித்

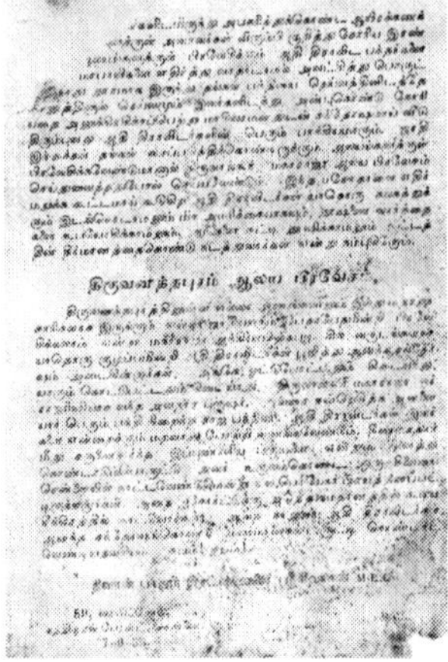
திருவனந்தபுரம் ஆலய பிரவேசம்

ததற்காக தண்டிக்கப்படுகின்றார்கள் என்பார்கள். இத்தகைய ஆலயப் பிரவேசம் வேண்டியதே இல்லை. சேலத்தில் லாகிரி வஸ்து உபயோகிக்கப்படாது, பள்ளிக்கூடங்களில் கட்டாய இந்தி வாசிக்க வேண்டும் என்று கட்டாய சட்டங்கள் ஏற்படுத்தியதுபோல ஆலயப் பிரவேசத்திற்கும் ஏன் கட்டாய சட்டம் ஏற்படுத்தக்கூடாது. இதற்கு மாத்திரம் ஓட்டு எடுக்க வேண்டுமா?

ஆதி திராவிடர்களிடமிருந்து அபகரித்துக்கொண்ட ஆயிரக்கணக் கான ஆலயங்களுக்குள் அவர்கள் விரும்பி குறித்து கோரிய இரண்டொரு ஆலயங்களுக்குள் பிரவேசிக்கும் ஆதி திராவிட பக்தர்களைத் தடுக்கும் மாபாவிகளை எதிர்த்து வாதாடாமல் அலட்சித்து பொருட்படுத்தாது தூரமாக இருந்து தங்கள் பக்தியை தெய்வத்திடத்தே செலுத்தினால் தெய்வமும் இவர்களிடத்து அன்பு கொண்டு கோரியதை அனுக்கிரகிக்கப்பெற்று மாசிலாமனதுடன் சந்தோஷமாய் வீடு திரும்புவது ஆதி திராவிடர்களின் பெரும் பாக்கியமாகும். ஜாதி இந்துக்கள் தாங்கள் வசப்படுத்திக் கொண்டிருக்கும் ஆலயங்களுக்குள் பிரவேசிக்க வேண்டுமானால் திருவாங்கூர் மகாராஜா ஆலயப் பிரவேசம் செய்துவைத்ததுபோல் செய்ய வேண்டும். இந்த மசோதவை எதிர்மறுக்க கூட்டமாய் கூடுகிற ஆதி திராவிடர்கள் யாதொரு கலகத்துக்கும் இடங்கொடாமலும் மிக அமரிக்கையாகவும், தூஷணை வார்த்தைகளை உபயோகிக்காமலும், ஆட்களைச் சுட்டி தூஷிக்காமலும் கூட்டத்தின் தீர்மானத்தைக் கொண்டு நடத்துவார்கள் என்று நம்புகிறோம்.

திருவனந்தபுரம் ஆலயப் பிரவேசம்

திருவனந்தபுரத்திலுள்ள எல்லா ஆலயங்களிலும் இந்து மதானுசாரிகளாக இருக்கும் எல்லா ஜாதியாரும் பேதா பேதமின்றி பிரவேசிக்கலாம் என்று மகாராஜா ஆக்கியாபித்தபடி சில வருடங்களாக யாதொரு குழப்பமின்றி ஆதி திராவிடர்கள் பூஜித்து ஆனந்த சந்தோஷம் அடைகிறார்கள். அங்கே ஓட்டு போட்டதும் கிடையாது. யாரும் கொட்டுபட்டதும் கிடையாது. திருவாங்கூர் மகாராஜா ஓர் ராஜரிஷியாக வந்த அவதார புருஷர். அவரை ஈன்றெடுத்த அன்னையார் பெரும் பக்தி நிறைந்த ராஜ பத்தினி. ஆதி திராவிடர்கள் இவர்களை என்றைக்கும் மறவாது போற்றி வணங்க வேண்டும். தீண்டாதார் மீது கருணை கூர்ந்த இப்புண்ணிய புருஷனை என்றும் நினைத்து கொண்டாடும் பொருட்டு அவர் உருவம் கொண்ட ஒரு சிலையை சென்னையில் நாட்ட வேண்டுமென்று சில பெரியோர் பிரயத்தனப்பட்டிருக்கிறார்கள். அதை ஐகோர்ட்டுக்கு அடுத்த மைதானத்தில் கூடிய சீக்கிரத்தில் நாட்டுவார்கள். அதைக் காணும் ஆதி திராவிடர்கள் ஆனந்த சந்தோஷங்கொண்டு மலர்மாலைகள் சூட்டி கொண்டாட வேண்டியதவசியம்.

சுபம்! சுபம்!

திவான்பகதூர்
இரட்டைமலை ஸ்ரீநிவாசன் M.L.C.,

89, லயிட்ஸ் ரோடு, கத்தீட்ரல் போஸ்ட்,
சென்னை.
7.9.1938.

⌘ ⌘ ⌘

PAYNE & CO., MOUNT ROAD, MADRAS.

26

TEMPLE ENTRY

முன் குறிப்பு - முன் அத்தியாயத்தில் வெளியிடப்பட்ட சீனிவாசம் அவர்களின் ஆலய நுழைவு எதிர்ப்பு அறிக்கையின் ஆங்கில பதிப்பு இது.

தமிழ் வெளியீட்டில் பயன்படுத்திய அதே காரண காரியங்களை இதில் விவரித்திருக்கிறார். அன்றைக்கு புழக்கத்தில் இருந்த *Depressed Classes* என்கிற சொல்லாட்சியையும், *Untouchables* என்கிற சொல்லாட்சியினையும் தொடர்ந்து பயன்படுத்துகிறது. இது குறிப்பாக ஆங்கில அரசு அதிகாரிகளையும், ஆங்கில இதழ்களையும் குறிவைத்து எழுதப்பட்டதாகும்.

இதன் சிதைந்த பகுதிகளில் அடைப்புக் குறிகள் இடப்பட்டிருக்கின்றன. மற்றபடி முழுமையாகவே ரெட்டமலை சீனிவாசம் அவர்களின் ஆங்கில கைப்பிரதி முதன் முறையாக பதிப்பாகிறது.

- சன்னா

⌘ ⌘ ⌘

TEMPLE ENTRY.

A Statement issued by

Dewan Bahadur R. SRINIVASAN, M. L. C.

on Temple-Entry for Depressed Classes.

When the Aryan Race invaded India those of the Dravidian Race in South India, who repulsed the introduction of the caste system were oppressed, expelled from the towns and kept out of reach of the caste converts and treated them as untouchables. That hatred engendered at that time exists to this day in both these races. It will continue till untouchability remains. The Temple Entry Bill which was thrown out by an overwhelming majority in the Madras Legislative Assembly of which 28 out of 30 members of the Scheduled Castes voted against, can safely be taken as proof that both these races are not for temple entry. This deep seated hatred cannot be removed by temple entry or change of name, but only by elevating the Depressed Classes in status equal to that of the Caste Hindus in all walks of life.

Even after the British advent in India for about a century the Caste Hindus kept the Depressed Classes out of the reach of the British administrators. The Caste Hindus sought all foul means to misrepresent to the British administrators certain matters relating to religion, sacred rites and ancient custom. They had the laws and regulations framed in their favour. Amongst them the reservation of temples for Caste Hindus

TEMPLE ENTRY

A Statement issued by

Dewan Bahadur R. SRINIVASAN, M. L C.

on Temple-Entry for Depressed Classes.

When the Aryan Race invaded India those of the Dravidian Race in South India, who repulsed the introduction of the caste system were oppressed, expelled from the towns and kept out of reach of the caste converts and treated them as untouchables. That hatred engendered at that time exists to this day in both these races. It will continue till untouchability remains. The Temple Entry Bill which was throw.. out by an overwhelming majority in the Madras Legislative Assembly of which 25 out of 30 members of the Scheduled Castes voted against, can safely be taken as proof that both these races are not for temple entry. This deep seated hatred cannot be removed by temple entry or change of name, but only by elevating the Depressed Classes in status equal to that of the Caste Hindus in all walks of life.

Even after the British advent in India for about a century the Caste Hindus kept the Depressed Classes out of the reach of the British administrators. The Caste Hindus sought all foul means to misrepresent to the British administrators certain matters relating to religion, sacred rites and ancient custom. They had the laws and regulations framed in their favour. Amongst them the reservation of temples for Caste Hindus only was one. Some of the temples that had large endowments were misappropriated from the

Dravidians (Depressed Classes). Annual Temple festivals and ceremonies therein will prove this fact.

Awakened

The impartial administration of the British Government awakened the Depressed Classes. For the last 50 years they have been active in organising themselves and raising their voice and claiming equal rights and privileges and secured the appointment of a Protector with an establishment for their uplift and obtained facilities to educate their children, and secured seats in the Legislatures and self-governing institutions, besides securing proportionate representation in the Public services. And above all got their voting strength increased to a large extent. They will shortly be a strong minority. They will fight tooth and nail and protest against grating of further reforms to reach dominion status till their own status is raised equal to that of the Caste-Hindus whose religion, law, language; manners and customs and country are the same as that of the 60 crores of untouchables.

Temple entry is merely a devise on the part of the Congress to take the Untouchable minority into the Hindu fold. .

The Depressed Classes are not without temples. They have still thousands of temples of their owm. Several temples that were built over (........) of their forefathers and had rich endowments were exploited by the Caste Hindus. The Depressed Classes are now more keen on bettering their economic condition than on temple entry. Many of them know that entering Hindu temples will take them to the fringe of the Caste system to be called a fifth caste and thus into the Hindu fold. Temple if opened on the same... conditions as His highness the Maharaja Of Travancore has opend will be (.........) by the Depressed Classes with great pleasure.

Why rip open the old would?

In view of the fact the (.........) called in Madras Legistlative Assembly there is no necessity to introduce it in British (Mal....) and take referendum on it. The Depressed Classes will resent this procedure as an insult, degrading them and questioning their fitness as to cleanliness, morality and piety to enter into temples and batising them as "Excluded Castes". There will be factions amongst the Caste Hindus themselves in which the Depressed Classes will also be dragged in. Why rip open the old would?

DEWAN BHADUR R. SRINIVASAN, M. L. C.

89, Lloyd Road,
Cathedral, P. O. Madras.
16th September 1938.

Printed at
PAWAR & CO. MDRRAS

2

only was one. Some of the temples that had large endowments were misappropriated from the Dravidians (Depressed Classes). Annual temple festivals and ceremonies therein will prove this fact.

Awakened

The impartial administration of the British Government awakened the Depressed Classes. For the last 50 years they have been active in organising themselves and raising their voice and claiming equal rights and privileges and secured the appointment of a Protector with an establishment for their uplift and obtained facilities to educate their children, and secured seats in the Legislatures and self-governing institutions, besides securing proportionate representation in the Public services. And above all got their voting strength increased to a large extent. They will shortly be a strong minority. They will fight tooth and nail and protest against granting of further reforms to reach Dominion status till their own status is raised equal to that of the Caste Hindus, whose religion, law, language, manners and customs and country are the same as that of the 60 crores of untouchables.

Temple entry is merely a devise on the part of the Congress to take the Untouchable minority into the Hindu fold.

The Depressed Classes are not without temples. They have still thousands of temples of

3

their own. Several temples that were built over the tomb of their forefathers and had rich endowments were exploited by the Caste Hindus. The Depressed classes are now more keen on bettering their economic condition than on temple-entry. Many of them know that entering Hindu temples will take them to the fringe of the Caste system to be called a fifth caste and thus into the Hindu fold. By this means they could never expect to prosper. Temples if opened on [illegible] conditions as His Highness the Maharaja [illegible] Travancore has opened will be [illegible]ed by the Depressed Classes with great plea[illegible]

Why rip op[illegible]

In view of the fact the[illegible] was [illegible]ed in the Madras Legislative Ass[illegible]ly the[illegible] no necessity to introduce it in Br[illegible] Mal[illegible] and take referendum on it. The Depressed Classes will resent this procedure as an insult, degrading them and questioning their fitness as to cleanliness, morality and piety to enter into temples and baptising them as "Excluded Castes". There will be factions amongst the Caste Hindus themselves in which the Depressed Classes will also be dragged in. Why rip open the old wound?

DEWAN BAHADUR R. SRINIVASAN, M. L. C.

89, Lloyd Road,
Cathedral, P. O., Madras.
16th September 1938.

PRINTED AT
PAWAR & CO. MADRAS

TEMPLE ENTRY.

A Statement issued by
Dewan Bahadur R. SRINIVASAN, M. L. C.
on Temple-Entry for Depressed Classes.

When the Aryan Race invaded India those of the Dravidian Race in South India, who repulsed the introduction of the caste system were oppressed, expelled from the towns and kept out of reach of the caste converts and treated them as untouchables. That hatred engendered at that time exists to this day in both these races. It will continue till untouchability remains. The Temple Entry Bill which was thrown out by an overwhelming majority in the Madras Legislative Assembly of which 23 out of 30 members of the Scheduled Castes voted against, can safely be taken as proof that both these races are not for temple entry. This deep seated hatred cannot be removed by temple entry or change of name, but only by elevating the Depressed Classes in status equal to that of the Caste Hindus in all walks of life.

Even after the British advent in India for about a century, the Caste Hindus kept the Depressed Classes out of the reach of the British administrators. The Caste Hindus sought all foul means to misrepresent to the British administrators certain matters relating to religion, sacred rites and ancient customs. They had the laws and regulations framed in their favour. Amongst them the reservation of temples for Caste Hindus

பகுதி

10

கடிதங்கள்

⌘

முன் குறிப்பு - இந்தப்பகுதியில் ரெட்டமலை சீனிவாசனார் தமிழ் மற்றும் ஆங்கிலத்தில் எழுதிய கடிதங்களும், அவருக்கு பிறர் எழுதியக் கடிதங்களும், அவர் கையொப்பத்தில் பொது ஆதிதிராவிட இளைஞர்களுக்கு எழுதிய அறிக்கை வடிவிலான கடிதமும் இணைக்கப்பட்டுள்ளன. இக்கடிதங்கள் முதன் முறையாக அச்சேறுகின்றன. மேலும் இங்கே அச்சாக்கம் காணும் கடிதங்களின் நகல்களும் அக்கடிதங்கள் எழுதப்பட்டதற்கான வரலாற்றுச் சூழலும் பின்னணியும் தரப்பட்டுள்ளன.

- சன்னா

⌘

27

முதல் வட்டமேசை மாநாட்டிலிருந்து மகளுக்கு எழுதிய கடிதம்

முன் குறிப்பு - *சைமன் குழுவின் பரிந்துரைகளுக்குப் பிறகு லண்டனின் இந்தியர்களின் அரசியல் எதிர்காலம் குறித்து ஆராய 1930 முதல் வட்டமேசை மநாடுகள் நடத்தப்பட்டன. அம்மாநாட்டில் டாக்டர். அம்பேத்கர் மற்றும் ரெட்டமலை சீனிவாசனார் தீண்டத்தகாத மக்களின் சார்பாக கலந்துக் கொண்டனர். ஏற்கெனவே லண்டனுக்குப் போய் பிரிட்டிஷ் அரசினை சந்தித்து தமது மக்களுக்கான உரிமைகளைப் பெற வேண்டும் என்று ரெட்டமலையார் திட்டமிட்டார். கெடுவாய்ப்பாக அது நிறைவேறாமல் போய் தென்னாப்பிரிக்காவிலேயே தங்கிவிட்டார். ஆனால் காலம் அவரு கனவை நனவாக்கியது. முதல் வட்டமேசை மாநாட்டில் கலந்துக் கொள்ள அவர் லண்டன் வந்து சேர்ந்தார். லண்டனுக்குப் போகும்போது தமது குடும்பத்தாருக்கும் இயக்கத் தலைவர்களுக்கும் கப்பலிலிருந்து கடிதங்களை எழுதினார். அவை நம் கைக்கு தற்போது கிடைக்கவில்லை. லண்டன் போய் சேர்ந்தப் பிறகு எழுதிய சில கடிதங்கள் கிடைத்துள்ளது. அவற்றில் ஒன்று இங்கே வெளியிடப்படுகிறது. 24.10.1930 அன்று அவரது மகளுக்கு தமிழில் எழுதிய கடிதம் முதன் முறையாக இங்கே அச்சேறுகிறது. தனது மகளுக்கும் குடும்பத்தினருக்கும் தேவையான அறிவுரைகளை வழங்கியதுடன் லண்டனில் தாம் மேற்கொள்ளவிருக்கும் பணிகளின் சுமைகளைப் பற்றியும் இதில் விவரித்திருக்கிறார்.* **- சன்னா**

⌘

INDIAN ROUND TABLE CONFERENCE

B. CHESTERFIELD GARDENS,

MAYFAIR,

LONDON. W.I.

24.10.1930

சிரஞ்சீவி குமாரத்தியும் அப்புனாந்தம் பிள்ளைகளுக்கும் ஆசீர்.

சனிக்கிழமை 18ந் தேதி மாலை லண்டன் சேர்ந்தேன். குளிர் நான் எண்ணியது மேலே அதிகமில்லை. பிறகு அதிகப்படுமாம் என்றாலும் நான் கொண்டுவந்த உடுப்புகள் இங்கே

உபயோகப்படுத்தக்கூடயில்லை. வேறு உடுப்பு வாங்க வேண்டியதாயிற்று. திரேக சவுக்கியமாகவே நான் இருக்கின்றேன். கப்பலிலிருந்து நான் எழுதிய கடிதம் கிடைத்திருக்கும் என்று

நம்புகிறேன். கனம் தருமலிங்கம் பிள்ளையிடமிருந்து ரூ 10 பெறுக்கொண்டிருப்பாய் என்று நம்புகின்றேன். மாதந்தோறும் ரூ 5 பிள்ளைகள் பள்ளிக்கூட சம்பளத்திற்கும் அவர் கொடுத்து விடுவார். அது அல்லாமல் வருகிற மாதம் உனக்கு பணம் அனுப்புவேன். மாமாவையும் .... யும் வாரந்தோறும் நீ போய் பார்த்து அவர்கள் க்ஷேமத்தை வாரந்தோறும் எழுதிவரவும். அவர்கள் வீட்டில்

கட்டிக்கொள்ள வேண்டிய வஸ்திரமும் வாங்கித் தரவும். உன் தாயார் சமாதியையும் பார்த்து வரவேண்டும். திதி ஜனவரி அல்லது பிப்ரவரி மாதம் வரவேண்டும். அதற்காகவும் வேறு பணம் டிசம்பர் மாதம் அனுப்புவேன். நீங்கள் மீர்சாபேட்டைக்குப் போய் நடத்திவாருங்கள். உன் தாயாருக்கு தினமும் நடுவீட்டில் தண்ணீரும் வெள்ளிக்கிழமை வழக்கம்போல் பூஜையும் நடத்தும்படி .... சொல்லவும்.

உன் அத்தான் பட்டணம் வந்திருப்பானோ என்னவோ, அவர் குழந்தைகளோடு இருந்தால் இருக்கட்டும் அந்தப்

பிள்ளைகள் என் பக்கத்திலிருந்தால் கஷ்டப்படாமலிருக்கும் என்பதுதான் என் கருத்து. நான் முன் கடிதத்தில் எழுதியபடி மாமாவுக்கு சொல்லி வைக்கவும் - நான் திரும்பும் வரையில் தைரியமாக இருக்கும்படி சொல்லி வரவும்.

கான்பரன்ஸ் ஆரம்பமாக இன்னும் இரண்டு வாரமிருக்கிறது. பிறகு எனக்கு ஒழிவிருக்காது. அதிக கடினமாயிருக்கும். படிப்பதும் எழுதுவதும் கான்பரன்சுக்குப் போய் விவாதிப்பதும் கவலையும் ஓயாமலிருக்கும். நான் வந்த காரியத்தை சித்தி செய்துகொண்டு திரும்புவேன்.

லண்டன் நகரம் மகா பெரியது. நாங்களிருப்பது ஒரு பெரிய பார்ட்டியினுடைய வீடு. நமது தேசத்தில் ராஜாக்கள் மாளிகையைப் போலிருக்கிறது. எல்லாம் வெள்ளைக்காரரர் வேலைக்காரரர்கள்.

சாப்பாடு எனக்கு பிடிபடவில்லை. வேறு இடம் பார்த்துக்கொண்டு செலவைக் குறைக்க வேண்டியதாயிருக்கிறது. அதிக செலவு. மிச்சப்படுவதாகக் காணோம். அந்த தலத்துக்குத் தகுந்தபடி இருக்க வேண்டியதாக இருக்கிறது. நீங்கள் யாவரும் சுகமாக இருப்பீர்கள் என்று நம்புகிறேன்.

இப்படிக்கு

தகப்பனார்

ஆசீர்

நேற்று தபால் தாமதமாகிப் போனதால்

இன்று ஏர்மெயிலில் அனுப்புகிறேன்.

⌘ ⌘ ⌘

INDIAN ROUND TABLE CONFERENCE.

TELEPHONE: GROSVENOR 3006 (6 LINES)

8, CHESTERFIELD GARDENS,
MAYFAIR,
LONDON, W.1.

24. X 30

[illegible]

அநேகமாகவும். [illegible]
[illegible]
[illegible]
[illegible]
[illegible]
[illegible]
[illegible]
[illegible]
[illegible]
[illegible]
[illegible]
[illegible]
[illegible]
[illegible]
[illegible]

[illegible]
[illegible]
[illegible]
[illegible]
இல்லை - வேறு [illegible]
[illegible]
[illegible]
[illegible]
[illegible]

[illegible]

[illegible]

[illegible]

[illegible]
[illegible] அனுப்புகிறேன் -

28

Support to Dr.Amebdkar

முன்குறிப்பு - *ரெட்டமலை சீனிவாசனார் 21.10.1931 அன்று கடிதம் இது.*

இது யாருக்கு எழுதினார் என்று தெரியவில்லை. ஆனால் டாக்டர்.அம்பேத்கரை ஆதரித்தும் காந்தியை எதிர்த்தும் எழுதப்பட்டக் கடிதம்.

சீனிவாசனார் தொடங்கிய மெட்ராஸ் டிப்ரஸ்டு கிளாஸ் பெடரேஷன் என்னும் சென்னை ஒடுக்கப்பட்ட வகுப்பினரின் சம்மேளனம் என்னும் அமைப்பின் சார்பாக டாக்டர். அம்பேத்கரின் இரட்டை வாக்குரிமை கோரும் அரசியல் முயற்சிகளை ஆதரித்தும், அதை எதிர்த்து இயக்கம் கண்டுவரும் காந்தியாரை மறுத்தும் அவர்களுக்கு கடிதம் எழுதியதி இக்கடிதத்தில் குறிப்பிடுகின்றார். மேலும் மெட்ராஸில் அவருடன் இணைந்து பணியாற்றிய சக தலைவர்களைப் பற்றியும் இதில் குறித்திருக்கிறார். மேலும் தனது பேரன் பரமேஸ்வரன் பற்றியும் இக்கடிதத்தில் குறிப்பிடுகிறார். இந்த பரமேஸ்வரன் அவர்கள் பின்னாளில் சென்னை மாகாண காங்கிரஸ் அரசவவையில் அமைச்சராக பணியாற்றினார்.

- சன்னா

⌘

No. 4, Salai Street

Vepery, Madras

21-10-31

Dear Bahadurji

I suppose you are in receipt of my last letter. We intend issuing the Tamil notice overleaf on a/c of one young fellow issuing a notice to boycott Hindu traders goods. We do this in the interest of the DC. & also at the request of the police. I am attaching the copy of the resolution passed at Spur Tank for your information. I have also cabled the Federation resolution to Dr. Ambedkar, Pyarilal Munshi & Ghandiji Allahabad & Poona have also sent supporting Ambedkar. Those supporting Ghandiji are mostly from Northern India, probably... Gujarat (other/over) from Congress people. We are surprised at Ghandi stubbornness. He is reported to have said that he will not concede the claims of DCs even at the end of his life. Bravo for a sannyasi who an advocate of voluntary poverty is. Master Parameaswaram is said to have passed thru this exam successfully.

My daughter s marriage is to come off at Tuticorin about 11th or 15-11-31. I wish you are in a position to spare me something if possible. All at home are doing well. Swami Sahajananthan is arranging to have the foundation stone laid by H. E. the Governor at Chidambaram preparing a marble slab for Rs. 70/- I asked for this arrearsfor Rs. 80/- and lace garland for 30/- perpair.

Only today I received the cheques from Reform office, Delhi.

Y.R

Local trouble is developing our architect is playing (staging) a double game. There has been breakage of opinion in taking out a procession. He tells the peopleto go in on----------. At the same time he tells the Commissioner of police that the peopleare doing this to create mischief.

I told the Commissioner of Police (Mr. Blackstone) that the D.C. know only one way of expressing their loyalty to the throne and that is by carrying the Union s Jack and the King s picture duly decorated and I asked the Commissioner to advise any other means of giving expression to loyalty. When we (N. Sivaraj, Jaganath, Vasan, MaduraPillai & myself) met the Commissioner on invitation, that Mr. M. C. Rajah evaded this & and appears to have seen the Commissioner of Police, subsequent to our interview & there tried to scare the Commissioner by saying that procession to a meeting place is unnecessary & so on, but at the meeting at the Spur Tank, he advocates procession to please the people - just at this time, I have my own domestic troubles & want of funds is distracting me a great deal - to issue the notice overleaf I have to share about Rs. 5/8/-at least for 4000 copies. By the time you return (probably end of Nov/31) there would be a lot of trouble - I shall have to be away from Madras from 11th- to 18 Nov/31.

Remember me to Dr. Ambedkar please.

R.S.

--Dhanal-----

22/10/31

The Tamil notice overleaf was read by Mr. Blackstone the Commissioner of Police & approved by him. Have ordered the ...... of this notice for Rs. 5/8/-for 4000 copies.

....

Note

DC : Depressed Classes

Federation : Madras Depressed Classes Federation

⌘ ⌘ ⌘

No. 4 Salai Street
V-pory, Madras
21-10-37

Dear Bahadurji

I suppose you are in receipt of my last letter. We intend issuing the Tamil notice [illegible] in [illegible] young fellow issuing a notice to boycot Hindu traders etc. We do this in the interest of the A.D.s & also at the request of C. Police. I am sending the copy of the resolution passed at [illegible] Tank for your information. I have also [illegible] the [illegible] resolution of Dr. Ambedkar, [illegible] & Ghaiji. Allahabad & Poona have also sent supporting Ambedkar. Those supporting Gh[andiji] are mostly from Northern India, [illegible] from Congress people. We are surprised at Ghandi's [illegible]ness. He is reported to have said that he will not concede the claims of D.C. even at the cost of his life. Bravo! a Sannyasi who is an advocate of voluntary poverty. Master Paramahamsa is said to have passed this [illegible] successfully.

My daughter's marriage is to come off at Tuticorin about the 11 or 15-11-37. Wish you will be [illegible] [illegible] spare the something if possible. All at home are doing well. Swami Sahajananthan is arranging to [illegible] the foundation stone laid by H.E. the Governor at Chidambaram [illegible] preparing a marble slab for Rs. 20/- [illegible] for the address for Rs. 80/- & Lace garland Rs. 30/- [illegible]

Only ~~[illegible]~~ today I received the [illegible] from Reform office Delhi.

Y[ours]
[illegible signature]

Local trouble is developing & our [illegible] is playing a double game. There [illegible] [illegible] in a [illegible]. He tells the people [illegible] at the same time he tells the Commissioner of Police, [illegible] & [illegible] the people are doing this to create [illegible]

I told the Commr of Police (Mr Blackstone) that the D.Cs know only one way of expressing their loyalty to the throne & that is by carrying the Union Jack and the King's picture duly decorated & I asked the Commr to devise any other means of giving expression to loyalty. When we (V. Swamy, Jaganath, Vasu, Madura Pillai & myself) met the Commr on invitation, Mr M.C. Rajah wanted them to appear to have seen the Commr of Police subsequent to our interview & there tried to please the Commr by saying that processions to the meeting place is unnecessary & so on, but at the meeting at Spur Tank, he advocates procession to please the people - Just at this time I have my own domestic troubles & want of funds is distracting me a great deal - To issue the notice overleaf I have to shell out Rs 5/8/- at least for 4000 copies: By the time you return (probably end of Nov/31) there would be a lot of trouble - I shall have to be away from Madras for 10th to 18th Nov/31

Remember me to Dr Ambedkar please

Y.S.

V. Dharmalingam

12/10/31

The Tamil notice overleaf was read by Mr Blackstone the Commr of Police & approved by him. Have ordered the strike off of these notice for Rs 5/8/- for 4000 copies

29

கிளர்ச்சி செய்யும் இளைஞர்களுக்கு

குறிப்பு - சைமன் குழு இந்தியா முழுமைக்கும் பயணம் செய்து பல்வேறு தரப்பினர்களின் கோரிக்கைகளை கேட்டும் அவர்களிடம் மனுக்களைப் பெற்றும் வந்தது. இந்நிலையில் சைமன் குழுவிடம் தமது கோரிக்கைகளை முன்வைக்கும் பொருட்டு ரெட்டமலை சீனிவாசனார் சென்னை மாகாண ஒடுக்கப்பட்டோர் சம்மேளனத்தை உருவாக்கினார். 1929ல் இந்த அமைப்பு உருவாக்கப்பட்டு அதில் பல தலித் முன்னோடிகள் தலைவர்களாக விளங்கினார்கள். சைமன் குழுவினர் இக்கூட்டமைப்பினரின் கோரிக்கைகளைப் பெற்ற பிறகு இவ்வமைப்பின் தலைவராக இருந்த ரெட்டமலை சீனிவாசனாருக்கு வட்டமேசை மாநாட்டில் பங்கேற்க அழைப்பு வந்தது. எனவே அவர் மாநாட்டில் என்ன கோரிக்கைகளை முன்வைப்பார் என்பது ஏற்கெனவே அவரது மனுவின் மூலம் பொதுவெளியியில் பரவியிருந்தது. இதனால் தலித்தல்லாத தலைவர்களிடையே பெரிய ஏமாற்றம் இருந்தது. ஏற்கெனவே ஒத்துழையாமை இயக்கத்தினால் ஊக்கம் பெற்றிருந்த சாதி இந்துக்கள் தலித் மக்களின் கோரிக்கைகளை வெளிப்படையாக எதிர்த்து பேசிவந்தனர். இதனால் ஆத்திரம் அடைந்த தலித் இளைஞர்கள் சாதி இந்துக்களின் கடைகளின் முன்பு மறியல் செய்து தமது கோபத்தினை வெளிப்படுத்தத் தொடங்கினார்கள். அது பரவத் தொடங்கியது. இது தமது முயற்சிகள திசைத்திருப்பிவிடும் என்று தலித் தலைவர்கள் முன்னறிந்து அந்த போராட்டங்களை முறைப்படுத்தவும் சில இடங்களில் கட்டுப்படுத்தவும் செய்தனர். எனினும் அவர்களின் போராட்டத்திற்கு ஆதரவளித்து முறைப்படுத்தும் விதமாக ரெட்டமலையார் வெளியிட்ட அறிக்கை அவரது இயக்கத்தின் கடித முகப்பின் மூலம் வெளியிடப்பட்டது. அது முதன்முறையாக இங்கே அச்சேறுகிறது. அதன் நகல் - **சன்னா**

The Madras Provincial Depressed Classes Federation

தற்போது நாட்டிலுண்டாகியிருக்கும் கிளர்ச்சி காரணமாக ஆங்காங்கும் ஆதிதிராவிடர்களின் அபிவிருத்தியில் ஊக்கங்கொண்ட இளைஞர்களின் கிளர்ச்சியை கண்டு நாங்கள் பெரிதும் மகிழ்கின்றோம். ஆனால் சமூகத்தின் நலனைக் கருதி எங்கள் மனதில் தோன்றியவற்றை தெரிவிப்பது எங்கள் கடமையாக இருக்கிறது.

ஆதிதிராவிட இளைஞர்களின் கிளர்ச்சி முக்கியமாயினும் வயதும் அனுபவமும் உடைய பெரியோர்களின் யோசனை கேட்டு நடப்பார்களாயின் அக்கிளர்ச்சி சரியான முறையில் பாதுகாப்போடு ஓங்கி வளர்வதாகும். ஆகையால் ஊக்கங் கொண்ட இளைஞர்கள் அடிக்கடி கூட்டங் கூடி பெரியோர்களின் யோசனையின்படி முடிவுக்கு வந்து அம்முடிவை நிறைவேற்ற ஊக்கத்துடன் உழைக்க வேண்டுகிறோம்.

ஜாதி இந்துக்கள் கடையில் மறியல் செய்வது நலமென்று சிலர் கிளர்ச்சி செய்கிறார்கள். அவர்களது ஜாதிப் பற்றுக்கு யாங்கள் மகிழ்கிறோமாயினும், எல்லா ஜாதி இந்துக்களும் ஆதிதிராவிட மக்களுக்கு துரோகிகள் அல்லவென்று நன்குணர வேண்டும். ஆதிதிராவிடர்களின் அபிவிருத்திக்கு உழைக்கும் பெரியோர்களும் இருக்கிறார்களாதலால் எல்லோருடைய கடைகளையும் பகிஷ்கரிப்பதைவிட நமகுள்ளாகவே பொருளாதார முனைவர்களாவது, ஐக்கிய நாணய சங்கம் மூலமாவது ஜவுளிக்கடையோ மளிகைக்கடையோ வைத்து வியாபாரம் செய்வார்களாகில் மிகவும் புகழத்தக்கதாகும்.

பொதுவாக எந்தக் கிளர்ச்சியையும் பெரியோர்களைக் கலவாது அவசரப்பட்டு செய்யக்கூடாதென இதன்மூலமாக தெரிவித்துக் கொள்ளுகிறோம். பெரியோர்களிடம் கலக்காது தான்தோன்றியாக பிரசுரம் செய்கிறவர்களின் செயலுக்கு நாங்கள் பொறுப்பேற்க மாட்டோமென்பதையும் தெரிவித்துக்கொள்ளுகிறோம்.

ஒப்பம்

R.Srinivasan V.S.V.Pillai Swamy Sahjanandha,P.V Rajagopal Pillai, H.M.Jaganathan, N Sivaraj , V.Dharmalingam Pillai

The Madras Provincial Depressed Classes Federation.

Registered under Indian Societies Act XXI of 1860.

OFFICE :- No. 4, SALAI STREET,
VEPERY.

Madras 193

President :
Rao Bahadur R. Srinivasam, M.L.C.

Vice-Presidents :
S. Subramania Moopanar, EX-M.L.C. *Trichy.*
S. Venkiah Garu, EX M.L.C *Gudivada.*
Rao Sahib V. I. Muniswami Pillai, M.L.C. *Ootacamund.*
Swami Sahajanantham, M.L.C. *Chidambaram.*
Dr. M. V. Gangadhara Siva, EX-M.L.C. *Cuddapah.*
R. Veerian EX-M.L.C. *Coimbatore.*
P. V. Rajagopaul Pillai, M.L.C. *Saint Thomas Mount.*
S. P. Gopalaswami Pillai, *Palamkottah.*
V. G. Vasudeva Pillai M.R.A.S., M.L.C.
A. Murugasem Pillai, Madras.
H. M. Jaganatham, M.L.C.,

General Secretary :
N. Sivaraj, B.A., B.L., M.L.C.

Asst. Secretary :
Rao Sahib V. Dharmalingam Pillai, M.L.C.

2

சென்னை மாகாண தாழ்த்தப்பட்டோர்
பெடரேஷன் பிரகடனம்

[illegible]

[illegible]

[illegible]

[illegible]

[illegible]

(1) Sd. V. I. Muniswami Pillai

1. Sd. V. G. V. Pillai M.L.C.
2. Sd. Swami Sahajanantham M.L.C.
3. Sd. P. V. Rajagopaul Pillai M.L.C.
4. Sd. H. M. Jaganatham M.L.C.
5. Sd. N. Sivaraj B.A. B.L.
Sd. V. Dharmalingam Pillai

30

TO SPEND THE REST OF MY LIFE

முன்குறிப்பு - ரெட்டமலை சீனிவாசனார் அவர்கள் அண்ணாமலையாருக்கு எழுதிய கடிதம் இங்கே இடம் பெறுகிறது. ரெட்டமலையாரின் பிறந்த நாள் நிகழ்வை அவர் ஏற்பாடு செய்திருந்தார். ஆனால் இரண்டாம் உலகப்போர் நடந்துக் கொண்டிருந்தக் காரணத்தினால் பிரிட்டிஷ் அரசரும் வைசிராயும் தமது பிறந்தநாள் விழாக்களை தவிர்த்திருக்கிறார்கள் என்பதை சுட்டிக்காட்டி எனவே தமது பிறந்தநாள் விழாவினை நடத்த வேண்டாம் என்று அறிவுறுத்தி கடிதத்தை எழுதினார். அதில் திருவிக மற்றும் சிலரின் நலனை விசாரித்துள்ளார்.

மேலும் இக்கடிதத்தில் மெட்ராஸ் திரும்பியப் பிறகு தமது எஞ்சிய வாழ்க்கையை கிராமப்புறத்தில் கழிக்க விரும்புவதாகவும் அநேகமாக அது பூவிருந்தவல்லியாக இருக்கும் என்று குறித்திருந்தார். அதன்படியே அவர் அங்கு வசித்து வந்தார்.

12. [illegible] Road
Frazertown
Bangalore - 12th June 40

My dear Annamalai

Please note the change of address. Owing to the present war, [illegible] we have to abandon the celebration of my birthday of which you and Mr [illegible] are so anxious. Even H.M. the King and H.E. the Viceroy did not celebrate or hold any function.

I am preparing to leave Bangalore on the 28th June by Express train.

I [illegible] leave the present house and move somewhere probably a village to spend rest of my life. Do not mention it to others.

What about the matter I sent for printing. I understand Mr Kalyanasundara Mudaliar is in Madras. Neither you nor Kothandaraman nor [illegible] informed me about. Mr [illegible] wrote that the printing &c will be over in a few days. Now it is over two weeks. Please let me know how matters stand.

I hope Mr [illegible] is keeping his health. With my blessings to all at home.

Yours sincerely
R. Srinivasan

As I finish this letter I received a note from Mr Kalyanasundara Mudaliar. I shall think over and write him. I am sorry to hear the death of father Mr K. Raman. Please convey my condolence.

மிக அரிதான இக்கடிதம் வாசகர்களின் பார்வைக்கு முதன் முறையாக அச்சேறுகிறது.

- சன்னா

12. Rathna Singh Road
Fraser Town
Bangalore - 12th June 40

My Dear Annamaliar

Please note the change of the address. Owing to the present war crisis we have to abandon the celebration of my birthday of which you and Dr.Desigan are so anxious. Even Hn the King and Hn the Viceroy are not to celebrate or hold any function.

I am preparing to leave Bangalore on the 28th June by Express train.

I must vacate the present house and move somewhere probably a village to spend the rest of my life. Do not mention it to others. What about the matter I sent for printing. I understand Mr. Kalyanasundara Mudaliar is in Madras. Neither you nor Kothanadaraman nor Desigan informed me about. Mr.Desigan wrote that the printing etc will be over in a few days. Now it is over two weeks. Please let me know how matters stand.

I hope Mr. Dinadyalamurthy is keeping his health.

With my blessings to all at home.

Yours sincerely

R.Srinivasan

As I forward this letter I received a note from Mr. Kalyanasundara Mudaliar. I shall think over and write him. I am sorry to hear the death of father Mr. K.Raman. Please convey my condolence-

12. Ruthna Singh Road
Frazertown
Bangalore - 12th June 40

My Dear Arunachalam

Please note the change of address. Owing to the present war, troubles we have to abandon the celebration of my birthday of which you and Mr Oeligan are so anxious. Even H M the King and H E the Viceroy are not to celebrate nor hold any function.

I am preparing to leave Bangalore on the 28th June by Express train.

I must vacate the present house and move somewhere probably a village to spend rest of my life. Do not mention it to others. What about the matter I sent for printing. I understand Mr Kalyanasundaram Mudaliar is in Madras. Neither you nor Kothandaraman nor Oeligan informed me about. Mr Oeligan wrote that the printing &c will be over in a few days. Now it is over two weeks. Please let me know how matters stand.

I hope Mr Dinadayalamoorthy is keeping his health. With my blessings to all at home.

Yours Sincerely
R Srinivasan

As I finish this letter I received a note from Mr Kalyanasundram Mudaliar. I shall think over and write him. I am sorry to hear the death of father Mr K. Raman. Please convey my condolence—

31

தென்னிந்திய ஆதிதிராவிடர் வாலிபர் கழகத்தின் கடிதம்

முன்குறிப்பு - *1927ல் ரெட்டமலை சீனிவாசனார் உருவாக்கிய தென்னிந்தி ஆதிதிராவிட மகாஜன சபையின் இளைஞர் பிரிவின் கிளைக் கழகம் ஒன்று பம்பாயில் 1.7.36 அமைக்கப்பட்டது. அதன் செயலாளராக கே.எஸ்.பாலகிருஷ்ணன் செயல் பட்டு வந்தார். இந்த கழகத்தின் புரவலராக ரெட்டமலை சீனிவாசனார் அவர்கள் விளங்கினார். இந்த வாலிபர் கழகம் தாய் அமைப்பிடமிருந்து ஒரு வகையில் வேறுபட்டு நின்றது. எப்படியெனில் அவ்வமைப்பு தமிழ்நாடு தமிழருக்கே என்கிற தனித்தமிழ்நாடு கோரிக்கையை வலியுறுத்தியது. அதை தனது சின்னமாகவும் வைத்திருந்தது. இந்த அமைப்பு பெரியார் ஈவெரா அவர்களையும் அழைத்து சிறப்பித்தது. பெரியார் ஈவெரா அவர்கள் தனித்தமிழ்நாடு கோரிக்கையை முன்வைத்த ஆண்டு 1939 என்பது குறிப்பிடத்தக்கது. இந்தக் கடிதம் இங்கே இடம்பெறக் காரணம். இந்த அமைப்பின் புரவலராக ரெட்டமலை சீனிவாசனார் இருந்தார் என்பதும், அந்த அமைப்பிற்கு தொடர்ந்து வழிகாட்டி வந்தார் என்பதும்தான். மேலும் அந்த அமைப்பிற்கு அவர் எழுதிய கடிதங்கள் நமக்கு கிடைக்கவில்லை. ஆனால் அந்த அமைப்பினர் அவருக்கு எழுதிய கடிதம் நமக்குக் கிடைத்தது. அது இங்கே முதன்முறையாக அச்சேறுகிறது. எப்படியிருந்தாலும் ரெட்டமலையாரின் கடித ஆவணங்களில் மிக முக்கியமானதாகும். கடிதத்தின் தட்டச்சு வடிவத்தையும், அதன் தமிழ்நாடு தமிழருக்கே எனும் முத்திரையும், அவ்வமைப்பினர் எழுதிய கடிதத்தின் முழு வடிவத்தையும் காண லாம்.*

- சன்னா

தென்னிந்திய ஆதித்திராவிட வாலிபர் கழகம்

பம்பாய்

(நிறுவியது 1.7.36)

தாராவி

பம்பாய் 17.6.1940

திவான்பகதூர் ஆர்.சீனிவாசன் அவர்களுக்கு

சென்னை

அன்பு குழுமிய அண்ணலே!

வணக்கம் பல

சென்னை மேல்சபைக்கு திரும்பவும் அங்கத்தினராக தாங்கள் நியமனமானதைக் குறித்து பெரிதும் மகிழ்ச்சியடைவதோடு எனது பாராட்டுதலையும் தங்களுக்கு சமர்ப்பிக்கிறேன். தங்கள் புதிய நியமனத்தைக் குறித்து மேற்படி கழகத்தில் தீர்மானங்கள் நிறைவேற்றப்பட்டு மேன்மை தங்கிய கவர்னர் துரை அவர்களுக்கு மேற்படி தீர்மானத்தை அனுப்பிக் கொடுத்ததோடு தங்களுக்கும் மேற்படி தீர்மானத்தை இத்துடன் அனுப்பப்பட்டிருக்கிறதென்பதை மிக்கப் பணிவுடன் தெரிவித்துக் கொள்கிறேன்.

என் குலத்தின் எழில்பெரும் தலைவ!

தங்களை போஷகராகக் கொண்டு நடைபெற்றுவரும் மேற்படி கழகம் எனது மூன்று வருடமாக உறுதியுடன் நம் சமூக நலனுக்கு செய்துவரும் அரிய தொண்டுகளையும், சமீபத்தில் பெரியார்

ஈ.வெ.ரா அவர்கள் தலைமையில் நடைபெற மேற்படி கழகத்தின் மூன்றாவது ஆண்டு விழா நடவடிக்கைகளையும் பத்திரிகை மூலம் நன்கறிந்திருப்பீர்களென்று நம்புகிறேன்.

ஆகையால் மேற்படி கழகத்தின் மூன்றாவதாண்டு அறிக்கைகளை புத்தகமாக அச்சாக்க தீர்மானிக்கப்பட்டதோடு, தங்களின்

உருவப்படத்தையும் புத்தகத்தில் அச்சிட விரும்புகிறோம்.

ஆகையால் தங்களின் உருவப்படம் தன்களிடமிருந்தால் அனுப்பித் தரும்படி மிக்க பணிவன்புடன் வேண்டுகிறேன். அச்சுவேலைகள் முடிந்தவுடன் பிளாக்கை தங்களுக்கு அனுப்பிவிடுகிறேன்.

இங்ஙனம்

தங்களன்புக்குரிய

கே.எஸ்.பாலகிருஷ்ணன்

(காரியதரிசி)

தென்னிந்தி ஆதிதிராவிடர் வாலிபர் கழத்தின் (பம்பாய்) சின்னம் - 1936

தென்னிந்திய ஆதிதிராவிட வாலிபர் சங்கம்

பம்பாய்

(நிறுவியது 1-7-36)

தமிழ் நாடு

தமிழருக்கே

தாராவி,

பம்பாய் 17, 6. 4 194[illegible]

திவான்பகதூர்

ஆர். சீனிவாசன் அவர்களுக்கு

சென்னை

அன்புக்குரிய அண்ணாவே!

வணக்கம் பல

சென்னை மேல்சபைக்கு திரும்பவும் அங்கத்தினராக தாங்கள் நி[illegible] த்தைக் கேட்டு பெரிதும் மகிழ்ச்சியடைந்தோம். எனது பாராட்டு[illegible] தங்களுக்கு சமர்ப்பிக்கின்றேன். தங்கள் புதிய நியமனத்தைக் குறித்து [illegible] த்தீர்மானங்கள் நிறைவேற்றப்பட்டு மேன்மை தங்கிய [illegible] அவர்களுக்கு அத்தீர்மானத்தை அனுப்பிக்கொடுத்தோம். தங்களுக்கும் அத்தீர்மானத்தின் நகல் அனுப்பப்படுகின்றது. [illegible] தெரிவிக்கக் கோருகிறேன்.

[illegible]!

தங்கள் [illegible] [illegible] [illegible] பெரியார். ஈ.வெ.ரா. [illegible]

[illegible]

[illegible]

[illegible]

இப்படிக்கு, [illegible]

([illegible])

பகுதி

11

இதழ்கள் ஆவணங்கள்

⌘

32

பறையன் இதழ்

முன் குறிப்பு - *பறையன் எனும் பத்திரிக்கையை 1893ஆம் ஆண்டு அக்டோபர் மாதம் தொடங்கினார் ரெட்டமலை சீனிவாசனார். நான்கு பக்கங்களுள்ள ஒரு சிறிய மாதாந்தர பத்திரிகையாக அது தொடங்கப்பட்டு, விலை இரண்டு அணா என நிர்ணயிக்கப்பட்டது (இன்றைய காசு மதிப்பில் 16 காசுகள்). பத்திரிக்கை தொடங்கப்பட்ட விவரத்தை பிற இதழ்களில் விளம்பரம் செய்ததற்கும், முதல் இதழ் பதிப்புக்கும் பத்து ரூபாய் செலவானதாக சீனிவாசனார் தமது ஜீவிய சரித்திரத்தில் எழுதினார். இதழ் தொடங்கப்பட்ட வேகத்தில் பரபரப்பாக விற்பனையானது. இரண்டு நாளுக்குள் சுமார் நானூரு பிரதிகள் சென்னை நகருக்குள் விற்று தீர்ந்தன. இதே காலக்கட்டத்தில் தொடங்கப்பட்ட தி இந்து இதழ் இவ்வளவு விற்க முடியவில்லை என்பது தனிக்கதை. மாத இதழாக தொடங்கப்பட்ட பறையன் இதழின் விற்பனை பெருகியதால், மூன்று மாதத்திற்கு பிறகு வாராந்தர பத்திரிகையாகவும் கொண்டு வரப்பட்டது. அடுத்த இரண்டு ஆண்டுகளுக்குள் சொந்தமாக அச்சுக்கூடம் அமைக்கப்பட்டு நாடு முழுமைக்கும் பரவலாகக் கொண்டு போகப்பட்டது.*

கெடுவாய்ப்பாக, பறையன் இதழ் அவதூறு செய்வதாக அதன் மீது வழக்குத் தொடுக்கப்பட்டு ரூ.100 அபராதம் விதிக்கப்பட்டது. அதையும் பெயர் சொல்ல விரும்பாத சீனிவாசனாரின் ஆதரவாளர் ஒருவர் கட்டினார். ஆனால் இந்த சம்பவம் சீனிவாசனாரின் மனதை மிகவும் பாதித்துவிட்டது. அந்த வழக்கை தொடுத்தவர் யார் என்கிற விவரத்தை அவர் பதிவு செய்யவில்லை. இது குறித்து நான் அன்பு. பொன்னோவியம் அவர்களிடம் விசாரித்தபோது, அந்த வழக்கைத் தொடுத்தவர் சீனிவாசனாரின் மைத்துனர் க.அயோத்திதாசப் பண்டிதர்தான் என்று தெரிவித்தார். ஏனென்றார் பண்டிதருக்கு பறையன் என்கிற வார்த்தையின் மீது நம்பிக்கையில்லை, அது இடைச்செறுகல் என கருதினார். எப்படியிருந்தாலும் பறையன் இதழ் என்பது அக்காலத்தில் மிக துணிச்சலான பாய்ச்சல் என்றால் மிகையில்லை. கெடுவாய்ப்பாக அந்த இதழின் சில பக்கங்களே கிடைத்துள்ளன.

- சன்னா

SUBSCRIPTION. Rs. a. p.
Per annum in advance delivered in town 1 8 0
Do by Post ... 2 4 0
Do to Ceylon ... 3 0 0
Single Copy one Anna.

THE PARIAH.

பிரதி சனிவாரந்தோறும் பிரசுரம் செய்யப்படும்.

(PUBLISHED WEEKLY.)

All Communications to be addressed to
R. Srinivasan,
Manager,
"The Pariah" Office

[Vol]. II.] சென்னை, 1895-ஞ செப்டம்பர் 14ட. [No.

பஞ்சாங்கம்.

1895.

		திதி நக்ஷத்திரம்.	இராகுகாலம்.	
			மணி முதல்	மணி வரை.
		... -20-27, புன-40-17 ...	9	10½
31	ஞ.	... -13-59, பு ... 37-16.	4½	6
1	தி.	... -10-20, ... -33-25	7½	9
2	செ.	... -53-51 4, ... -20-27	3	4½
3	பு.	... -32-34, ... -25-28	12	1½
4	வி.	... -16-58, ... -41-31	1½	3
5	வெ.	... -11-25, ... -17. 12...	10½	12

சந்தா விகிதம்.

விளம்பர விகிதம்.

இரட்டைமலை ஸ்ரீநிவாசம்,
மனேஜர் "பறையன்" பத்திரிகை,
இராயப்பேட்டை,
நெ. 39, ... வீதி, சென்னை.

பறையன்.
1895-ஞ செப்டம்பர் 14ட.

சாம்பான்குல விளக்கம்.

பறையன விஷயம் பலரும் படிக்க வேண்டிய விஷயம்.

பறையன்.

THE PARIYAN.

சனிவாரந்தோறும் பிரசுரஞ் செய்யப்படும்.

புத்தகம்—4.] சென்னை, 1897-ஞ அக்டோபர் ௴ 2௳. [நம்பர்—32.

"பறையன்" சந்தா விகிதம்.

முன்பணம் கட்டினாலன்றிப் பத்திரிகை அனுப்பப்படமாட்டாது.

	கனவான்களுக்கு.			ஏழைகளுக்கு.		
	ரு.	அ.	பை.	ரு.	அ.	பை.
பத்திரிகை ஒன்றுக்கு	0	1	0	0	1	0
மூன்று மாதத்திற்கு	1	8	0	1	14	0
[illegible]	0	0	0	3	12	0
இவ்வருஷத்துக்கு [illegible]				12	4	0
[illegible]				4	8	0

பத்திரிகை [illegible] 25 பத்திரிகைக்கு [illegible]

விளம்பர விகிதம்.

[illegible]

இரட்டைமலை ஸ்ரீனிவாசம்,

மானேஜர், பறையன் பத்திரிகை,

நெ. 48, பெரியபட்டை வீதி, சென்னை,

இராயப்பேட்டை.

டி. எம். ஜி. என்பவரின்

குளிர் ஜுர மாத்திரை.

இந்த ஔஷதம் [illegible] பட்டியின் விலை அணா 12.

டி. எம். ஜி. என்பவரின்

ஜுரக் குளிகை.

(சகலவித ஜுரங்களுக்கும்)

[illegible] (குப்பியொன்றுக்கு) ஒரு டசன் விலை அணா 8.

[illegible]

நவலோக ரசமணி.

[illegible]

[illegible] 4418 [illegible]

நீலகண்ட சர்வதுடாரி தைலம்.

[illegible] ஒரு அவுன்ஸ் புட்டி விலை ரூபாய் 2.

[illegible] பட்டியின் விலை ரூபாய் 1.

[illegible] சென்னை, [illegible] 25 [illegible]

[illegible] காருண்யசாலை.

[illegible]

8. [illegible] சென்னை.

1. [illegible] ஒரு டசன் புட்டிக்கு ரூபாய் 4.

2. [illegible] ஒரு டசன் புட்டிக்கு ரூபாய் 2 8 0.

3. [illegible] ஒரு டசன் மாத்திரை அணா 12.

4. [illegible] ஒரு டசன் ரூபாய் 5.

5. [illegible] ஒரு டசன் டப்பிக்கு ரூபாய் 2 8 0.

6. [illegible] ஒரு டசன் ரூபாய் 15.

7. [illegible]

8. [illegible] டப்பி ஒன்றுக்கு ரூபாய் 3.

9. [illegible] ஒரு டசன் ரூபாய் 10.

10. [illegible] அணா 5.

11. [illegible]

12. [illegible] ஒரு டசன் புட்டி ரூபாய் 4.

13. [illegible]

14. [illegible] புட்டியின் விலை ரூபாய் 1.

15. [illegible] ஒரு டசன் புட்டி ரூபாய் 4.

16. [illegible] ஒரு டசன் புட்டியின் விலை ரூபாய் 10. [illegible] ரூ 5.

17. [illegible] ஒரு டசன் புட்டியின் விலை ரூபாய் 10.

18. [illegible]

19. [illegible] ஒரு டசன் புட்டியின் விலை ரூபாய் 5.

20. [illegible]

21. [illegible] ஒரு டசன் புட்டியின் விலை ரூபாய் 5.

[illegible]

சாம்பான் குல விளக்கம்.

[illegible] "பறையன்" பத்திரிகை [illegible]

சாம்பான்குல விளக்கம்

இஃது

"பறையன்" பத்திராதிபர்

இரட்டைமலை ஸ்ரீநிவாசம்

அவர்களின் வேண்டுகோளின்படி

ஆரிய இரத்தினம்

இயற்றப்பட்டது

PRINTED AT THE ALBINION PRESS

Copyright Reserved

விலை அணா 2.]

சீனிவாசனார் தமது சமூகப் பணியினைத் தொடங்கும் முன்பு நிறைய ஆய்வுகளை மேற்கொண்டார். அதில் ஒன்றுதான் சாம்பான் குல ஆய்வு. சாம்பான் என்பது பறையர்களுக்கான மறுபெயர் என அவர் குறிப்பிட்டார். எனவே அதைப்பற்றி விரிவாக ஆய்வு செய்து எழுதும்படி தமது தோழர் ஆர்ய ரத்தினம் அவர்களிடம் பணித்திருந்தார். சீனிவாசனாரின் வழிக்காட்டலின்படி எழுதப்பட்ட புத்தகம் முழுமையும் கிடைக்கவில்லை. அதன் முன்னட்டைதான் இது.

33

பட்டங்கள்

முன் குறிப்பு - *ரெட்டமலை சீனிவாசனாருக்கு நான்கு பட்டங்கள் வழங்கப்பட்டுள்ளன.*

01 ஜனவரி 1926 அன்று ராவ்சாஹிப் பட்டமும்,

03 ஜூன் 1930 அன்று ராவ்பஹதூர் பட்டமும்,

01 ஜனவரி 1936 அன்று திவான் பஹதூர் பட்டமும் அரசினால் அளித்து கௌரவிக்கப்பட்டார். அக்காலத்தில் இம்மூன்று பட்டங்களையும் பெற்ற ஒரு சிலரில் சீனிவாசனாரும் ஒருவர் என்பது அவரது பெருமைகளுக்குச் சான்று.

நிறைவாக, சீனிவாசனாரின் 80வது பிறந்தநாளை சிறப்பிக்கும் பொருட்டு பெரும் நிகழ்வை சென்னை விக்டோரியா மண்டபத்தில் 07.07.1939 அன்று நடத்தினார்கள். அந்நிகழ்விற்கு திருவிக தலைமைத் தாங்கினார். சென்னை மாகாண பிரதமர் சி.ராஜகோபாலாச்சாரியார் சிறப்பு விருந்தினர். எம்.சி.ராஜா முன்னிலை வகித்தார். வழக்கறிஞர் பி.நாராயணக் கருப் அவர்கள் "மனித குலத்திற்கு சிறந்த சேவையாற்றும் பொருட்டும், தான் சார்ந்த மக்களுக்கு பல சாதனைகளைப் புரிந்த சீனிவாசனாருக்கு திராவிடமணி பட்டத்தை முன்மொழிவதாக" குறிப்பிட்டார். பின்பு அதை எஸ்.அண்ணாமலையார் வழிமொழிந்தார். பெருந்திரளாக கூடியிருந்த கூட்டத்தின் முன்னிலையில் பிரதமர்.ராஜாஜி அவர்களால் திராவிடமணி பட்டம் சீனிவாசனாருக்கு வழங்கப்பட்டது. இது நான்காவது பட்டமாகும். இந்த விவரத்தை மெயில் நாளிதழ் 08.07.1939 அன்று முழுமையாக வெளியிட்டது. அது இத்தொகுப்பில் தி இந்து செய்தி எனும் அத்தியாயம் 29ல் முழுமையாக சேர்க்கப்பட்டுள்ளது. திராவிடமணி பட்டம் கொடுத்த செய்தியின் புகைப்பட நகல் இங்கே கொடுக்கப்பட்டுள்ளது. மேலும் சீனிவாசனார் பெற்ற திவான் பகதூர் மற்றும் ராவ் பகதூர் பட்டங்களின் பதக்கங்களை இங்கே காணலாம். ராவ் சாஹிப் பதக்கம் கிடைக்கவில்லை.

-சன்னா

ராவ்சாஹிப் பட்டம்

1926 ஆண்டு பிப்ரவரி மாதம் 20-ம் நாள் சனிக்கிழமையன்று சைதாப்பேட்டையில் கூடிய தர்பாரின்போது மகராஜஸ்ரீ ரெட்டைமலை சீனிவாசன் அவர்களுக்கு மேன்மை பொருந்திய (H.E.) இராஜ பிரதிநிதியாகிய இந்தியாவின் கவர்னர் ஜெனரல் அவர்கள் ராவ்சாஹிப் பட்டமும் அதற்கு அறிகுறியாகிய ஓர் சின்னமும் கொடுத்ததை முன்னிட்டு செங்கல்பட்டு கலைக்டர் கனம் *P.* சீதாராமையா பந்துலுகாரு. *M.A.*, கீழ்கண்டவாறு சொற்பொழிவாற்றினார் :

அடுத்தபடியாக கௌரவத்தை ஏற்கும் பாக்கியம் பெற்றவர் தற்சமயம் பூந்தமல்லியில் வசிக்கும் மகராஜஸ்ரீ இரட்டைமலை சீனிவாசன் அவர்களாவர். இப்பொழுது இவர் 65 வயதான வயோதிகப் பருவமடைந்த பெரியார். ஆதி திராவிடர்களுக்காக பாடுபடும் வீரர். இவர் கோயம்புத்தூர் கலாசாலையில் கல்வி பயிற்சி பெற்று கணக்கு நிர்வாகத்தில் பிரத்தியேக திறமையடைந்தார். தான் பிறந்த குலத்திற்கு தன்னால் கூடியவாறு ஊழியம் செய்வதே இவருடைய முக்கிய கொள்கை. 1891 இவர் பொது ஊழியத்தில் ஈடுபட்டு சென்னை (பறையர் மகாஜன சபை) ஆதி திராவிட மகாஜன சபையை நிர்ணயித்தார். 1893 ஆண்டில் "பறையன்" என்னும் வெறுக்கத் தக்க பெயரின் காரணமாக பல தலைமுறைகளாக வெளிப்பிரஸ்தாபமுமற்ற ஊழியத்தின் பலனாக இவர் தன் வகுப்பினரின் நன்நோக்கத்தையும் மரியாதையையும் பெற்று இருக்கிறார். வகுப்புவாத கிளர்ச்சிகளில் ஈடுபடாத நற்குணத்தினால் இவரை மற்ற வகுப்பிலிருக்கும் பொதுநல ஊழியர்களும் கௌரவிக்கின்றனர். நம்முடைய இராஜதானியில் பேதைகளாய் இடுக்கண்களுக்குள்ளாகிக் கிடக்கும். ஆயிரக்

கணக்கான மக்களினிடையே முதன் முதலாக தோன்றி உழைத்து வந்த இவருடைய உபகாரத்திற்காக அரசாங்கத்தார் இவருக்கு ராவ்சாஹிப் என்னும் பட்டத்தை மகிழ்ச்சியுடன் அளிக்கிறார்கள். இவர் என்றும் பொதுமக்களிடையே உழைத்து வரவேண்டுமென்று விரும்பி என்னுடைய நற்கோரிக்கைகளை கொடுப்பதோடு மேன்மை பொருந்திய இராஜ பிரதிநிதியாகிய இந்தியாவின் கவர்னர் ஜெனரல் அவர்களால் அளிக்கப்பட்ட ராவ்சாஹிப் பட்டத்தையும் அதற்கான ஒரு சின்னத்தையும் மனப்பூர்வமாய் பரிசளிக்கிறேன்.

20.2.1926
சைதாப்பேட்டை
மெட்ராஸ்

⌘ ⌘ ⌘

ராவ்பஹதூர் பட்டம்

திவான் பஹதூர் பட்டம்

திி இந்து செய்தி 08.07.1939

THE HINDU, SATURI

HARIJAN LEADER'S WORK

TRIBUTES TO MR. R. SRINIVASAN

EIGHTIETH BIRTHDAY CELEBRATION

PRIME MINISTER ON TEMPLE-ENTRY

MADRAS, July 8.

Glowing tributes were paid to the [illegible] rendered by Diwan Bahadur Rettamalai Srinivasan in the cause of Harijan uplift, at a public meeting held last evening at the Victoria Public Hall to celebrate his 80th birthday. Mr. T. V. Kalyanasundara Mudaliar, Editor, *Navasakthi*, presided. There was a large gathering, including the hon. Mr. C. Rajagopalachariar, Prime Minister of Madras. The proceedings commenced with a prayer.

Rao Bahadur M. C. Rajah, in proposing Mr. Kalyanasundara Mudaliar to the chair, referred to him as an "old-time" Tamilian and as a sincere friend of the Harijans. Mr. Rajah said that it was to him a matter for joy that Diwan Bahadur Srinivasan was born in a village in the district of Chingleput to which he also belonged. It was due largely to the efforts of Diwan Bahadur Srinivasan that the members of the depressed classes to-day occupied places in municipalities and district boards and also held high appointments under Government. Diwan Bahadur Srinivasan's work for the community started so early as 1890 at a time when it was difficult to form anything like an organisation for the service of the community.

Mr. Rajah expressed pleasure at the presence of the hon. Mr. C. Rajagopalachariar at the meeting. He had ria Public Hall, he continued, that in 1895 the members of the depressed classes raised a great agitation and drew the attention of the authorities and of the public to their grievances. Mr. Srinivasan's life fell into clear divisions. First was his early life at school and college when he felt the bitterness of untouchability. The feeling of anxiety which he then had as to whether he could successfully work for the removal of untouchability, he carried with him later in life; but it was largely through his efforts, made in a constitutional manner through his journal *Parian*, that some success had been achieved in the direction. The next stage was his devotion to research as to who the Adi-Dravidas were. Mr. Srinivasan firmly held the view that Adi-Dravidas were a separate entity and it was suicidal for them to embrace another religion. Lastly, Mr. Srinivasan had continued to maintain his spirit of independence and worked without seeking publicity or fame. This spirit of service he acquired early in life through association with great personages like Madame Blavatsky.

On behalf of the Adi-Dravida residents of Srinivasapuram and of the Madras Provincial United Ladies' Association, Mr. Srinivasan was again garlanded.

TITLE OF 'DRAVIDAMANI' CONFERRED

Mr. P. Narayana Kurup, Advocate, then moved a resolution "that in consideration of the great services rendered by Diwan Bahadur Srinivasan to his community, which forms a great section of mankind in this Province, in consideration of his great achievements in that behalf, and also in consideration of his personal worth, he be conferred the title 'Dravidamani.'"

Mr. Narayana Kurup said that he had had the opportunity to study the utterances of Diwan Bahadur Srinivasan, both inside the Legislative Council and outside. Mr. Srinivasan had rendered great service to his community.

The resolution was seconded by Mr. S. Annamalayar and carried with acclamation.

Mr. B. S. Murthi, Parliamentary Secretary, who next addressed the meeting, said that they were celebrating an achievement in the struggle for the removal of untouchability. In days when caste tyranny knew no bounds

Caste-I
also to
exploit
ernmen
revered
was up
him an
nity. T
might
their r
and we
ability.
to ther
the C
Premie
jans to
gress (
to Har
untouc
directi

Mr.
Bahad
who
among
at a
Adi-D
"temp
meani
blems
tinued
might
party
the pr
the ec
If tha
there
templ
call t
tical
anoth
depre
bers
their
lowed
leade
were
land
a yet
tribu
vasan
ment
The
or of
ker)
detra
every
gress
politi
tiona
Srini
his co

34

நினைவிடம்

முன் குறிப்பு - *ரெட்டமலை சீனிவாசனரின் நினைவிடம் மற்றவர்களின் நினைவிடத்தை தவிரத் தனிப்பட்ட சிறப்பு வாய்ந்தது என்பதற்காகவே இங்கு தனி அத்தியாயமாக சேர்க்கப்பட்டுள்ளது. 1924ல் சீனிவாசனார் சென்னை சட்டமன்றத்தில் கொண்டு வந்த பொது இட நுழைவு மசோதா கொண்டு வரக் காரணமாக இருந்தவர் அவரது துணைவியார் ரெங்கநாயகி அம்மாள் என்பதும், அவர் கொடுத்த ஆலோசனை மற்றும் ஊக்கத்தினால் சீனவாசனாருக்கு அந்த மசோதா சாத்தியமானது என்று மறைந்த அன்பு.பொன்னோவியம் தெரிவித்தார். இந்நிலையில், 04.02.1928 அன்று ரெங்கநாயகி அம்மாள் மறைந்தார். பிறகு அம்மையாரின் பூதவுடலை சென்னை ஓட்டேரி இடுகாட்டில் அடக்கம் செய்தார் சீனிவாசனார். தொடர்ந்த தாம் கொண்டு வந்த மசோதாவில் அவரது பங்கு இருந்ததை நினைவுக்கூறும் பொருட்டு ரெங்கநாயகி அம்மையார் புதைக்கப்பட்ட இடத்தில் ஒரு நினைவுத் தூணை எழுப்பி அதில் அந்தப் பொது நுழைவிட சட்டத்தினை கல்வெட்டாகப் பொறித்தார். வரலாற்றில் அது நிரந்தர இடத்தை பிடித்தது. அக்காலத்தில் சீனிவாசனார் மேற்கொண்ட அம்முயற்சி காலவோட்டத்தில் மறையலாம், காகிதத்தில் இருந்த சட்டங்கள் காணாமல் போகலாம் எனவே மக்களிடம் தொடர்ந்து நினைவுறுத்தும் வகையிலும், ரெங்கநாயகி அம்மையாருக்கு நன்றி தெரிவிக்கும் விதத்திலும் அமைந்த அச்சட்டக் கல்வெட்டு நாளடைவில் சிதைந்துப் போனது. நல்வாய்ப்பாக மறைந்த எக்ஸ்.ரே.கருணாகரன் அவர்கள் அசல் கல்வெட்டின் புகைப்படங்களை வைத்திருந்தார். அதன் நகலை என்னிடம் கொடுத்தார். அதுதான் இங்கே பதிப்புக் காண்கிறது. அது மட்டுமின்றி ரெங்கநாயகி அம்மையார் புதைக்கப்பட்ட இடத்தின் அருகிலேயே சீனிவாசனார் மறைந்தப் பிறகும் அடக்கம் செய்யப்பட்டார். அவரது புதைவிடத்திலும் நினைவுத்தூண் அமைக்கப்பட்டது. அதுவும் காலவோட்டத்தில் சிதைந்தது. அந்த சிதைவுகளைச் சீரமைத்து புதிய நினைவிடத்தினை விடுதலைக்களம் எனும் பெயரில் அமைந்த பெருமை டாக்டர்.தொல்.திருமாவளவன் மற்றும் விடுதலைச் சிறுத்தைகளைச் சாரும். அந்த விவரமும் இத்தொகுப்பில் சேர்க்கப்பட்டுள்ளது.*

- சன்னா

உ

சிவமயம்

சென்னை சட்டநிரூபனசபைக்கு
ம், சர்வகலா மஹா சங்கத்திற்கு
ம், இந்தியா வட்டமேஜை மஹா
நாட்டுக்கும், பலதிராவிடவகுப்
பார் கூடிய மஹா சங்கத்திற்க்
குந் தலைவருமாகிய
இரட்டைமலை ஸ்ரீனிவாசன்
அவர்களின் பாரியாளாகிய
அரங்கநாயகி
அம்மாள்
பிரபவ ௵ தை ௴ ௨௨ம் தேதி
4 ௨ 1928 சனிக்கிழமை பூர
வபக்ஷம் சதுர்த்தசி திதி புனர்பூ
சம் நக்ஷத்திரம் இரவு 3 மணிக்குள்
ளோக பதவியடைந்தனர் (வயது 60)

35

வந்தனோபசாரப் பத்திரம்

முன் குறிப்பு - இரண்டாம் வட்டமேசை மாநாடு முடிந்த பிறகு பெரும் அரசியல் எழுச்சி தலித்துகளிடையே உருவாகியிருந்தது. காந்தியாரின் எதிர்ப்பு பிரதானமாக விவாதிக்கப்பட்டு வந்தது. அதே நேரத்தில் வட்டமேசை மாநாடுகளின் போது சீனிவாசனாருக்கும் அம்பேத்கருக்கும் ஏராளமான தந்திகள் அனுப்பப்பட்டன. அவை அத்தனையும் அவர்கள் மேற்கொள்ளும் அரசியல் முயற்சிகளை ஆதரித்து அனுப்பப்பட்டவை. அதை அவர்கள் இருவரும் மாநாட்டின்போது சான்றுகளாகக் காட்டினர். எனவே மாநாடு முடிந்த பிறகும் வட்டமேசை மாநாட்டில் பங்கேற்ற தமது தலைவர்களுக்கு தலித் மக்கள் தமது ஆதரவை தொடர்ந்து வெளிப்படுத்திக் கொண்டிருந்தார்கள்.

அதன் ஒரு அங்கமாகத்தான் வடஆற்காடு மாவட்டம், வேலூர் தாலுகா, பள்ளிக்கொண்டா நகரத்தில் இயங்கிவந்த ஆதிதிராவிடர் அமைப்பின் 25வது ஆண்டுவிழாவில் ரெட்டமலை சீனிவாசனார் அவர்களுக்கு 17.05.1932 அன்று வரவேற்பு அளிக்கப்பட்டதுடன், அவர் மேற்கொண்ட பணிகளைப் பாராட்டி ஒரு வரவேற்பு பத்திரமும் அளிக்கப்பட்டது. அதில் சீனிவாசனாரின் பணிகளுக்கு என்றென்றும் துணை நிற்போம் என்கிற உறுதிமொழியை தந்தனர். அந்த ஆவணத்தின் தட்டச்சு படியும், நகலும் இங்கே பதிப்புக் காண்கிறது. **-சன்னா**

⌘

வேலூர் தாலுகா பள்ளி கொண்டையில் (17.5.32)ல் கூடிய

வடார்க்காடு ஜில்லா

25ஆவது ஆதிதிராவிட மகாநாட்டின் தலைவராகும்

உயர்திரு ராவ்பகதூர் ஆர் சீனிவாசன் M.L.C.M.U

அவர்களுக்கு மேற்படி மாநாட்டின் வரவேற்புக் கழகத்தார் வாசித்தளிக்கப் பெற்ற

வந்தனோபசாரப் பத்திரம்

தாழ்த்தப்பட்டவர்களுக்காக திறம்படக் கடனாற்றும் தலைவர் அவர்களே

அரை நூற்றாண்டுகளாக கைமாறு கருதாமல் குலநலம் கருதி உழைத்து வரும் உங்களது செயலை பாராட்டி நன்றி கூறுவதற்காக கிடைக்கப்பெற்ற இச்சந்தர்ப்பத்தை மிகவும் மகிழ்ச்சியாக கொண்டாடுகின்றோம்.

முதுமையும் மெலிவும் நிறைந்த அயற்சிக்குரிய இப்பருவத்தில் இருப்பதும் இறப்பதும் தாழ்த்தப்பட்டவர் நன்மைக்காகவே என்னும் தாளான்மையைக் கொண்ட தாங்கள், வருங்கால ஒடுக்கப்பட்டவர்களுக்கும், நிகழ்கால இளைஞர்களுக்கும் அரசியல் முன்னேற்றத்திற்குரிய துறை இதுவாகும் என்ற இனிதுணர்த்தி நிற்கும் உங்கள் திறமைக்கு ஈடு செய்ய அசக்தர்களாயிருக்கின்றோமெனினும் எவ்வித எதிர்ப்புகள் நேரிடினும் சரி நீங்கள் காட்டியுள்ள அரசியல் நெறியை பின்பற்றிச் செல்லவே ஆயத்தமாய் இருக்கின்றோம் என்பதை தாழ்மையாக தெரிவித்துக்கொள்கிறோம்.

தமிழ் முதுமக்களின் தலைவரே

நன் மனந்தரும் மலர்ச்செடியால் முட்கள் தோன்றுவது போலவும், இன்கனியைச் சூழ்ந்து மடல்கள் செறிவதுப் போலவும், நமது குல முன்னேற்றத்திற்கான நன்முறைகளுக்கு இடையூறு விளைவிப்பதற்காக நம்மனோரினின்றே சிலர் முற்பட்டு இருக்கின்றார்கள். அவர்களின் சுயநலம் மிகுந்த எதிர்ப்புகளால் நமது நன்முறைகள் நாளுக்கு நாள் வலுவுற்றதாக பலரும் நன்கு அறிந்து கொள்ளவும் ஒரு மார்க்கம் விசாலப்பட்டு வருவதை நாங்கள் உணர்கின்றோம். ஆதலின் எவ்வளவு பலமான

எதிர்ப்புகள் தோன்றுகின்றதோ, அவ்வளவு பலமான நியாய வழியால் நமது அரசியல் நோக்கத்தை நிலைநிறுத்த யாங்கள் எவ்வித தியாகத்தையும் செய்ய முன் வந்திருக்கின்றோம்.

பெருமைசால் தலைவரே..

உங்கள் வாழ்நாளில் இளமைத் தொட்டுத் தாழ்த்தப்பட்டார் முன்னேற்றத்திற்காக செய்து வந்த தொண்டுகளை எல்லாம் எங்கள் கண்முன் நிறுத்தி நோக்குங்கால் யாங்கள் அடையும் பெருமை யளவு கடந்ததாம். சற்றேறக்குறைய நாற்பதாண்டுகளுக்கு முன்னர் இங்கிலாந்தின்கண் நடந்து வந்த சிவில் சர்வீஸ் பரீட்சையை இந்தியாவில் நடத்த வேண்டுமென்று பிராமணர்களாகிய காங்கிரஸார் செய்த சூழ்ச்சியை தாங்கள் "பறையன்" பத்திரிக்கை மூலமாக நமது குலத்தவர்க்கெல்லாம் நன்கு விளக்கி பார்லிமெண்ட்டாருக்கு எதிர் விண்ணப்பம் அனுப்பி அப்பரிட்சையை இந்தியாவில் நடக்க கூடாமல் செய்தவருள் தாங்கள் தலைச்சிறந்தவராகத் திகழ்கின்றீர். முப்பது வருடங்களுக்கு முன்னர் கவர்னர் ஜெனரலாக இருந்த லார்ட் எல்ஜின் பிரபு அவர்கள் சென்னைக்கு வந்தபோது வரவேற்றுத் தாழ்த்தப்பட்டார் குறைகளை எல்லாம் நன்கு விளக்கி அவரது கவனத்தை நம்பனோர் பக்கம் திருப்பிய பேரூழியம் தங்களது முயற்சிக்குரியதென்பதை பெருமையோடு குறிப்பிடுகின்றோம். அனேக கவர்னர்களுக்கு பேட்டி கொடுத்தும், மனுக்கள் சமர்ப்பித்தும் நம்பனோர் குறைகளை கவனிக்கும்படி செய்து வந்தீர். முப்பது வருடங்களுக்கு முன்னர் சென்னை மயிலாப்பூரில் பிராமணர் வசிக்கும் வீதியில் ஒரு பெரிய விளம்பர பலகையில் பறையர் வரக்கூடாதென்று எழுதித் தொங்கவிட்டிருந்ததை தாங்கள் நடத்தி வந்த பறையன் பத்திரிகையின் பலமான பிரச்சாரத்தால் அவ்விடத்திலிருந்து எடுத்தெறிந்து பறையர் என்போர் பிரவேசிக்கும்படிச் செய்துள்ளீர். மூன்றாண்டுகளுக்கு முன்னர் நடந்த சென்னை சட்டசபையில் பொது கிணறு பொது ஸ்தாபனங்கள் முதலியவற்றிலெல்லாம் எல்லா ஒடுக்கப்பட்டவர்களும் சமமாக போகலாம் என்றத் தீர்மானத்தையும் நிறைவேற்றித் தந்தீர்.

பெருமை மிக்க நாயகரே..

தாழ்த்தப்பட்டவரின் முன்னேற்றத்திற்குரிய வழி வகைகள் யாவை என்பதைத் தாங்களது முதிர்ந்த அனுபவத்தின் துணை பலத்தால்செய்து வந்திருப்பதுடன் சுதந்திர வேட்கையுலகமெல்லாம் முழக்கமிட்டு வரும் இருபதாம் நூற்றாண்டில், பிரித்தானிய கவர்மென்ட்டின் கீழ் ஒடுக்கப்பட்டவர் சமநிலையை வேண்டுமானால் சட்ட மூலமானப் பாதுகாப்புகளும், தனித்தொகுதி முறையும் இன்றியமையாதது என்று சர்வகட்சி வட்டமேஜை மகாநாட்டு சிறுபான்மையோர் உடன்படிக்கை மூலமாக முடிவு செய்துள்ளீர். இதுவே ஒடுக்கப்பட்ட பொதுமக்களின் நோக்கம் என்பதை நாங்கள் வற்புறுத்துவதுடன் அம்முறை இனிது நிறைவேறும் படி, தாங்கள் மேற்கொள்ளும் எக்காரியத்திற்கும் துணை போக சித்தமாய் இருக்கின்றோமென்பதை எங்களுடைய தாழ்மையான வந்தனத்தோடு தெரிவித்துக் கொள்கிறோம்.

இங்ஙனம்

வரவேற்புக் கழகத்தார்

வட ஆற்காடு ஜில்லா ஆதிதிராவிடர் 25வது மகாநாடு
பள்ளிகொண்ட

17.5.32

⌘ ⌘ ⌘

வேலூர் தாலூக்கா பள்ளிகொண்டையில் (17-5-32)ல் கூடிய

வட ஆற்காடு ஜில்லா

25-வது ஆதிதிராவிட மகாநாட்டின் தலைவராகும்

உயர்திரு. ராவ்பகதூர் ஆர். சீனிவாசன்,

M. L. C; F. M. U., அவர்களுக்கு,

மேற்படி மகாநாட்டின் வரவேற்புக் கழகத்தார் வாசித்தளிக்கப்பெற்ற

வந்தனோபசாரப் பத்திரம்.

தாழ்த்தப்பட்டவர்களுக்காகத் திரம்பட கடனாற்றும் தலைவர் அவர்களே!

[illegible]

[illegible]

தமிழ் முதுமக்களின் தலைவரே!

[illegible]

பெருமை சால் தலைவரே!

[illegible]

பெருமை மிக்கநாயகரே!

[illegible]

இங்ஙனம்,

வரவேற்புக் கழகத்தார்,

வட ஆர்காடு ஜில்லா ஆதிதிராவிடர் 25-வது மகாநாடு,

பள்ளிகொண்டை, 17-5-32.

36

தி இந்து நாளிதழ் குறிப்பு

முன் குறிப்பு - *07.07.1939 சீனிவாசனாரின் 80வது பிறந்தநாள் கொண்டாடப்பட்டது. சென்னை விக்டோரியா நினைவு மண்டபத்தில் நடந்த அந்த நிகழ்விற்கு சுதேசமித்திரன் இதழாசிரியர் திருவிக தலைமை வகித்தார். எம்.சி.ராஜா முன்னிலை வகித்தார். சிறப்பு அழைப்பாளராக அன்றைய சென்னை மாகாணத்தின் பிரதமர் சி.ராஜகோபாலாச்சாரியார் கலந்துக் கொண்டார். முக்கிய பிரமுகர்களான பி.நாராயண கருப், எஸ்.அண்ணாமலையார், நாடாளுமன்ற செயலாளர் பி.எஸ்.மூர்த்தி, அமைச்சர். சி.வாசுதேவ், அப்துல் அக்கீம்கான், எம்.ராமன், பி.எம்.பழநிசாமி பண்டிதர் உள்ளிட்ட பலர் உரையாற்றி சீனிவாசனாருக்கு புகழாரம் சூட்டினார்கள். அந்த கூட்டத்தில்தான் சீனிவாசனாருக்குத் திராவிடமணி என்கிற பட்டம் வழங்கப்பட்டது. அச்செய்தியினை இந்து நாளிதழ் முழுமையாக 08.07.1939 அன்று வெளியிட்டது. அச்செய்தியின் படியும், அதைத்தொடர்ந்து ஒளியச்சும் பதியப்பட்டுள்ளது.*

-சன்னா

⌘

HARIJAN LEADER'S WORK

TRIBUTES TO MR. R. SRINIVASAN

EIGHTIETH BIRTHDAY CELEBRATION

PRIME MINISTER ON TEMPLE-ENTRY

MADRAS, July 8.

Glowing tributes were paid to the [illegible] rendered by Diwan Bahadur [illegible] Srinivasan in the cause of Harijan uplift, at a public meeting held last evening at the Victoria Public Hall to celebrate his 80th birthday. Mr. T. V. Kalyanasundara Mudaliar, Editor, Navasakthi, presided. There was a large gathering including the hon. Mr. C. Rajagopalachariar, Prime Minister of Madras. The proceedings commenced with a prayer.

Rao Bahadur M. C. Rajah, in proposing Mr. Kalyanasundara Mudaliar to the chair, referred to him as an "old-time" Tamilian and as a sincere friend of the Harijans. Mr. Rajah said that it was to him a matter for joy that Diwan Bahadur Srinivasan was born in a village in the district of Chingleput to which he also belonged. It was due largely to the efforts of Diwan Bahadur Srinivasan that the members of the depressed classes to-day occupied places in municipalities and district boards and also held high appointments under Government. Diwan Bahadur Srinivasan's work for the community started so early as 1893 at a time when it was difficult to form anything like an organization for the service of the community.

[illegible] Rajah expressed pleasure at the presence of the hon. Mr. C. Rajagopalachariar [illegible] had known Mr. Rajagopalachariar for the last 25 years and his services for the uplift of Harijans while he was in Salem as Municipal Chairman were well-known. He hoped that the presence of the Prime Minister would bring the members of the community much good.

Diwan Bahadur Srinivasan was then garlanded and messages wishing the function success were read.

The Chairman in his introductory speech referred to the association of his family with the family of Diwan Bahadur Srinivasan for more than a hundred years and said that he considered that to be partly the reason why the organisers chose him to preside at the function. It was in that very Victoria Public Hall, he continued, that in 1895 the members of the depressed classes raised a great agitation and drew the attention of the authorities and of the public to their grievances. Mr. Srinivasan's life fell into clear divisions. First was his early life of school and college when he felt the bitterness of untouchability. The feeling of anxiety which he then had as to whether he could successfully work for the removal of untouchability, he carried with him later in life; but it was largely through his efforts, made in a constitutional manner through his journal Pariah, that some success had been achieved in the direction. The next stage was his devotion to research as to who the Adi-Dravidas were. Mr. Srinivasan firmly held the view that Adi-Dravidas were a separate entity and it was suicidal for them to embrace another religion. Lastly, Mr. Srinivasan had continued to maintain his spirit of independence and worked without seeking publicity or fame. This spirit of service he acquired early in life through association with great personages like Madame Blavatsky.

On behalf of the Adi-Dravida residents of Srinivasapuram and of the Madras Provincial United Ladies' Association, Mr. Srinivasan was again garlanded.

TITLE OF 'DRAVIDAMANI' CONFERRED

Mr. P. Narayana Kurup, Advocate, then moved a resolution "that in consideration of the great services rendered by Diwan Bahadur Srinivasan to his community, which forms a great section of mankind in this Province, in consideration of his great achievements in that behalf, and also in consideration of his personal worth, he be conferred the title 'Dravidamani.'"

Mr. Narayana Kurup said that he had had the opportunity to study the utterances of Diwan Bahadur Srinivasan, both inside the Legislative Council and outside. Mr. Srinivasan had rendered great service to his community.

The resolution was seconded by Mr. S. Annamalaiyar and carried with acclamation.

Mr. B. S. Murthi, Parliamentary Secretary, who next addressed the meeting, said that they were celebrating an achievement in the struggle for the removal of untouchability. In days [illegible] Diwan Bahadur Srinivasan had worked single-handed to serve his community. In a celebration like this Harijans all over India should take part, for anything done to remove untouchability was a contribution to the uplift of the Indian nation. Fortunately the atmosphere was changing. But the Harijans could not always depend on the generosity of others. They should themselves organise and unite, respect their leaders and follow their advice. In this connection he proposed that a committee might go into the question of writing a history of the efforts made by people, Caste-Hindus as well as Harijans, for the removal of untouchability. While the depressed classes had to fight their own kith and kin, the Caste-Hindus, in this matter, they had also to fight against the Imperialist exploiter. To-day the Congress Government were in office, with their revered leader Rajaji as Premier. It was up to Harijan youths to approach him and seek the uplift of the community. To whatever political party they might belong, the Harijans could claim their rights and privileges as citizens and work for the removal of untouchability. That right had been conceded to them by Mahatma Gandhi and by the Congress Party and by their Premier Rajaji. It was up to the Harijans to organise and see that the Congress Government, who were wedded to Harijan uplift and the removal of untouchability, did their utmost in the direction.

"REAL PROBLEM"

Mr. C. Basudev said that Diwan Bahadur Srinivasan was a great leader who had kindled the spark of life among the members of his community at a time when to call oneself an Adi-Dravida was considered a dis[illegible] "temple-entry" and to-day lost all their meaning. They were no longer problems of the community but they continued to be terms by which people might be deluded into supporting this party or that. The real problem was the problem of livelihood, to improve the economic status of the Harijans. If that was done he guaranteed that there would be none to question the temple-entry of Harijans and none to call them untouchables. To-day political parties were vying with one another to court the support of the depressed classes. He asked the members of the community not to forget their important position. If they followed aright the advice of their leaders, he was sure that they, who were once the original masters of this land and had a great past, would have a yet greater future. By paying a tribute to the services of Mr. Srinivasan, Mr. Murthi had paid a compliment to the work of communal parties. The communalism of Mr. Srinivasan or of the party to which he (the speaker) belonged had never at any time detracted from the great work which every Indian ought to do for the progress of the country, though their political opponents called them reactionaries and unpatriotic men. Mr. Srinivasan, in seeking the welfare of his community had striven to solve the greatest problem of the country, namely, untouchability.

Mr. Basudev said that he felt confident that the compliment paid by Mr. Murthi as a member of the Congress Party would also be paid by the Congress to the Justice Party, which had been trying to elevate the various communities. "We are", he continued, "prepared to fight shoulder to shoulder with our revered Rajagopalachariar in any fight for the advancement of the country." To-day, he said, secluded nationalism was not a thing to be desired. They wanted more and more the collective security of a Commonwealth and in spite of themselves, the Congress was wooing the Empire. The greatest friend of the British Empire to-day was Mahatmaji and he was sure that Mahatmaji's sentiments were shared in the fullest measure by Mr. Rajagopalachariar.

HELP FOR HARIJAN EDUCATION

Continuing, Mr. Basudev said that young men of the depressed classes were anxious to receive the utmost possible education up to the high school career. He understood that by a Government order, a student who failed one year, lost his half-fee concession which he was having till recently. He hoped that the Government would consider this and revise the order, so as to render some help to the depressed classes. Another matter was the improvement of slums in which the depressed classes lived. Slum improvement was a term which the Corporators of Madras had been using off and on but nothing had been done. He begged of the authorities to see that the Corporation did its duty in the matter.

Mr. Abdul Hameed Khan said that he had known Diwan Bahadur Srinivasan in the Legislative Council. Unlike many others Mr. Srinivasan's work was most unostentatious. He had done a great deal for the good of the country. By serving his community, he had served his Motherland, for it was impossible for this country with numerous communities to advance towards its goal of freedom without all the communities marching side by side in the same advanced stage. If there was one community, at any rate in South India, which needed uplift, economically and socially, it was the depressed classes. Many had followed Mr. Srinivasan. Now, on account of the fact that they were marching towards democratic institutions and had enfranchised a large number of people, including the depressed classes, the latter had reached a position to demand their rights which could no longer be resisted. No political party in the coun-

the fact that they were marching towards democratic institutions and had enfranchised a large number of people, including the depressed classes, the latter had reached a position to demand their rights which could no longer be resisted. No political party in the coun-

try could do without the support of a very large community such as the depressed classes. He would tell the depressed classes, however, that there was nothing like self-reliance. Unless they felt they were strong and occupied the same position, socially, economically and politically, as other communities, they would have no future.

Rao Bahadur M. Raman said that the Adi-Dravidas of Malabar gratefully remembered the services rendered to them by Mr. Srinivasan.

Pandit P. M. Palaniswami said that Mr. Srinivasan richly deserved the title "Dravidamani" which had been conferred on him at the meeting. He hoped that the Government would shower on him greater honours and fulfil his desire to start a Harijan colony named after King George.

PRIME MINISTER'S TRIBUTE

The hon. Mr. C. Rajagopalachariar, who was then requested to speak, said that he took it that his very presence at the meeting had evoked a number of speeches from several party members. He had at first thought of simply sending a message and be content with it. But he felt again that he must attend the meeting to do honour to his friend Mr. Srinivasan. It was a matter for joy to him that members of all parties were present at the meeting to pay tributes to the services of Mr. Srinivasan.

To-day, Mr. Rajagopalachariar continued, it was given to very few persons to reach the 80th year, particularly those engaged in social service. Mr. Hameed Khan had told them in feeling terms how service done to a community was, really speaking, service done to all communities in the land. Mr. Srinivasan had worked for his community which had been kept at a low level. It was sinful for people to keep others among them in a low place [illegible]

the relief went no[illegible] to the entire body [illegible] to any suffering [illegible]

Mr. Basudev [illegible] Minister) had re[illegible] and had stat[illegible] worry about [illegible] what was ne[illegible] That was on[illegible] hoped that [illegible] belong to that [illegible] Mr. Srinivasa[illegible] ples as the pr[illegible] classes. The [illegible] ples, accordin[illegible] matter. He b[illegible] feeling of Mr[illegible] only then tha[illegible] who sought te[illegible] jans could sub[illegible] ples was an a[illegible] country and w[illegible] of the people. I[illegible] they prized an[illegible] as such. It wa[illegible] to ignore the ide[illegible] who were intere[illegible] temple-entry [illegible] compensate [illegible] Mr. Srinivasan h[illegible] them all to discu[illegible]

MR. R. SRINIVASAN

entry with a view to realising their ideal as early as possible. But none should indulge in violence in trying to secure the object.

In conclusion, Mr. Rajagopalachariar said that the title "Dravidamani" conferred on Mr. Srinivasan was a fitting tribute to his services.

By way of explanation, Mr. Basudev said that he was behind none in his devotion to God but what he wanted to impress on the minds of Harijans was that their economic uplift was relatively more important.

MR. SRINIVASAN'S REPLY

Diwan Bahadur R. Srinivasan then made a brief reply, thanking the organisers for the honour done to him. It gave him courage and enthusiasm, he said, to work for them. The progress achieved by the community in the social and political sphere within the last 60 years, he said, was remarkable and even surprising, seeing how backward they were before that period. It was all due to their patience and forbearance. The members of the depressed classes did not want to antagonise any section of the people. Their agitation to secure equal rights and privileges had all along been on constitutional lines. He believed that the emancipation of Harijans lay in their taking more and more to trade and commerce in the future. They should not also give up their devotion to God and attachment to temples, which constituted a noble heritage. The British Government had been helpful to the community in the past. Now the Congress was in office. It was up to the members of the community to watch the work of the Congress Government and to wait to offer any criticism, which should in any case be only constructive. He thanked the Prime Minister for his interest in the welfare of the community.

The Chairman, in winding up the proceedings, said that the co-operation of Caste-Hindus was necessary for the removal of untouchability. The interest of the country should not be sacrificed at the altar of any political party. The salvation of the people lay in their economic uplift.

The meeting terminated with a vote of thanks to the Chairman and the speakers.

HARIJAN LEADER'S WORK
Tribute to Mr. R. Srinivasan

Eightieth Birthday Celebration

Prime Minister on Temple-entry
Madras, July 8, 1939

Glowing tributes were paid to the rendered by Diwan Bahadur Rettamalai Srinivasan in the cause of Harijan uplift public meeting held last evening at the Victoria public hall to celebrate his 80th birthday. Mudaliar, Editor, Navasakthi presided, there was a large gathering including the Hon ble Mr. C. Rajagopalachariar, prime minister of Madras. The proceedings commenced with a prayer.

Rao bahadur M.C. Rajah, in proposing Mr. Kalyanasundara Mudaliyar to the chair, referred to him as an "old Time" Tamilian and as a sincere fiend to the Harijans. Mr. Rajah said that Diwan Bahadur Srinivasan was born in a village in the district of Chengalput to which he also belonged. It was due largely to the efforts of Diwan Bahadur Srinivasan that the members of the depressed classes to-day occupied places in municipalities and district boards and also held high appointments under Government. Diwan Bahadur Srinivasan s work for the community started so early as the community started so early as 1890 at a time when it was difficult to form anything like an organization for the service of the community.

Rajah expressed pleasure at the presence of the hon Mr. C. Rajagopalachariar at the meeting. He had Known Mr. Rajagopalachariar for the last 25 years and his services for the uplift of Harijans while he was in Salem as Municipal

Chairman were well-Known. He hoped that the presence of the Prime Minister would bring the members of the community much good.

Diwan Bahadur Srinivasan was then garlanded and messages wishing the function success were read.

The Chairman in his introductory speech referred to the association of his family of Diwan Bahadur Srinivasan for more than a hundred years and said that he considers that to be partly the reason why the organizers chose him to preside at the function. It was in that very Victoria Public Hall, he continued, that in 1895 *the members of the depressed classes raised a great agitation and drew the attention of the authorities and of the public to their grievances. Mr. Srinivas s life fell into the clear divisions. First was his early life at School and College when he felt the bitterness of untouchability. The feeling of anxiety which he then had as to whether he could successfully work for the removal of untouchability, he carried with him later in life; but it was largely through his efforts, made in a constitutional manner through his journal Parian, that some success had been achieved in the direction. The next stage was his devotion to research as to who the Adi-Dravidas were Mr. Srinivasan firmly held the view that Adi Dravidas were a separate entity and it was suicidal for them to embrace another religion. Lastly Mr. Srinivasan had continued to maintain his spirit of independence and worked without seeking publicity or frame. This Spirit of Service he acquired early in life through association with great personages like madam Blavastsky.*

On behalf of the Adi Dravida residents of Srinivasapuram and of the Madras Provincial United Ladies Association. Mr. Srinivasan was again garlanded.

TITLE OF DRAVIDAMANI CONFERRED

Mr. P. Narayana Kurp, Advocate, then moved a resolution "that in consideration of the great services rendered by Diwan Bahadur Srinivasan to his community, which forms a great section of mankind in this province, in consideration of his great achievements in that a behalf and also in consideration of his personal worth he be conferred the tittle "Dravidamani."

Mr. Narayana Kurup said that he had the opportunity to study the utterances of Diwan Bahadur Srinivasan both inside the Legislative Council and outside. Mr. Srinivassan had rendered great services to his community.

The resolution was seconded by Mr. S. Annamalayar and carried with acclamation.

Mr. B. S. Murthi, Parliamentary Secretary, who next addressed the meeting, said that they were celebrating an achievement in the struggle for the removal of untouchability. In days when paste (. . .)[1] Knew no bounds. Diwan Bahadur Srinivasan had worked single handed to serve his community. In a celebration like this Harijans all over India should take part for anything done to remove untouchability was a contribution to the uplift of the Indian nation. Fortunately the atmosphere was changing. But the Harijans could not always depend on the generosity of others. They should themselves organize and unite respect their leaders and follow their advice. In this connection he proposed that a committee might go into the question of writing a history of the efforts made by people. Caste-Hindus as well as Harijans, for removal of untouchability. While the depressed classes had to fight their own kith and kin, the Caste-Hindus, in this matter, they had also to fight against the imperialist exploiter. To-day

---

1. *some words are dameged in the available paper/*

the Congress Government were in office, with their revered leader Rajaji as Premier. It was up to Harijan Youths to approach him and seek the uplift of the community. To whatever political party they might belong, the Harijans could claim their rights and privileges as citizens and work for the removal of untouchability. That right had been conceded to them by Mahatma Gandhi and by the Congress Party and by the Harijans to organise and see that the congress Government, who were wedded to harijan uplift and the removal of untouchability did their utmost in the direction.

"REAL PROBLEM"

Mr. C. Basudev said that Diwan Bahadur Srinivasan was a great leader what had kindled the spark of life among the members of his community at a time when to call on self an Adi Dravida was considered a disgrace. The terms "Untouchability" and "Temple Entry" had to-day lost all their meaning. They were no longer problems of the community but they continued to be terms by which people might be deluded into supporting this party or that. The real problem was the problem of live hood, to improve the economic status of the Harijans and none to call them untouchables. To-day political parties were vying with one another to court the support of the depressed classes. He asked the members of the community not to forget their important position. If they followed a right the advice of their leaders, he was sure that who were once the original masters of this land and had a greater future. By paying a tribute to the services of Mr. Srinivasan. Mr. Murthy had paid a compliment to the work of communal parties. The communalism of Mr. Srinivasan or of the party to which every Indian ought to do for the progress of the country through their political opponents called them reactionaries and unpatriotic men Mr.srinivasn, in seeking the welfare of his community had striven to solve the greatest problem of the country, namely, untouchability.

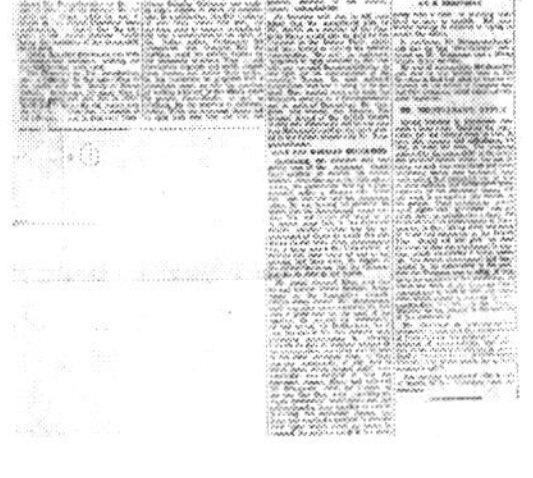

Mr. Basudev said that he felt confident that the compliment paid by M. Murthi as a member of the Congress to the Justice Party which had been trying to elevate the various communities. "We are", he continued prepared to fight shoulder to shoulder with our revered Rajagopalachariar in any fight for the advancement of the country. To-day he said secluded nationalism was not a thing to be desired. They wanted more and more the collective security of a common wealth and in spite of themselves the Congress was wooing the Empire. The greatest friend of the British Empire today was Mahatmaji s and he was sure that mahatmaji s sentiments were shared in the fullest measure by Mr. Rajagopalachariar.

HELP FOR HARIJAN EDUCATION

Continuing Mr. Basudev said that young men of the depressed classes were anxious to receive the utmost possible education up to the high school career. He understood that by a Government order a student who failed one year lost his half fee concession which he was having till recently. He hoped that the Government would consider this and revise the order so as to render some help to depressed classes. Another matter was the improvement of slums in which the depressed classes lived. Slum improvement was a term which the Corporation of Madras had been done. He begged of the authorities to see that the corporation did its duty in the matter.

Mr. Abdul Hammed Khan said that he had known Diwan Bahadur Srinivasan in the Legislative Council. Unlike many others Mr. Srinivasan s work was most unostentatious. He had done a great deal for the good of the country. By serving his community he had served his Motherland, for it was impossible for this country with numerous communi-

ties to advance towards its goal of freedom without all the communities marching side by side in the same advanced stage, If there was one community, at any rate in South India, which needed uplift, economically and socially it was the depressed classes. Many had followed Mr. Srinivasan. Now, on account of the fact that they were marching towards democratic institutions and had enfranchised a large number of people including the depressed classes the latter had reaches a position to demand their rights which could no longer be resisted. No political party in the council the fact that they were marching towards democratic institutions and had enfranchised a large number of people, including the depressed classes, the latter had reached a position to demand their rights which could no longer be resisted. No political party in the country could do without the support of a very large community such as the depressed classes. He would tell the depressed classes, however, that there was nothing like self-reliance. Unless they felt they were strong and occupied the same position, socially, economically and politically, as other communities, they would have no future.

Rao Bahadur M.Raman said that the Adi Dravidas of Malabar gratefully remembered the services rendered to them by Mr. Srinivsan.

Pandit P.M. Palaniswami said that Mr. Srinivasan richly deserved the title "Dravidasmani" which had been conferred on him at the meeting. He hoped that the Government would shower on him greater honours and fulfil his desire to start a Harijan colony named after King George.

PRIME MINISTER'S TRIBUTE

The hon. Mr. C. Rajagopalachariar, who was then requested to speak said that he took it that his very presence at the meeting had evoked a number of speeches from several party members. He had at first thought of simply sending a message and be content with it. But he felt again that he must attend the meeting to do honour to his friend Mr. Srinivasan. It was a matter for joy to him that members of all parties were present at the services of Mr. Srinivasan.

Today Mr. rajagopalachariar continued, it was given to very few persons to reach the 80th year, particularly those engaged in social service Mr. Hammed Khan had told them in feeling terms how service done to a community was really speaking service done to all communities in the land. Mr.Srinivasan had worked for his community which had been kept at a low level. It was sinful for people to keep others among them in a low place. when a wound in the body was healed . . . .[2]

Entry with a view to realizing their ideal as early as possible. But none should indulge in violence in trying to secure the object.

In conclusion Mr. Rajagopalachariar said that the title "Drivadamani" conferred on Mr. Srinivasan was a fitting tribute to his services.

By way of explanation, Mr. Basudev said that he was behind none in his devotion to Good but what he wanted to impress on the minds of Harijans was that their economic uplift was relatively more important.

MR. SRINIVASAN'S REPLY

Diwan Bhadur R. Srinivasan then made a brief reply, thanking the organizers for the honour done to him. It gave

---

1. some lines are dameged in the available paper.

him courage and enthusiasm, he said to work for them. The progress achieved by the community in the social and political sphere within the last 50years, he said, was remarkable and even surprising, seeing how backward they were before that period. It was all due to their patience and forbearance. The members of the depressed classes did not want to antagonize any section of the people. Their antagonize to secure equal rights and privileges had all along been on constitutional lines. He believed that the emancipation of Harijans lay in their taking more and more to trade and commerce in the future. They should not also given up their devotion to god and attachment to temples, which constituted a noble heritage. The British Government had been helpful to the community to watch the work of the Congress Government and to wait to offer any criticism, which should in any case be only constructive. He thanked the Prime Minister for his interest in the welfare of the community.

The chairman in winding up the proceedings, said that the co-operation of Caste-Hindus was necessary for the removal of untouchability. The interest of the country should not be sacrificed at the altar of any political party. The salvation of the people lay in their economic uplift.

The meeting terminated with a vote of thanks to the chairman and the speakers.

⌘ ⌘ ⌘

37

85வது பிறந்தநாள் கொண்டாட்டம்

முன் குறிப்பு - *07.07.1944 அன்று சீனிவாசனாரின் 85வது பிறந்தநாள் கொண்டாடப்பட்டது. சென்னை பெரியமேடு, நேவல் மருத்துமனை சாலையில் உள்ள மாநகராட்சி பள்ளி வளாகத்தில் நிகழ்ச்சி நடைபெற்றது. இந்நிகழ்ச்சிக்கு ஓய்வு பெற்ற நீதிபதி திவான் பகதூர் பாஷ்யம் அய்யங்கார் தலைமை வகித்தார்.*

இந்நிகழ்வில் பல பெருமக்கள் கலந்துக் கொள்வார்கள் என அறிவிக்கப்பட்டது. வயது முதிர்ந்த நிலையிலும் தனது சமூகப் பணியிலிருந்து பின்வாங்கமல் பணியாற்றிய ரெட்டமலையாருக்கு பல கோயில்களில் சிறப்பு வழிபாடுகள் நடைபெற்றதாகத் தெரிகிறது. அதை பின்வரும் ஆவணம் விளக்குகிறது.

இங்கே வெளியிடப்படும் ஆவணம் சீனிவாசனாரது 85வது பிறந்தநாள் கொண்டாட்டத்திற்கு வெளியிடப்பட்ட அழைப்பிதழ் மற்றும் துண்டறிக்கை. அக்காலத்தில் அனைத்து சமூக மக்களின் மற்றும் தலைவர்களின் நன்மதிப்பைப் பெற்ற பெருந்தலைவராக விளங்கினார் என்பதை இத்துண்டறிக்கை விளக்குகிறது. மட்டுமின்றி அக்காலத்தில் அவருடன் பணியாற்றிய பகுதிசார் தலைவர்களின் பெயர்களையும் இதன் மூலம் அறிய முடிகிறது

- சன்னா

⌘

திவான் பகதூர்

திராவிடமணி ரெட்டமலை ஸ்ரீனிவாசன், எம். எல். சி.,—எப். எம். யூ.

அவர்களது

85—வது பிறந்தநாள் கொண்டாட்டம்.

பேரன்புடையீர்!

நாளிது 1944ஹு ஜுலைமீ 7உ வெள்ளிக்கிழமை மாலை 6-மணிக்கு, சென்னை பெரியமெட்டு, நேவல் ஆஸ்பிடல் ரோட், கார்பொரேஷன் ஸ்கூலில் ஆதி திராவி மக்கள் உயர உழைத்தவரும், 50 வருட காலமாக அல்லும் பகலும் தன்னலங்கருதா திவான் பகதூர் திராவிடமணி ரெட்டமலை ஸ்ரீனிவாசன் அவர்களது 85-வது பிறந் நாளைக் கொண்டாட கீழ்கண்ட கமிட்டியார் நிச்சயித்தவண்ணம் விழா நடைபெறு அவ்வமயம் திவான் பகதூர் V. பாஷ்யம் ஐயங்கார், ரிடையர்ட் ஜட்ஜ் அவர்கள் தலைமை வகிப்பார். நிகழ்ச்சி நிரலின்படி அன்பர்களும், அறிஞர்களும் பேசுவார்கள். அன்ப கள் அனைவரும் வருக!

வெளியூர்களிலுள்ள சமூகத்தார் யாவரும் ஒன்றுகூடி பிறந்தநாளை கொண் டாடுவதன்றி திருக்கோயில்களில் ஸ்ரீனிவாசன் அவர்களது ஆயுள் நீண்ட காலம் வள அர்ச்சனை புரியவும் வேண்டுகிறோம்.

இங்ஙனம்:

S. அண்ணாமலையார்,
தேனாம்பேட்டை.

K. C. கங்காதர தேசிகர்,
ஆயிரம் விளக்கு.

A. கனகராஜா,
பெரியமெட்டு.

M. இராமலிங்கம்,
எழும்பூர்.

A. குப்புசாமி பண்டிதர்,
மயிலை.

பாலூர்—K. முருகன்,
சூளை.

J. துரைக்கண்ணு,
ஜார்ஜ்டவுன்.

C. சாமிநாதம்,
புரசைவாக்கம்.

A. நடனசபை உபாத்தியாயர்,
கொண்டிதோப்பு.

P. முனிசாமி உபாத்தியாயர்,
புலியூர், கோடம்பாக்கம்.

Read & Co., Printers, Triplicane, Madras.

பகுதி 12

வாழ்க்கைக் குறிப்புகள்
நினைவுப் பதிவுகள்

⌘

முன் குறிப்பு - இந்த இயலில் தொடர்ந்து வரும் மூன்று கட்டுரைகள் அறிஞர் அன்பு.பொன்னோவியம் அவர்கள் எழுதியவை. தமிழ்ச் சமூகம் இன்று தெரிந்துக் கொள்ளும் தமிழக தலித் வரலாற்றின் பெரும்பாலான வகைமானங்களுக்கு அடித்தளமிட்டவர் மறைந்த அன்பு.பொன்னோவியம் அவர்கள்தான். சிறந்த ஆய்வாளர். "*AMBEDKARITE* மற்றும் அறவுரை" இதழ்களைத் தொடர்ந்து நடத்தி வந்தார். தனி நபராக பெரும் ஆவணங்களைத் திரட்டி வைத்திருந்தார். பண்டிதர் அயோத்திதாசர், ரெட்டமலை சீனிவாசனார், எம்.சி.ராஜா, எல். சி.குருசாமி உள்ளிட்ட அனைத்து தலைவர்களின் வரலாற்றுக் குறிப்பையும் இவரே எழுதினார். அவைதான் இன்றைய ஆய்வாளர்களுக்கு அடிப்படையாக விளங்குகிறது. அந்த அடிப்படையில் சீனிவாசனார் பற்றி அவர் எழுதியக் கட்டுரைகள் அடிப்படை தரவுகளாக இங்கே இணைக்கப்படுகின்றன. மட்டுமின்றி சீனிவாசனாரை நேரில் சந்தித்தவர் என்கிற வகையில் அவர் பெரும் சாட்சியாக இருந்தார். அவரின் வரலாற்றுக் குறிப்புகளை இங்கே காணலாம்.

-சன்னா

⌘

38

பழங்குடி பண்பாட்டுத் தலைவர்

இரட்டைமலை சீனிவாசனார்

1860 - 1945

அன்பு பொன்னோவியம்

ஒளிவு மறவின்றி உண்மையையே பேசி நல்வினையாற்றுதலையே கொள்கையாகக் கொண்டவர் இறந்தும் வாழ்வார்கள். அப்பெருமைக்கு பழங்குடி மக்களின் முதுபெரும் சமுதாயத் தலைவர் இரட்டைமலை சீனிவாசனார் உரியவராவார். இவர் திரு. இரட்டைமலை என்பாருக்குத் தவப்புதல்வனாக 1860-ல் செங்கற்பட்டில் பிறந்தார். சாதிக் கொடுமைகள் கொட்ட, சாஸ்திர சம்பிரதாயம் விரட்ட பல இன்னல்களை ஏற்று கல்லூரிப் படிப்பை அரைகுறையாக முடித்தார்.

சமுதாயப் பணி: இவர் நீலகிரியில் வணிகத்துறை கணக்காயராக பணியாற்றினார். சென்னையில் குடியேறியபின் 1882லிருந்து 1885 வரை பல அரசாங்க குறிப்பேடுகளையும், வரலாற்று நூல்களையும், கல்வெட்டுகளையும் ஆராய்ந்தார். தென்னிந்தியா முழுவதும் சுற்றுப்பயணம் செய்து மக்களின் அன்றாட வாழ்க்கை நிலைமைகளை நேரில் கண்டறிந்தார். 1884-ல் தியோசாபிகல் சொசைட்டியின் ஆண்டுவிழாவில் கலந்துகொண்டு எதிர்காலத்தில் துவங்க இருக்கும் இயக்கம் பழங்குடி மக்களுக்குப் பயன்படாது என்று உணர்ந்து அப்பேரவையிலிருந்து விலகினார். பழங்குடி மக்கள் வாழும் பகுதிகள் தோறும் சென்று கல்வி கற்பதன் அவசியத்தையும் சுகாதாரத்துடன் இருத்தல், சுத்தமான ஆடைகளை அணிதல், ஒழுங்காகப் பேசுதல் போன்றவைகளைக் கடைபிடித்து ஒழுக வேண்டுமென்று மக்களை வற்புறுத்தினார். 1891-ல் ஆதிதிராவிட மகாஜன சபையில் திறம்பட பணியாற்றினார். 1892-ல் பத்திரிகை ஒன்றைத் தொடங்கி மக்கள் விழிப்படையும் வகையில் பல அரிய கருத்துக்களை வெளியிட்டார்.

அரசியல் பணி: 1893-ல் ராயப்பேட்டை வெஸ்லி பள்ளியில் பழங்குடி மக்களின் மாநாட்டைக் கூட்டினார். இது இந்தியாவிலேயே கூட்டப்பட்ட முதல் மாநாடாகும். 1900 வரை எண்ணற்ற மாநாடுகளைக் கூட்டி மக்கள் நலனடையவும் பாதுகாப்பு பெறவும் ஆங்கில அரசிடம் ஓயாமல் போராடினார். பிறகு இங்கிலாந்து செல்ல புறப்பட்டு இடையில் தென்னாப்பிரிக்கா சென்று அரசாங்கப் பணியை மேற்கொண்டார். அங்குப் பழங்குடி மக்களின் நலனில் அக்கறை கொண்டிருந்தார். அங்கிருந்தவாறே இந்திய மக்களின் நல்வாழ்வில் சிரத்தை கொண்டார். 1921-ல் மீண்டும் இந்தியாவிற்கு வந்து சமுதாயப் பணியில் தீவிரமாக ஈடுபட்டார். 1922-ல் சென்னை சட்டசபைக்குத் தெரிந்தெடுக்கப்பட்டார். 1925-ல் தீண்டாமை ஒழிய பல திட்டங்களைத் தந்தார்.

1930-ல் லண்டன் வட்டமேஜை மாநாட்டில் இந்திய பழங்குடி மக்களின் சார்பில் கலந்துகொண்டார். அதனால் கிடைத்த தனி பிரதிநிதித்துவத்தையொட்டி எழுந்த பிரச்சனையில் 1932-ல் பூனா ஒப்பந்தத்தின்போது பொறுப்பேற்று அண்ணல் அம்பேத்காருடன் இணைந்து பணியாற்றினார். இவர் தொடர்ந்து சென்னை சட்டமன்ற உறுப்பினராக தொண்டாற்றினார்.

பதவி, புகழ் ஆகியவைகளை விரும்பாமல் தன் வாழ்நாளெல்லாம் பழங்குடி மக்களுக்காக உழைத்த அப்பெருந்தகை 1945-ல் இயற்கையெய்தினார்.

திராவிடமணி யென்கிற பட்டத்தை ஸ்தாபிதம் செய்து சூட்டியவர் S.அண்ணாமலையாரவர்கள். மாபெரும் கூட்டம் நடைபெற்றது.

⌘ ⌘ ⌘

39

இரட்டைமலை சீனிவாசனார்

அன்பு பொன்னோவியம்

குடி பெருமைக்கு உரிய கடமையைச் செய்வதற்கு சோர்வடையமாட்டேன் என்று ஒருவன் முயலும் பெருமையைப் போன்ற மேம்பாடானது பேறொன்றும் இல்லை. என்பது வள்ளுவர் வாக்கு. அந்த கடமைகளைப் பழங்குடி மக்களின் மறைந்துபோன வரலாற்றின் அடிச்சுவடுகளில் காணலாம். அன்றைய பழங்குடி மக்கள் அதற்காகக் கண்ணீரையும், செந்நீரையும் சிந்தியுள்ளார்கள். அந்த வரலாறு இருண்ட காலத்தில் மறைந்திருப்பினும் அதன் வழிவந்த மக்களில் சிலர் அக்கடமையினை எதிர்கால சந்ததிகளுக்கு எடுத்துக்காட்டத் தவறிவிடவில்லை.

நாட்டுக்கும், மக்களுக்கும் இக்கட்டான நேரங்களில் நேரிய மறையில் வாழ, வளர வைக்கும் முறையினை எடுத்துக்கூறி காக்கும் கடமை வீரரே பெரியார் ஆவார் என்று அறிஞர்கள் கூறுவர். மாபெரும் பழங்குடி சமுதாயத்தின் இடற்பாட்டினை தக்க நேரத்தில் சுட்டிக்காட்டி நல்வழியை அமைத்துத் தந்த பெரும் வாய்ப்பினை பதினெட்டாம் நூற்றாண்டில் ஒரு பழங்குடி மகனுக்குக் கிடைத்தது.

அந்த கடமை வீரர், காலமறிந்து பணிசெய்த தொண்டர், சமுதாய முன்னோடி, அரசியல் வழிகாட்டி ரெட்டைமலை என்ற விவசாயிக்கு செங்கற்பட்டு மாவட்ட குக்கிராமம்[1] ஒன்றில்

1.இங்கு குறிப்பிடப்படும் அக்குக்கிராமம் கோழியாளம் கிராமம் ஆகும். அங்கு ரெட்டமலை சீனிவாசன் அவர்களுக்கு விடுதலைச் சிறுத்தைகள் கட்சியின் ஒருங்கிணைப்பில் நினைவுச் சின்னம் அமைக்கப்பட்டுள்ளது. அந்த நினைவுச் சின்ன அடிக்கல் நாட்டு விழாவில் அன்பு.பொன்னோவியம் அவர்களும் கலந்துகொண்டார். **- சன்னா**

7.7.1860-இல் பிறந்தார். அவர் சீனிவாசன் என்ற பெயரோடு அன்றைய பழங்குடி மக்கள் பட்ட இன்னல்களையெல்லாம் ஏற்று வளர்ந்தார். தீண்டாமை என்ற தொழுநோயின் குரங்கு பிடியிலே சிக்கிக்கொண்டிருந்த சீனிவாசன் குடும்பம் வீணர்களின் இடையிலே வாழ விரும்பாது தஞ்சையை நோக்கிச் சென்றது. அங்கும் அவர் பார்க்கக் கூடாதவராக, பழகக் கூடாதவராக, தீண்டக் கூடாதவராக வளர்ந்தார்.

சாதி கொடுமைகள் ஓட ஓட விரட்டிய காலத்தில் பிறந்து விட்ட சீனிவாசனார், அந்த வெற்றிக்கு பலியாகாமலிருக்க எப்படியெல்லாமோ இருக்க நேரிட்டது. அக்காலத்தில் பழங்குடி மக்கள் திண்ணைப் பள்ளியில் படிப்பதே ஒரு சாதனையாகும். அத்தகைய நிலையில் உயர்நிலை பள்ளி செல்லுவதென்பது மகத்தான சாதனையாகும். உயர்நிலைப் பள்ளியின் ஒதுக்கப் பட்ட இடத்தில் அமர்ந்து ஆசிரியர் விரும்பினால் மட்டுமே கற்றுத் தரும் பாடங்களை படித்து தேர்வுற்று கல்லூரிக்கு செல்லுவது என்றால் அதைவிட மிகப்பெரிய வெற்றி நிச்சயமாக வேறு எதுவுமில்லை.

சீனிவாசனார் சாதியின் கொடுமையிலிருந்து வினாடிக்கு வினாடி தப்பிக் கொண்டே இருந்தார் என்றால் மிகையாகாது. தொட்டால் தீட்டு என்ற உளுத்துப்போன கொள்கை, பலமாகச் செயல்படுத்திய இந்த திருநாட்டில் பிற மாணவர்களுடன் சமமாக அமர்ந்து படிக்க பழங்குடி மகனுக்கு தகுதி வேண்டாமா? அந்த தகுதியை சீனிவாசனார் மறைமுகமாகப் பெற்றிருந்தார் போலும்! ஏனெனில் தீண்டாதவராகிய அவர் மற்றவர்களுடன் சமமாக அமரும்போது அவர்கள் அவரை எந்தவிதத்திலும் தெரிந்து கொள்ள முடியவில்லை. எந்த அறிவும், சக்தியும் கூட அவர் களுக்கு உணர்த்தவில்லை. ஆனாலும் சீனிவாசனார் பயத்துடனே ஒவ்வொரு வினாடியும் கழித்துக்கொண்டிருந்தார்.

> கோயம்புத்தூர் கலா சாலையில் நான் வாசித்த சுமார் 400 பிள்ளைகளில் 10 பேர்கள் தவிர மற்றவர்கள் பிராமணர். ஜாதி கோட்பாடுகள் மிக கடினமாக கவனிக்கப்பட்டன. பிள்ளைகளிடம் சிநேகத்தால் ஜாதி, குடும்பம், இருப்பிடம் முதலானவைகளை தெரிந்து கொண்டால் அவர்கள்

தாழ்வாக என்னை நடத்துவார்கள் என்று பயந்து பள்ளிக்கு வெளியே எங்கேனும் வாசித்துக் கொண்டு, பள்ளி ஆரம்ப மணி அடித்தப் பிறகு வகுப்புக்குள் போவேன். வகுப்பு கலையும்போது என்னை மாணாக் கர்கள் எட்டாதபடி கடுகென நடந்து சேருவேன். பிள்ளை களோடு கூடி விளையாடக் கூடாமையான கொடுமையை நினைத்து மனங்கலங்கி எண்ணி எண்ணி இந்த இடுக் கத்தை எப்படி மேற்கொள்வதென்று யோசிப்பேன்..

என்று தன் அன்றைய நிலையை தமது ஜீவிய சரித்திரத்திம் நூலில் கூறுகிறார். இளமையிலேயே தோன்றிவிட்ட முன்னேற்ற எண்ணம், வளர்ந்ததின் பயனால் அவரை தொண்டராகவும், தலைவராகவும், வழிகாட்டியாகவும் ஆக்கிற்று - கல்லூரி படிப்பை இடையிலே விட்டு விட்டு ஊதியத்திற்காக நீலகிரியில் ஆங்கிலேய வணிகப்பணிமனையில் கணக்காயராகச் சேர்ந்தர்.

1882-இல் அவருடைய தொண்டுள்ளம் கிளர்ந்தெழுந்தது. நல்லெண்ணம் கொண்டு நடுநிலைமையாளரைக் கலந்து கொண்டு பழங்குடி மக்களின் வாழ்வை செப்பனிட எண்ணி பிளாவட்ஸ்கி அம்மையார் அவர்களையும் (தியோசாபிகல் சொசைட்டிசை தோற்றுவித்தவர்), கர்னல் ஆல்காட் அவர்க ளையும் நீலகிரியில் சந்தித்து கொள்கைகளை பரிமாறிக் கொண்டனர். அவர்கள் கூறிய மத மாற்றம் கொள்கையை ஏற்றுக் கொள்ள சீனிவாசனாரால் முடியவில்லை. எனவே, அத் தொடர்பையும் கொள்கையையும் கைவிட்டார்.

1884-இல் சென்னை அடையாறு தியாசாபிகல் சொசைட்டி யின் ஆண்டு விழாவிற்கு அச்சங்கத்தின் உறுப்பினர் என்ற முறையில் சீனிவாசனார் கலந்துகொண்டார். அதற்கு பல்வேறு மாகாண பிரதிநிதிகள் வந்தனர். அவ்விழாவின் இறுதியில் அரசியல் இயக்கம் ஒன்றை தோற்றுவிக்க எண்ணினார். கர்னல் ஆல்காட் அவர்கள் சீனிவாசனாரையும் அதுபற்றி எண்ணத் தைக் கேட்டார். எதிர்ப்பாராத விதமாக சீனிவாசனாரின் எண்ணம் வேறாக இருந்தது. அதற்கான காரணத்தையும் அறிக்கையில் கூறினார்.

1858-ஆம் ஆண்டின் விக்டோரியா மகாராணியின் 'பிரகடனம்' இந்தியர்களை வெகுவாக 'பதவி' ஆசைக்கு

தள்ளியிருக்கிறது. இன்று காங்கிரஸ் என்ற பெயரால் கூட்டப் போகும் வெறும் அந்தஸ்தை அடைவதற்கும், உத்தியோகங் களை கைப்பற்றவும் கொஞ்ச சொஞ்சமாக தேசத்தை ஆளமுடி யுமா என்பதற்காகவும் தான் கூட இருக்கிறது. மற்றபடி ஜன சமுதாயத்தில் இருக்கும் ஏற்றத் தாழ்வுகளைப் பற்றி யாதொரு செயலிலும் அவர்களால் ஈடுபட முடியாது. முக்கியமாக பஞ்சமர் போன்ற இதர மக்களுக்காக அவர்கள் ஏதும் திட்டம் வைத்திருப்பதாகத் தெரியவில்லை. ஆனதால் தான் நான் அவர்களிடம் ஒன்றியிருக்க முடியாமற் போய்விட்டது.

இக்கருத்தை 1886-இல் காங்கிரசின் இரண்டாவது மாநாட்டில் தாதாபாய் நௌரோஜி தமது உரையில் உறுதிபடுத்தினார். *We are together as a political body to represent to our rulers our political aspirations, not to discus social reforms* சீனிவாசனாரின் எண்ணமும், கொள்கையும் தவறில்லை என்பதற்கு இது நல்லதொரு சான்றாகும். எனவே 1885-இல் நிறுவப்பட்ட காங்கிரஸ் மகா சபையில் சீனிவாசனார் இடம்பெற முடியவில்லை.

தாத்தா சீனிவாசனார் அவர்கள் ஐந்தாறு ஆண்டுகள் மக்களின் நன்மைகளுக்காக செய்யவேண்டிய முறைகளைப் பற்றி ஆராய்ந்தார். மதப்பித்தும், தாழ்வு மனப்பான்மையும் ஒழித்தால் மட்டுமே பழங்குடி மக்கள் முன்னேற முடியும் என்பது அவரது முடிவான எண்ணமாகும். சிறிது காலம் அவர் பழைய அரசாங்க குறிப்பேடுகளிலுள்ள பழங்குடி மக்களின் நடவடிக்கைகளை ஆராய்வதிலே ஈடுபாடு கொண்டார்.

1680, 1696, 1777-ஆம் ஆண்டுகளில் பழங்குடி மக்களின் நடவடிக்கைகள் அவரைப் பெரிதும் கவர்ந்தன. அன்று அதனை சாதாரண நிகழ்ச்சியாகவே கருதினர் பலர். எனவே அவை குறிப்பேடுகளிலும் மிகச்சாதாரண நிகழ்ச்சியாகவே குயிப்பட்டி ருந்தன. ஆனாலும் தாத்தா சீனிவாசனார் அதனை பெரும் உரிமைப் பிரசித்தியின் போராக எண்ணினார். ஆகவே பத்திரிகை மூலமாக அப்படிப்பட்ட நிகழ்ச்சிகளை வெளியிட எண்ணிய அவர் தென்னகமெங்கும் மூன்று ஆண்டுகள் தொடர்ந்து சுற்றி நிலைமைகளை ஆராய்ந்து திரும்பினார். 1890-ஆம் ஆண்டில் முற்பகுதியில் பறையர்

என்ற அமைப்பை தோற்றுவித்தார். அதற்கு பாமரர்கள் பெரிதும் ஊக்கம் தந்தனர். ஆனாலும் படித்தவர்களும் பணக்காரர்களும் ஒதுங்கி நின்றனர்.

1891-ன் சூழ்நிலை ஆதி திராவிட மகாஜன சபை என்ற புதியதொரு அமைப்பை தோற்றுவித்தது. தாத்தா சீனிவாச னாரும் பெயரளவுக்கு பங்கு கொண்டார். இதில் தமிழறிஞர்கள், சமஸ்கிருத பண்டிதர்கள், கவிஞர்கள், புலவர்கள் திரண்டு நின்றனர். *1777*-லிருந்து வரலாற்றுப்படி ஒன்று திரண்டு கிளர்ந்தெழுந்த சமுதாயம் அன்று பிளவுபட்டு நின்றது வேதனைக்குரியதாகும்.

1893-ஆம் ஆண்டு டிசம்பர் *23* ஆம் நாள் இந்தியாவிலேயே தீண்டப்படாதவர்களின் முதல் மாநாடு கூட்டப்பெற்றது. அம்மாநாட்டில் தாத்தா சீனிவாசனார் பழங்குடி மக்களின் எதிர்கால வாழ்வை தெளிவாக எடுத்துக் காட்டினார். இனப்பற்று, மொழிப்பற்று ஆகியவற்றையும் எடுத்துக் காட்டினார். அஹிம்சா முறையை முதலில் காட்டியவரும் கடைபிடித்தவரும் சீனிவாசனார் என்றால் அது மிகையாகாது. தூய்மையையும், சமாதானத்தையும் எடுத்துக்காட்ட அவர் அம் மாநாட்டில் வெள்ளை கொடியை ஏற்றினார். மக்கள் அன்று 'இன' உணர்வுடன் ஐக்கியப்பட்டு ஒன்று திரண்டனர். இதற்கு அவருடைய பறையன் பத்திரிகை யே மூலகாரணமாகும்.

1894 ஏப்ரல் *23*-ந் தேதி கிருஷ்ணா ஜில்லாவில் நிலப்போராட்டம் ஒன்று துவங்கப்பட்டது. அதற்குரிய முழு பொறுப்பும், யோசனையும் இவரே ஏற்க வேண்டியிருந்தது. சூழ்நிலை தாத்தா சீனிவாசனாரை அங்கு செல்ல விடவில்லை. எனினும் அப்போராட்டம் வெற்றிப்பெற்றுவிட்டது. தாத்தா அவர்களின் செல்வாக்கிற்கு இது நல்ல எடுத்துக்காட்டாகும்.

1895 இக்டோபர் *7*-ந் தேதி சென்னை விக்டோரியா மண்டபத்தில் ஓர் மாநாட்டினைக் கூட்டினார். அதில் கிராம முனிசீபு, கலெக்டர், கச்சேரிகள், ரெவின்யூ போர்டு அலுவலகங்கள், கிராம போஸ்ட் ஆபீஸ் போன்ற இடங்களில் நேர்மைக்கு விரோதமாக நடக்கும் நிகழ்ச்சிகளை குறித்து பரிசீலனை செய்து ஆளுகையார்களுக்கு அறிக்கைகள்

மூலம் தெரியப்பயடுத்தினார். அதே மாநாட்டில் மற்ற சமுதாயத்தையும் எச்சரித்தார்.

நாங்கள் கணக்கிடமுடியாத வருஷங்களாகக் கொடுமைக்குள்ளாக்கப்பட்டிருக்கிறோம். எங்களுடைய கோரிக்கைகள் நியாயமானது. எதிர் காலத்தில் எங்கள் இனம் சமத்துவமாகவும், சமாதானத்துடன் வாழ எண்ணுகிறது. எங்களுடைய முன்னேற்றத்தில் மற்றவர்கள் குறுக்கிட்டால் நாங்கள் சகிக்கமாட்டோம். இனி மேலும் நாங்கள் எந்தவித கொடுமைகளையும் ஏற்கமாட் டோம்.

என்ற சூளுரையை நாடு அதிர வெளியிட்டார். 'இதை இதர வகுப்பார்கள்' 'வெள்ளையரின் தூண்டுதலால் தான் பறையர்கள் கலகம் செய்ய ஆரம்பித்து விட்டார்கள்' என்று கூற ஆரம் பித்தார்கள் நிலைமை அநாகரிகமாகப் போய்க் கொண்டிருந்தது. எனவே, மீண்டும் பழங்குடி மக்கள் ஒரு மாபெரும் பொதுக் கூட்டத்தைக் கூட்டுவிக்க வேண்டியவர்களானார்கள். *23.10.1985*-இல் சென்னை டவுன் ஹாலில் கூடி நீண்ட விவாதத்திற்குப் பிறகு தெளிவான அறிக்கை ஒன்றை வெளியிட்டனர்.

தடி எடுத்தால் ஒரே நாளில் சமாதானத்திற்கு

வழியேற்பட்டுவிடும், ஆனாலும் அதை நாங்கள் விரும்பவில்லை

என்ற எச்சரிக்கை மீண்டும் அவ்வறிக்கையில் இடம் பெற்றிருந்தது. அவ்வறிக்கையின் நகல் கவர்னர் ஜெனரல் எல்ஜின் பிரபுவிடம் தூதுக் குழுமூலமாக கொடுக்கப்பட்டது. அக்குழுவுக்கு தலைமை தாங்கியவர் தாத்தா சீனிவாசனார் அவர்கள்தான்.

1896-இல் கவர்னர் லென்லக் அவர்களிடம் சீனிவாசனார் தூது சென்றார். பழங்குடி மக்களைப் பலவிதமாக பிரிக்கும் சூழ்ச்சியினை மற்ற வகுப்பார் கையாண்டனர். அத்தகைய நயவஞ்சக செயல்களுக்கு பலியாகிவிட்ட பழங்குடி மக்களிலே சிலர் தாத்தா சீனிவாசனாருடன் ஒத்துழைக்காமல் ஒதுங்கி நின்றனர். இதற்கிடையில் அவர் நடத்திய பத்திரிகையில் அவதூறாக எழுதியிருப்பதாக அவரை நீதிமன்றத்தில் நிற்க வைத்தனர். பிறந்த இனத்திற்காக உழைத்த அந்த பெருந்தமைக்கு

ரூ. 100 அபராதம் போடப்பட்டது.

1898-இல் கல்வி வசதிக்காகயிருந்த மூ.டீ. 68/1893 ஆம் ஆண்டின் திட்டம் சரியாக செயல்படுத்தப்படவில்லை என்ற புகாரை ஆளுகையாருக்கு அனுப்பினார். அதற்காக கூட்ட விருந்த மாநாட்டைப் பலர் நேரிடையாகவும் மறைமுகமாகவும் ஆதரிக்க மறுத்தனர். என்றாலும் ஒரு சிலரை கொண்ட குழுவினரோடு சென்று 21.10.1898-இல் ஆளுகையாரிடம் முறையிட்டுக் கொண்டார்.

1900-இல் சுயநலமற்ற தொண்டிற்கு மதிப்பளிகாத மக்களி டத்தே இருந்து பணியாற்றுவதைக் காட்டிலும், இந்தியாவை விட்டுச் சென்றுவிடுவது மேலாகும் என்று எண்ணிய அவர் இங்கிலாந்திற்கு போக புறப்பட்டார். பம்பாய் சென்றதும் கப்பல் கிடைக்கப் பெறாமையால் கீழ் ஆப்பிரிக்கா ஜான்சிவார் தீவிற்கு செல்ல நேரிட்டது. அங்கு இரண்டாண்டுகள் தங்கி 'டலகோபே 'வழியாக 'டர்பனில்' தங்கினார். 1904 லிருந்து சர்க்கார் அலுவல ராகப் பணியாற்றினார். 1902-லிருந்து 1906 ஆம் ஆண்டுவரை அங்கு மகாத்மா காந்தி அவர்களுடன் பழகும் வாய்ப்பு அவருக்கு ஏற்பட்டது. பீனிக்ஸ் என்னுமிடத்தில் நடந்த உபவாச கூட்டத் தில்தான் அவர்கள் முதன் முதலில் சந்தித்தார்கள்.

1921-இல் தீண்டாமைக்கான சட்டம் ஒன்றை சென்னை மேல்சபையில் கொண்டுவந்து நிறைவேற்றினார். அதற்கான சட்டம் ((Fort St. George Gazzett-Part a. A. 28-4-1925) 2660-M. L & M.. அரசாங்க உத்தரவு இவ்வாறு தெரிவிக்கிறது:

(அ) எந்த வகுப்பையாவது சமூகத்தையாவது சேர்ந்த யாதொரு பட்டணம் அல்லது கிராமத்திலுள்ள எந்த பொது ரஸ்தா, தெரு அல்லது கால் வழி மார்க்கமாக வாயினும் நடப்பதற்கு ஆட்சேபனை இல்லை.

(ஆ) இந்த தேசத்திலுள்ள ஜாதி இந்துக்கள் எம்மாதிரி யாக எவ்வளவு மட்டிலும் யாதொரு சர்க்கார் ஆபீசை சேர்ந்த அளவுக்குள் போகலாமோ, யாதொரு பொது கிணறு, குளம் அல்லது பொது ஜனங்கள் வழக்கமாய் கூடும் இடங்களை உபயோகிக்கலாமோ அல்லது

பொதுவான வேலை நடத்தப் பட்டு வருகிற இடங்கள், கட்டிடங்கள் ஆகிய இவைகள் போகலாமோ அம்மாதிரி யாகவும், அவ்வளவு மட்டிலும் தாழ்த்தப்பட்ட வகுப்பு களைச் சேர்ந்த யாதொரு நபர் போவதற்காக வாவது உபயோகிப்பதற்காகவாவது ஆட்சேபனை இல்லை.

இதையொட்டி லோக்கல் போர்டுகள், முனிசிபாலிடிகள் ஆகியவற்றின் உத்தரவுகளும் திருத்தப்பட்டன என்பது குறிப்பிடத்தக்கதாகும். *1928* ஜனவரி *29* ஆம் நாள் சென்னை பச்சையப்பன் கல்லூரி மன்றத்தில் நடைபெற்ற மாநாட்டில் ஒரு தெளிவான பாதையை வகுத்தார்.

மாமன்னர் காலத்திலும், மன்னர் காலத்திலும், குறுநிலக் கிழார் காலத்திலும் நாம் ஒரே விதமாக நடத்தப்பட்டு வந்திருக்கிறோம். நமது கண்ணியமான பொறுமையை மற்றவர் புரிந்து கொள்ளவில்லை... காலம் கனிந்துகொண்டு வருகிறது. ஆளுவோரைத் தட்டிக் கேட்டோம். அரசியல், சமுதாய-பொருளாதார துறைகளில் நமக்கென தனிச் சலுகைகளைக் கேட்போம். அதன்றி நாம் வளர முடியாது. அதற்காக நாம் எதையும் ஏற்க நம்மை நாமே தயாராக்கிக் கொள்வோம்.

என்று அறிவுறுத்தினார். *12.11.1930* லிருந்து *19.1.1931* வரை நடைபெற்ற உலக கவனத்தை ஈர்த்த வட்டமேஜை மாநாட்டிற்கு தாத்தா சீனிவாசனார் அழைக்கப்பட்டார். அவர் அண்ணல் அம்பேத்கருடன் லண்டன் மாநகரம் சென்று பத்துகோடி பழங்கடி மக்களுக்காக பல பிரச்சினைகளை ஆராய்ந்து முடிவு கண்டார். மீண்டும் *27.9.1930* இல் வட்டமேஜை மாநாட்டில் ராஜப் பிரதிநிதி ஆலோசனைக் குழு *(viceroy's consultative committee)* உறுப்பினராக கலந்துகொண்டார். அரண்மனையில் *(Windser castle)* நடந்த விருந்தொன்றில் ஐந்தாம் ஜியார்ஜ் மன்னருக்கு தீண்டாமை யைப் பற்றி விவரித்துக் கூறி ஆங்கில ஆட்சியிலும் அது நீடிப்பது தரமல்ல என்று அறிவுறுத்தினார். மன்னர் அதற்காக ஆவன செய்வதாக வாக்களித்தார். *1938*இல் நாடெங்கம் பேசப்பட்ட கோயில் நுழைவு திட்டத்திற்கு தமது கருத்தைத் தெரிவித்தார்.

தீண்டாதவர்களுக்கு கோயில் நுழைவு அவசியம்

என்று நான் கருதவில்லை... நான்கு வருணத்தாருடன் தீண்டாதவர்களை இணைக்காமல் ஐந்தாவதோ அல்லது கடைசி சாதியாகவோ தான் எண்ணி நடத்தப்படுவார்கள். சட்ட மூலமாக கோயில் நுழைவை உறுபடுத்த முடியாது. நாட்டுப்புறங்களில் சட்டம் மறைமுகமாக மறுக்கப்படும். இச் செயல் சர்க்கரை என்று ஏட்டில் எழுதி அதை சுவைக்கச் செய்வது போன்றதாகும்.

என்று அத்திட்டத்திற்கு விளக்கம் தந்தார். 1939 ஜூலை 7ஆம் நாள் சீனிவாசனார் அவர்களின் 80 ஆவது பிறந்த தின விழாவை சர்வகட்சி கட்சி உறுப்பினர்களால் கொண்டாடப் பட்டது. தமிழறிஞர் திரு.வி.க. அவர்கள் தலைமை வகித்தார்கள். தந்தை எம்.சி. ராஜா, திரு. ராஜாஜி, திரு. நாராயண குரூப், திரு. பாசுதேவ் போன்றவர்கள் புகழுரையாற்றினர். அவருடைய அயராத உண்மை உழைப்பிற்காக திராவிட மணி திரு. குரூப் அவர்களால் முன்மொழியப் பெற்று திரு. எஸ். அண்ணாமலை யார் அவர்களால் வழிமொழியப்பட்டு எல்லோராலும் ஏற்றுக்கொள்ளப்பட்டது. (HINDU 9-8-7-1939)

ஆதி திராவிட பழங்குடி சமுதாயத்திற்கு 60 ஆண்டுகள் அயராது உழைத்த அப்பெருமகனார் 18.9.1945இல் பெருந்துயில் கொண்டு, சென்னை ஓட்டேரி நன்காட்டில் நல்லடக்கமானார்.

- அறவுரை ஜூலை-
ஆகஸ்ட் 1992

⌘ ⌘ ⌘

40

சீனிவாசனாருடன் ஒரு சந்திப்பு

அன்பு பொன்னோவியம் நினைவுக்குறிப்பு

1938ஆம் ஆண்டு டிசம்பரில் ஒரு நாள் என் வாழ்நாளில் கிடைத்த புனிதமான நாட்களில் ஒரு நாள் அந்த நாள்! காலமெல்லாம் ஆதி திராவிட சமுதாயத்திற்கு தன்னை அற்பணித்து விட்ட மாமனிதர் அவர் - எந்தப் பெயரைச் சொன்னால் இழிவு என்று ஒதுக்கினார்களோ அதேப் பெயரைச் சொல்லி அமைப்பையும் பத்திரிகையையும் தோற்றுவித்து நடத்தி தியாகச் செம்மலாகத் திகழ்ந்த ஒரு உயர்ந்த மனிதரை சிந்தனையாலும் சொல்லாலும், செயலாலும் தூயத் தொண்டாலும் உழைத்த உத்தமரை பார்க்க - பேச வாய்ப்பு கிடைத்த அந்த நாளை, சில துளி நேரங்களை நான் பெற்ற பேராக நினைக்கிறேன்.

திவான் பகதூர் திராவிட மணி ரெட்டைமலை சீனிவாசனார் - செல்லமாக தாத்தா என்று அழைக்கும் அந்த பெரு மனிதர்தான் நான் சந்தித்த திருமேனியர்!

ஆயிரம் விளக்கு பகுதியில் துலுக்கன் தோட்டம் என்ற பத்து தெருக்கள் கொண்ட பகுதி. சமுதாய உணர்வு கொண்ட அப் பகுதியில் 1900 முதல் என் பாட்டனார் காலத்திலிருந்து நான் வளர்ந்து வாழ்ந்த இடம். அங்கு நாலாவது தெருவில் கோ. ராஜகோபால் என்ற பள்ளி ஆசிரியர், எம்.ஆர்.ஜோ என்ற இருவரும் புட்பால், ஹாக்கி, கிரிக்கெட், பேட்மிட்டன் போன்ற விளையாட்டுகளுக்கு என் ஆசிரியர்களாகத் திகழ்ந்தவர்கள் ராஜகோபால் தாத்தா சீனிவாசருடைய பெயரன் பி. பரமேசுவரன் (முன்னாள் எம்.சி. மேயர் எம்.எல்.ஏ., எம். பி. தமிழக அமைச்சர்) அவர்களுடைய நெருங்கிய நண்பர். ஒரே பள்ளியில் படித்தவர். ராஜகோபால் அவர்களுக்கு

'சாதி' சான்றிதழ் தேவைப் பட்டது. தாத்தாவிடம் பெற ராயப்பேட்டை வீட்டிற்குச் சென்றோம்.

நாங்கள் சென்றபோது குளிக்கச் சென்றுக் கொண்டிருந்த அவர் எங்களை இருக்குமாறு கூறிவிட்டுப் போனார். நேரமாகும் என்று எண்ணிய ராஜகோபால் 'கோலி' விளையாட்டைப் பார்க்க போய்விட்டார். நான் வீட்டில் மாட்டப்பட்டிருந்த 1930இல் லன்டனில் எடுக்கப் பட்ட தாத்தாவும் அண்ணலும் இருக்கும் வட்டமேஜை மாநாட்டுப் படத்தைப் பார்த்துக் கொண்டிருந்தேன்.

குளிக்கச் சென்ற தாத்தா வந்தார்.

எங்கடா அவன்? என்னைக் கேட்டார்.

நான் அழைத்துவர ஓட ஆரம்பித்தேன். என்னை கையமர்த்தி விட்டு அவரே சென்றார். தாத்தாவைப் பார்த்தவுடன் விளையாடிக் கொண்டிருந்தவர்கள் ஓடிவிட்டார்கள். ராஜகோபால் பயந்தபடியே வீட்டிற்குள் வந்து தன்னைப் பற்றிய எழுதிய தகவல் தாளை கொடுத்தார். அதை வாங்கிய தாத்தா படிக்காமலே கிழித்து அவர் தலையில் போட்டு ஸ்டுபிட் போ வெளியே, சர்ட்டிபிகேட் கொடுக்க முடியாது என்று கத்தினார்.

ராஜகோபால் மற்றாடினார். கெஞ்சினார் அழுதார். 'போய் கோலி விளையாடு, போடா வெளியே' என்று தடியை எடுத்தார் ராஜகோபால் வெளியே ஓட நான் உள் அறைப்பக்கம் ஒடி அகப்பட்டுக் கொண்டேன். ஒரு மூதாட்டி அடிவிழாமல் காப்பாற்றினார். பயந்தவாறு இருந்த என்னை அழைத்து சில கேள்விகளைக் கேட்டார்.

என் வெள்ளைச் சட்டையை தொட்டு இது சைனா சில்க்கா என்றார். தட்டி கொடுத்து அனுப்பினார். பயத்தால் நடுங்கிக் கொண்டிருந்த என் உடல் அவரின் வருடலால் குளிர்ந்தது. அது ஒரு மனித தெய்வத்தின் அருள் என்று இப்போது நினைக்கிறேன்.

ஒரு உண்மையான சமுதாய வழிகாட்டி இடர்படுவோருக்கு எவ்வாறு உதவ வேண்டும், ஊக்குவிக்க வேண்டும், திருத்த வேண்டும் என்பதற்கு இந்த நிகழ்ச்சி நல்ல உதாரணம் என்று

கருதுகிறேன். தந்தை சிவராஜ், தலைவர் எம்.சி. ராஜாவும் இதே குணமுடையவர்கள்தான் - தாத்தாவிடம் அடிவாங்கியிருந்தால் இப்போது பெருமையோடு மகிழ்ந்திருப்பேன்.

⌘ ⌘ ⌘

பகுதி

13

மறைவிற்கு பின்
நினைவேந்தல்கள் ஆவணங்கள்

⌘

41

நினைவேந்தல்கள் 1

முன் குறிப்பு - *திவான் பகதூர் ரெட்டமலை சீனிவாசனார் 18.9.1945 அன்று மறைந்தார். அவரது உடல் ஓட்டேரி இடுகாட்டில் நல்லடக்கம் செய்யப்பட்டது. அவர் மறைந்த பிறகு அவரது புகழை நிலைநிறுத்தும் வகையில் பல்வேறு நிகழ்வுகள் தொடர்ந்து நடந்துள்ளன. அவற்றில் வெகு சிலவற்றிற்கான ஆவணங்கள் மட்டும் கிடைத்துள்ளன. கிடைத்தவை இங்கே வரிசையாகப் பதியப்பட்டிருக்கின்றன.*

மேலும் சீனிவாசனார் மறைந்தப் பிறகு அவரது பிறந்த நாள் கொண்டாடப்பட்டது போலவே அவரது நினைவு நாளும் தமிழகம் முழுமைக்கும் தலித் மக்களால் கடைபிடிக்கப்பட்டது என்பதை பின்வரும் ஆவணங்கள் காட்டுகின்றன. அது மட்டுமின்றி தற்காலம் அது மீண்டும் அதிகரித்துள்ளதை நினைவேந்தல் 2ல் காணலாம்.

-சன்னா

⌘

முன் குறிப்பு - *திவான் பகதூர் ரெட்டமலை சீனிவாசனார் 18.9.1945 அன்று மறைந்தார். அவரது உடல் ஓட்டேரி இடுகாட்டில் நல்லடக்கம் செய்யப்பட்டது. சீனிவாசனார் மறைந்தப் பிறகு அவரது புகழை நிலைநிறுத்தும் பொருட்டு ஒரு நினைவுக் கட்டடம் கட்டுவதென் தீர்மானமாகி அதற்கு குழு ஒன்று அமைக்கப்பட்டது. அக்குழுவிற்கு காந்தியின் சீடரான சென்னை மாகாண அரிஜன சேவா சங்கத்தின் காரியதரிசி திவான் பகதூர் வி.பாஷ்யம் அய்யங்கார் தலைவராக பொறுப்பேற்றுக் கொண்டார். தாட்சியாயணி வேலாயுதன், ஏ.எம்.ரத்தினசாமி ஆகியோர் செயலர்களாக பொறுப்பேற்றுக் கொண்டனர். அதுமட்டுமின்றி, முன்னணிப் பிரமுகர்களான சர். என்.கோபால்சாமி ஐயங்கார், டாக்டர்.அம்பேத்கர், சர்.அழகப்ப செட்டியார், சர். எஸ்.வரதாச்சாரி, ஜெகஜீவன்ராம் (முன்னாள் துணைப் பிரதமர்) சர்.முகமது உஸ்மான் (இவர் பெயரிலேயே தி நகர் உஸ்மான் சாலை இருக்கிறது) ஜே.சிவசண்முகம் பிள்ளை (சட்டமன்ற சபாநாயகர்), காமராஜர் (முன்னாள் முதல்வர்), நீதிகட்சித் தலைவர் சுப்புராயன் (முன்னாள் முதல்வர்), மேயர் சுந்தர்ராவ் நாயுடு, வி.ஐ.முனிசாமி பிள்ளை (முன்னாள் அமைச்சர்), காங்கிரஸ் தலைவர்கள் வைத்தியநாதய்யர், எம். பக்தவச்சலம் (முன்னாள் முதல்வர்), திருவிக உள்ளிட்ட பலரை இந்த பட்டியலில் காணலாம். இவ்வளவு புகழ் வாய்ந்த தலைவர்கள் சீனிவாசனாரின் நினைவைப் போற்றும் வகையில் ஒன்றுக் கூடி கட்டட வேலையினை முன்னெடுத்தனர். ஆனால் அப்பணி என்னவாயிற்று என்று தெரியவில்லை. கட்டப்பட்ட கட்டடம் எங்கிருக்கிறது என்றும் புலனாகவில்லை. ஆயினும் இத்துண்டறிக்கை சீனிவாசனாரின் ஆளுமைக்கு ஒரு சான்று.*

- சன்னா

⌘

திவான் பகதூர் இரட்டைமலை சீனிவாசன் நினைவு கட்டட நிதி.

ஓர் விண்ணப்பம்

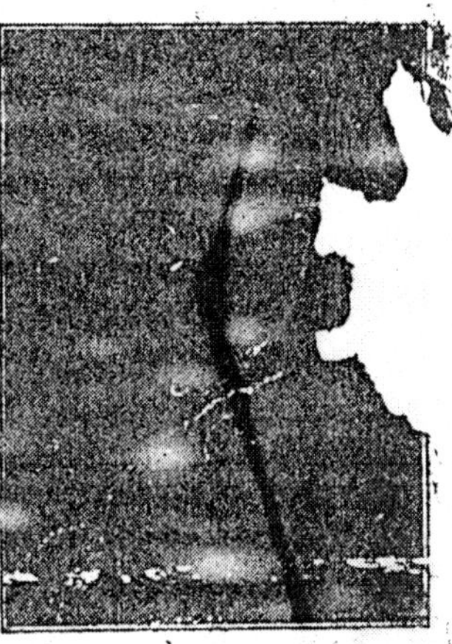

காலஞ்சென்ற திராவிடமணி திவான் பகதூர் இரட்டைமலை சீனிவாசன் அவர்களைப் பற்றியும் அவர் பொதுஜனத்திற்கும் நாட்டிற்கும் முக்கியமாய் தாழ்த்தப்பட்டோருக்கும் செய்துள்ள அரிய சேவையைக் குறித்தும் அனைவரும் அறிவார்கள். அவர் பத்திராதிபராயும், சமூகத் தொண்டராயும், அரசியல் வாதியாயும் பெரும் தொண்டாற்றியுள்ளார். அன்னார் தன் நீண்ட வாழ்நாள் முழுதும் பயன் கருதாதும், யாதொரு பழிக்கு ஆளாகாமலும் செய்துள்ள ஒப்பற்ற சேவையைப் போற்ற வேண்டியது நம் கடனாகும்.

இதையொட்டி காலஞ் சென்ற பெரியாருடைய ஞாபகார்த்தமாயும், அவர் தமது வாழ்நாளில் குறிக் கோளாகக் கொண்ட கொள்கைகளை மேலும் விருத்தி செய்யும் பொருட்டும், இந்நகரத்தில் கட்டடமொன்றை கட்டும்படி உத்தேசித்து கீழ்க்கண்ட கமிட்டி ஏற்படுத்தப்பட்டுள்ளது.

ஆதலால் அன்பர்களனைவரும் மேற்கண்ட நன்னோக்கத்துடன் எடுத்துள்ள காரியத்தைப் பூர்த்தி செய்ய வேண்டிய திரவிய சகாயம் செய்யுமாறு மிகவும் கோரப்படுகிறார்கள்.

தாங்கள் பண உதவி அனுப்புகையில் அதை திரு. S. S. கிரி, [illegible] சேட்காலனி, எழும்பூர், மதறாஸ் என்ற விலாசத்திற்காவது அல்லது R. சீனிவாசன் கட்டடநிதி, பிரொவின்ஷியல் கோவாபரேடிவ் பாங்க், எழும்பூர், மதறாஸ் என்ற விலாசத்திற்காவது அனுப்பும்படிக் கேட்டுக் கொள்கிறோம்.

திவான் பகதூர்
V. பாஷ்யம் அய்யங்கார்,
தலைவர்.

தாக்ஷாயணி வேலாயுதன்,
A. M. இரத்தினசாமி,
கூட்டுக் காரியதரிசிகள்.

கமிட்டியின் அங்கத்தினர்

Sir N. கோபாலசாமி அய்யங்கார்
Dr. Sir Rm. அளகப்ப செட்டியார்
T. R. வெங்கட்டராம சாஸ்திரி
J. சிவஷண்முகம் பிள்ளை
Dr. P. சுப்பராயன்
K. சீனிவாசன்
V. I. முனிசாமி பிள்ளை
A. வைத்தியநாத ஐயர்
M. பக்தவச்சலம்
K. வெங்கடசாமி நாயுடு
T. V. கல்யாணசுந்தரர்
S. A. ஷரீமகமத்
ராவ சுப்பாராவ்
P. நாராயண குருப்
S. வெங்கடேச ஐயங்கார்
S. S. கிரி
ஜெகஜீவன்ராம்

Dr. B. R. அம்பேத்கார்
Sir S. வரதாச்சாரி
Sir மகம்மத் உஸ்மான் சாயபு
K. காமராஜ நாடார்
T. சுந்தரராவ் நாயுடு
V. கூர்மையா
அப்துல் அமீதுகான்
C. N. முத்துரங்க முதலியார்
G. இராமச்சந்திரன்
T. S. இராமசாமி ஐயர்
C. R. சீனிவாசன்
Dr. V. K. ஜான்
[illegible]
ராவ்பகதூர் Dr. B. V. [illegible]
ராவ்பகதூர் Dr. T. S. திருமூர்த்தி
[illegible], பரமசிவம்

முன் குறிப்பு - சென்னையில் அக்காலத்தில் இயங்கிய ஆதிதிராவிட சமூக முன்னேற்றக் கழகமும் செட்யூல் காஸ்ட் பெடரெஷனும் இணைந்து நடத்திய 18.09.1949ஆம் ஆண்டு நடத்திய சீனிவாசனாரின் நினைவேந்தல் கூட்ட அழைப்பிதழ் இது. தேதி தள்ளி வைக்கப்பட்டு நடத்தியதால் அது திருத்தப்பட்டதுடன், செட்யூல்ட் காஸ் பெடரேஷனின் பெயரும் சேர்க்கப்பட்டுள்ளது. சீனிவாசனார் மறைந்தது 1945ஆம் ஆண்டு, ஆனால் இந்த அழைப்பிதழில் 2ம் ஆண்டு நினைவுநாள் என்றும் 18.09.1949 என்றும் குறிக்கப்பட்டுள்ளது. இதில் 4ம் ஆண்டு என அச்சாகியிருக்க வேண்டியது. ஆனால் அது அச்சுப்பிழை. எனினும் இந்நிகழ்வில் பங்கெடுத்தவர்கள் பற்றின விவரம். நிகழ்விற்கு தலைமை வகித்த வி.பாலசுந்தரம் (ரீஜினல் லேபர் கமிஷனர் - பிற்காலத்தில் இத்துறையிலிருந்து பிரிக்கப்பட்டு உருவாக்கப்பட்டதுதான் ஆதிதிராவிட நலத்துறை) திரு.வி.க என்றழைக்கப்பட்ட திரு.வி.கல்யாணசுந்தரம் (தொழிற் சங்கத் தலைவர்). சட்டாவதானம்.வேலாயுதம் என்கிற வேலாயுத பாணி (சட்டமன்ற உறுப்பினர்), ஆதிதிராவிடர் முன்னோடி தலைவர்) மாமதுரக்கவி முருகேச பாகவதர். (பெருங்கவிஞர். ஆசுகவி, சென்னையில் வாழ்ந்து மறைந்தவர்) வி.நடேசன் பண்டிதர். கா.அப்பாதுரை (தங்கவயல் அப்பாதுரையார் என்று அழைக்கப்படுவார். தமிழன் இதழை தொடர்ந்து நடத்தியவர்) , சத்தியவாணி முத்து (திமுகவின் ஐம்பெரும் தலைவர்களுள் ஒருவர், பிற்காலத்தில் திமுகவிலிருந்து விலகியபோது இந்த அமைப்பின் தாக்கத்தில்தான் ஆதிதிராவிடர் முன்னேற்றக் கழகம் எனும் கட்சியை உருவாக்கினார்) வி.பி.எஸ்.மணியர்.(சட்டமன்ற உறுப்பினராக இருந்தவர், கடலூர் நாகை பகுதிகளில் தீவிரமாக இயங்கியத் தலைவர்) பி.எஸ்.மூர்த்தி (சட்டமன்றன உறுப்பினர், வேலூர் பகுதியை மையமாகக் கொண்டு இயங்கிய தலைவர்)

மேலும், அக்காலத்தில் ஒலி பெருக்கியோடு கூட்டம் நடத்துவது பெரும் செலவு பிடிக்கும் நிகழ்வாக இருந்ததால் துண்டறிக்கைகளில் அது குறிப்பிடப்படுவது வழக்கம். அது குறிப்பிடப்படவில்லை எனில் ஒலிப்பெருக்கி இல்லை என பொருள். **-சன்னா**

⌘

Scheduled Caste Federation [illegible]
Madras. 12.

ஆதி திராவிட சமூக முன்னேற்றக் கழகம்

சென்னை

ஆதிதிராவிடப்பெரியார்

இரட்டைமலை சீனிவாசன்

2-வது ஆண்டு

நினைவு விழா

18-9-49 ஞாயிறு மாலை 5 மணிக்கு

சென்னை சிந்தாதிரிப்பேட்டை உயர்நிலைப்பள்ளியில் நடைபெறும்

திரு. V. பாலசுந்தரம்,

(ரீஜினல் லேபர் கமிஷ்னர், சென்ட்ரல், சென்னை)

தலைமை வகிப்பார்

தமிழ்ப்பெரியார் திரு. வி. கலியாணசுந்தரனார்

சீனிவாசன் படத்தை திறந்து வைப்பார்;

சட்டாவதானம் பு. மு. வேலாயுதபாணி, M.L.A.,
திரு. M. ராஜமன்னார், M.L.A. M.C.
ஆதிதிராவிட மகாமதுர கவிஞர் முருகேசனார்
மைசூர். V முத்துகுமார் (பொதுக்காரியதரிசி, மை தா. மா. கழகம்)
பண்டிட். வி. நடேசன்
அறிஞர் கா. அப்பாதுரை, M.A,L.T.,
திருமதி. சத்தியவாணிமுத்து
திரு. C. E. K. தேசிகன், (அட்வைசர், ஆ. தி. ச. மு. கழகம்)
தங்கவயல் T. K. சின்னதுரை, (காரியதரிசி. ஜெ. பீ. ம. பெ.)
திரு. V. P. S. மணியர் (தலைவர், த நா. தா. பெ.)
திரு. B. S. மூர்த்தி, M.L.A.

மற்றும் பலர் பேசுவார்கள். ஒலிப்பெருக்கி உண்டு

அனைவரும் திரண்டு வருக! வருக!

முன் குறிப்பு - *சீனிவாசனாரின் 113வது பிறந்தநாள் விழா 1973ஆம் ஆண்டு நடைபெற்றது. அந்நிகழ்வின் அழைப்பிதழ் இது. சென்னை மைலாப்பூரில் நடைபெற்ற நிகழ்விற்கு வழக்கறிஞர்.சந்திரபோஸ் செல்லய்யா தலைமை தாங்கி படத்தினை திறந்து வைத்தார். முன்னாள் நாடாளுமன்ற உறுப்பினர் பி.சிவசங்கரன், சட்டமன்ற உறுப்பினர் கோபால், சொல்லின்செல்வர். சக்திதாசன் (இந்திய குடியர கட்சி முன்னாள் தலைவர்) ஆகியோர் கலந்துக் கொண்ட இந்நிகழ்வை ஆதிதிராவிட சமூக முன்னேற்றக் கழகப் பொதுச்செயலாளர் ப.ஜெயகரன் ஒருங்கிணைத்தார்.*

இந்நிகழ்வில் சிறப்பு ஏற்பாடாக, சீனிவாசனார் வாழ்ந்த காலத்தில் அவருக்கு ஒரு சிறப்புப் பரிசு வழங்கப்பட்டிருந்தது. அதைக்குறித்து தொகுப்பாசிரியர் சந்தித்த ஆய்வாளர்களான அன்பு.பொன்னோவியம் மற்றும் எக்ஸ்.ரே.கருணாகரன் ஆகியோர் பெருமைபட கூறியது மட்டுமின்றி, அப்பரிசு வழங்கப்பட்ட காலத்தில் பரபரப்பாக பேசப்பட்டது எனத் தெரிவித்தனர். அதுதான் "திவான் பகதூர் ஆர். சீனிவாசன் என்று பொறிக்கப்பட்ட ஒற்றை அரிசி" ஒரு கண்ணாடி பேழைக்குள் வைக்கப்பட்டிருந்த அந்த அரிசியைப் பூதக்கண்ணாடி வழியாக மட்டும் பார்த்து படிக்கக்கூடிய அளவில் இருந்தது. அந்த சிறப்பு மிக்க அரிசியை இந்நிகழ்வில் காட்சிக்காக வைத்தனர் நிகழ்ச்சி ஏற்பாட்டாளர்கள். அதை இந்த துண்டறிக்கையில் விளம்பரப் படுத்தி யுள்ளனர்.

-சன்னா

⌘

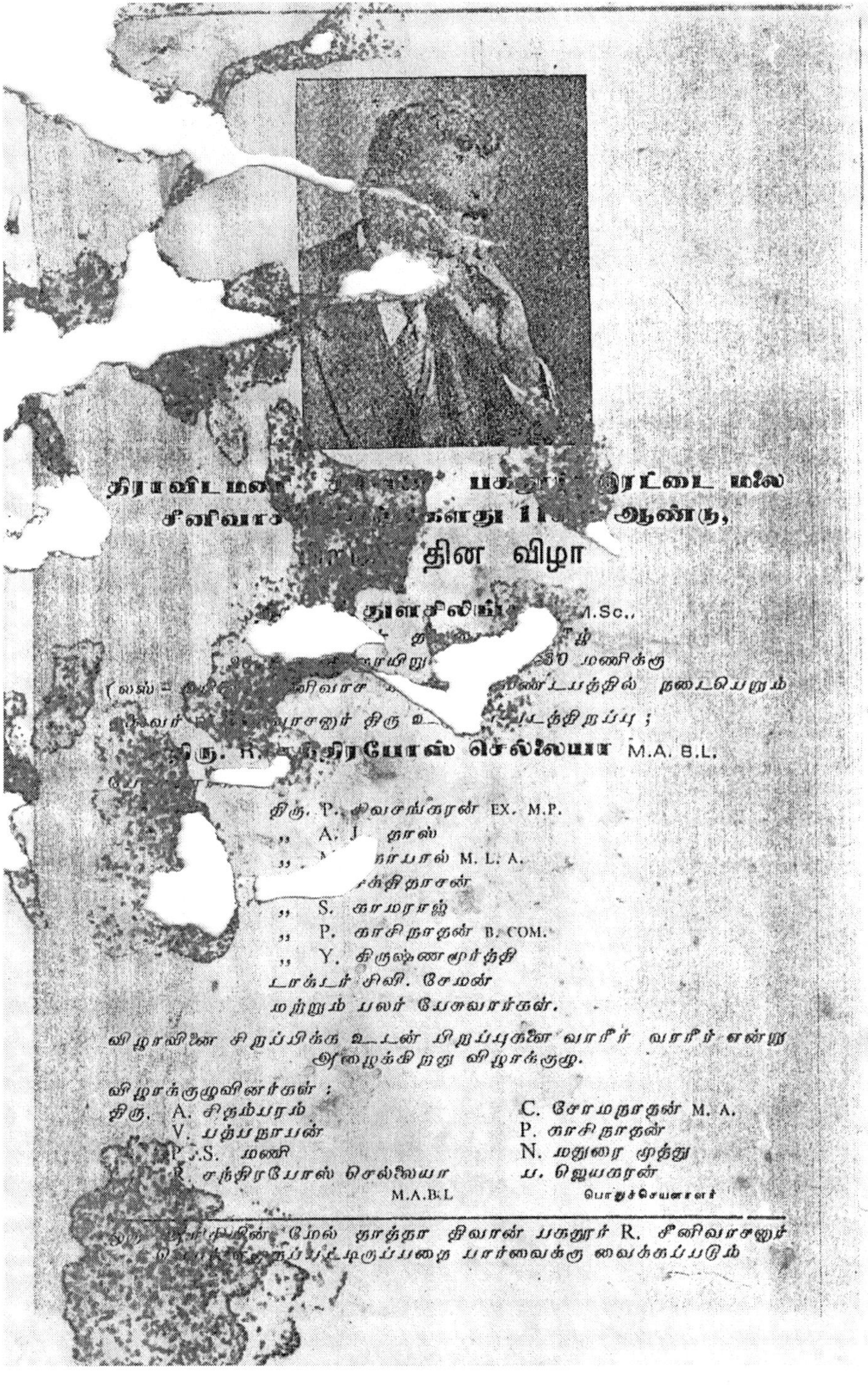

திராவிடமணி [illegible] பகதூர் [illegible]இரட்டை மலை
சீனிவாச[illegible]களது [illegible] ஆண்டு,
[illegible] தின விழா

[illegible] துளசிலிங்[illegible] M.Sc.,
[illegible]
[illegible]யிரு[illegible] மணிக்கு
(லஸ் [illegible] சீனிவாச [illegible] மண்டபத்தில் நடைபெறும்
[illegible]வர் [illegible] ராசனர் திரு [illegible] படத்திறப்பு ;
திரு. R. [illegible]திரபோஸ் செல்லையா M.A. B.L.

[illegible]

திரு. P. சிவசங்கரன் EX. M.P.
,, A. J. தாஸ்
,, [illegible] பால் M. L. A.
[illegible] சந்திரசன்
,, S. காமராஜ்
,, P. காசிநாதன் B. COM.
,, Y. கிருஷ்ணமூர்த்தி
டாக்டர் சிவி. சேமன்
மற்றும் பலர் பேசுவார்கள்.

விழாவினை சிறப்பிக்க உடன் பிறப்புகளே வாரீர் வாரீர் என்று
அழைக்கிறது விழாக்குழு.

விழாக்குழுவினர்கள் :

திரு. A. சிதம்பரம்	C. சோமநாதன் M. A.
V. பத்மநாபன்	P. காசிநாதன்
P. S. மணி	N. மதுரை முத்து
R. சந்திரபோஸ் செல்லையா M.A.B.L	ப. ஜெயகரன் பொதுச்செயலாளர்

[illegible] ரோல் தாத்தா திவான் பகதூர் R. சீனிவாசனுர்
[illegible]ப்பட்டிருப்பதை பார்வைக்கு வைக்கப்படும்

தாழ்த்தப்பட்ட சமூகத்தைச் சார்ந்த

அன்பர்களுக்கும் அனுதாபிகளுக்கும்

ஒரு வேண்டுகோள்

பெருந்தகையீர்,

தாழ்த்தப்பட்ட சமூகத்தின் அரும் பெருந்தலைவர் திராவிட மணி, திவான்பஹதூர் இரட்டைமலை சீனிவாசன், M.L.C. F.M.U. அவர்கள் 18—9—45 பகல் 2-45-மணிக்கு இயற்கை அடைந்தார். அன்னாரின் நினைவு நாளை விழாவாக பல ஆண்டுகள் கழகம் கொண்டாடி வந்துள்ளது. இவ்வாண்டும் கொண்டாட இருப்பதால் இவ்வறிக்கையினை கண்ணுறும், அன்பர்கள், தாய்மார்கள், இளைஞர்கள் தங்களால் இயன்ற பொருளுதவி செய்வதுடன் வெடி விழாவில் பங்கெடுத்து கொள்வதுடன் சென்னையில் 24—9—67 அன்று கழகங்கள், மன்றங்கள், அன்னாரின் நினைவு நாளை வட்டார வாரியாக கொண்டாட கழகத்தின் சார்பில் கேட்டுக் கொள்வதுடன் நன்கொடை அளிக்க முன் வரும் நபர்களும், கழகங்களும் கீழ்காணும் விலாசத்திற்கு நேரில் செலுத்தும்படியாக கோருகிறோம் விழா நடத்தப்படும் இடமும் நிகழ்ச்சியும் பின்னர் அறிவிக்கப்படும்

இங்ஙனம்,

தங்கள் ஒத்துழைப்பை விரும்பும்,

இரட்டைமலை சீனிவாசன் நினைவு மன்றம்,

ஆதி திராவிட சமூக முன்னேற்றக் கழகத்தார், சென்னை.

விலாசம் :—

ப. ஜெயகரன், பொது செயலாளர்.

13, குலாம் அபாஸ் அலிகான் முதல் தெரு,

ஆயிரம்விளக்கு, சென்னை-6.

சிங்காரம் பிரஸ், சென்னை-2.

குறிப்பு - சென்னையில் இயங்கிய ரெட்டைமலை சீனிவாசன் நினைவு மன்றம் மற்றும் ஆதி திராவிட சமூக முன்னேற்றக் கழகத்தார் 24.09.1967 அன்று நடைபெற திட்டமிடப்பட்ட சீனிவாசனாரின் நினைவேந்தல் நிகழ்வுக்கான முன்னோட்ட விளம்பர துண்டறிக்கை.

தாழ்த்தப்பட்ட சமூகத்தைச் சார்ந்த

அன்பர்களுக்கும் அனுதாபிகளுக்கும்

ஒரு வேண்டுகோள்

பெருந்தகையீர்,

தாழ்த்தப்பட்ட சமூகத்தின் அரும் பெருந்தலைவர் திராவிடமணி, திவான்பஹதூர் இரட்டைமலை சீனிவாசன், M.L.C. F.M.U. அவர்கள் 18-9-45 பகல் 2-45 மணிக்கு இயற்கை அடைந்தார். அன்னாரின் நினைவு நாளை விழாவாக பல ஆண்டுகள் கழகம் கொண்டாடி வந்துள்ளது. இவ்வாண்டும் கொண்டாட இருப்பதால் இவ்வறிக்கையினைக் கண்ணுறும் அன்பர்கள், தாய்மார்கள், இளைஞர்கள் தங்களால் இயன்ற பொருளுதவி செய்வதுடன் விழாவில் பங்கெடுத்துக் கொள்வதுடன் சென்னையில் 24-9-67 அன்று கழகங்கள், மன்றங்கள், அன்னாரின் நினைவு நாளை வட்டார வாரியாகக் கொண்டாட கழகத்தின் சார்பில் கேட்டுக்கொள்வதுடன், நன்கொடை அளிக்க முன்வரும் நபர்களும், கழகங்களும் கீழ்காணும் விலாசத்திற்கு நேரில் செலுத்தும்படியாகக் கோருகிறோம். விழா நடத்தப்படும் இடமும் நிகழ்ச்சியும் பின்னர் அறிவிக்கப்படும்.

இங்ஙனம்,

தங்கள் ஒத்துழைப்பை விரும்பும்,

இரட்டைமலை சீனிவாசன் நினைவு மன்றம்,

ஆதி திராவிட சமூக முன்னேற்றக் கழகத்தார், சென்னை.

விலாசம்:-

ப.ஜெயகரன், பொதுச்செயலாளர்.

13, குலாம் அபாஸ் அலிகான் முதல் தெருவு,

ஆயிரம்விளக்கு, சென்னை-6.

சிங்காரம் பிரஸ், சென்னை-2.

பகுதி 14

புகைப்படங்கள் மற்றும் நினைவேந்தல்கள்

⌘

42

சீனிவாசனாரின் புகைப்படங்கள்

முன் குறிப்பு - இத்தொகுப்பில் உள்ள பெரும்பாலான புகைப்படங்கள் எக்ஸ்.ரே.கருணாகரன் அவர்களின் சேகரத்தில் இருந்தவை. மறைந்த மேயர் சுந்தர்ராவ் நாயுடு அவர்களின் உறவினர். மேயர் சுந்தர்ராவ் நாயுடு கௌரவ நீதிபதியாகவும், சென்னை மாநர மேயராகவும் பணியாற்றியவர். இவ்வளவு திறமைவாய்ந்த சுந்தர்ராவ் அவர்கள் சீனிவாசனாரின் அணுக்க சீடர் என்று கருணாகரன் குறிப்பிட்டார். சீனிவாசனாரின் ஆலோசனைப் படி அவர் மேயராக இருந்தபோது சென்னை மாநகரப் பள்ளிகளில் மதிய உணவு திட்டத்தை அறிமுகப்படுத்தினார் என்றும் கருணாகரன் குறிப்பிட்டார்.

பின்வரும் பக்கங்களின் படி சீனிவாசனாரின் புகைப்படங்கள் விவரம்.

பக்.356 - கெய்சர் மீசையுடன் அவரின் இளமைத் தோற்றம். (ஜெர்மனி மன்னர் கெய்சர் முதலாம் உலக்போர் காலத்தில் இந்த மீசையுடனான தோற்றத்திலிருந்தார், அக்காலத்திய பாணி அது.) தொடர்ந்து வரும் பக்கங்களில்

சீனிவாசனாரின் துணைவியார் ரெங்கநாயகி அம்மாள்.

1929-1931 காலக்கட்டங்களில் நடைபெற்ற மூன்று வட்டமேசை மாநாடுகளின் புகைப்படங்கள்.

மற்றும் சீனிவாசனாரின் பல்வேறு காலகட்டங்களில் எடுக்கப்பட்ட புகைப்படங்கள் இடம் பெறுகின்றன. **- சன்னா**

⌘

1932 இரண்டாம் வட்டமேசை மாநாட்டின்போது ரெட்டமலை சீனிவாசனார் மற்றும் பன்னீர் செல்வம் ஆகியோர். லண்டன், இங்கிலாந்து.

....

இப்புகைப்படத்திற்கு முன் பதியப்பட்டுள்ள புகைப்படங்கள் மூன்று வட்டமேசை மாநாடுகளின் புகைப்படங்கள்

வட்டமேசை மாநாட்டுக்குப் பிறகு அளிக்கப்பட்ட வரவேற்பு நிகழ்வில், ஏ.டி.பன்னீர் செல்வம், சீனிவாசனார், பொப்பிலி அரசர், மேயர் சுந்தர்ராவ் நாயுடு (தலைப்பகையுடன் கீழே அமர்ந்திருப்பவர்)

நீதிக்கட்சித் தலைவர்களுடன் சீனிவாசனார்

43

நினைவேந்தல்கள் 2

ரெட்டமலை சீனிவாசனார் மறுகண்டு பிடிப்பு செய்யப்பட்டப் பிறகு அவருக்கான புகழ் பரப்பும் நினைவேந்தல் நிகழ்வுகள் பெருமளவில் நடைபெற்றன. அவற்றில் மிக முக்கியமானவை வரிசைப்படி..

1. சென்னை எண்ணூர் விம்கோ நகரில் சீனிவானாருக்கு அம்பேத்கரி சிறுத்தைகளால் நிறுவப்பட்ட முதல் சிலை. (சிலையை செய்த சிற்பி கருப்பையா)

2. இந்திய அரசு வெளியிட்ட தபால் தலை.

3. 30.09.2000 அன்று டாக்டர்.தொல்.திருமாவளவன் தலைமையில் விடுதலைச் சிறுத்தைகள் புதுப்பித்த ஒட்டேரி இடுகாடு - உரிமைக்களம்.

4. கோழியாளத்தில் விடுதலைச் சிறுத்தைகள் கட்டிய நினைவு மண்டபம்.

5. தமிழக அரசு நிறுவிய ரெட்டமலை சீனிவாசனார் மணிமண்டபம் மற்றும் சிலை.

⌘

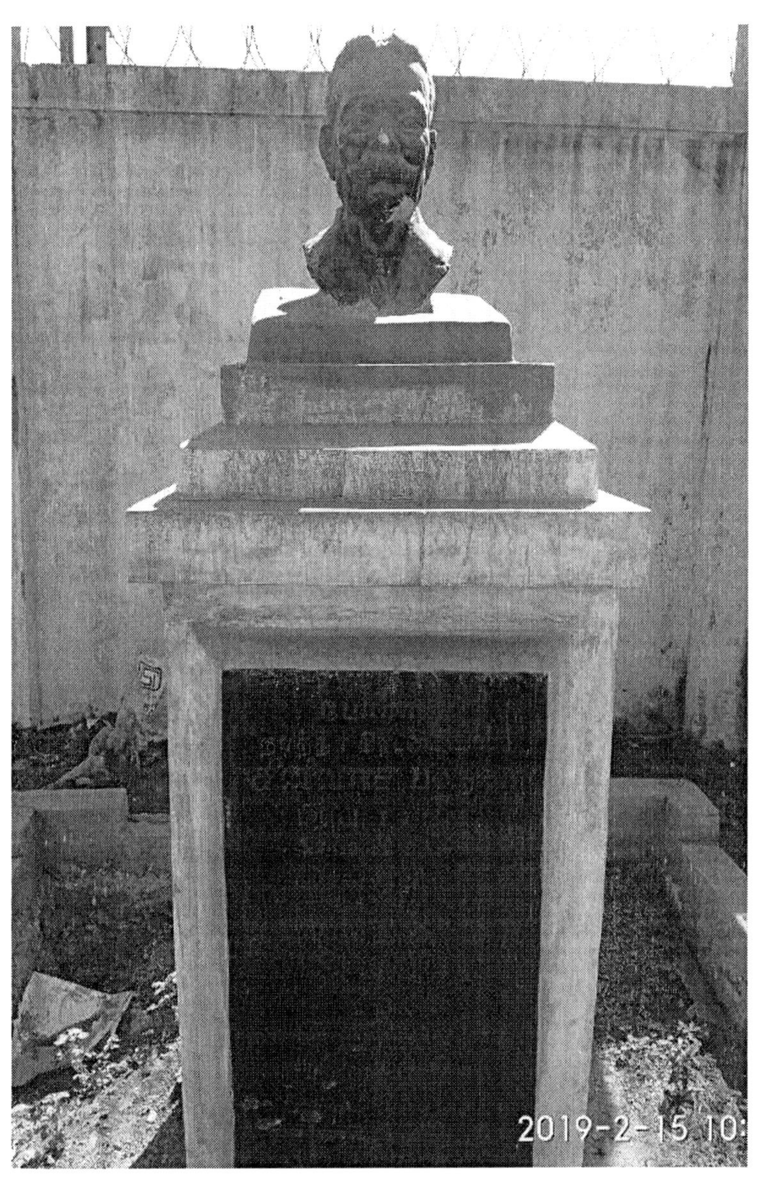

வடசென்னை, எண்ணூர் அருகில் உள்ள விம்கோ நகரில் ரெட்டமலை சீனிவானாருக்கு அம்பேத்கரி சிறுத்தைகளால் நிறுவப்பட்ட முதல் சிலை. (இச்சிலை ஓவியர் சந்ரு அவர்களின் மேற்பார்வையில் சிற்பி

2000ஆம் ஆண்டு ரெட்டமலை சீனிவாசனாரை சிறப்பிக்கும் வகையில் டாக்டர். அம்பேத்கர் அவர்களுடன் இணைத்து இந்திய அரசு வெளியிட்ட தபால் தலை.

உரிமைக்களம் ஓட்டேரி இடுகாடு - சென்னை

மாமன்னர் காலத்திலும்
மற்றவர்கள் புரிந்து கொள்ளவில்லை
ஒதுக்கப்பட்டவர்களுடைய
கீழான நிலைக்கு அவர்களிடம்
உள்ள அமைதியும் அன்பும்
மாவீரன்
இரட்டைமலை சீனிவாசன்
அரங்கநாயகி அம்மாள்
மறைவு 04.02.1926

திருச்சி ராபுரம் சாம்பவ சாம்பான்
என்பவரை ஜம்புகேஸ்வரர் என்றும்
தஞ்சாவூர் பிரவிடை சாம்பான் என்பவரை
பிரதீஸ்வரர் என்றும் திருவாரூர் தியாக
சாம்பான் என்பவரை தியாகராஜ பெருமாள்,
என்றும் பெயர் மாற்றி அவர்கள்
தகனம் செய்யபட்ட இடங்களில்
கட்டியிருக்கும் திருபணிகளை
கைப்பற்றிக் கொண்டு மானியம்
திரவிய முதலான உரிமைகளை
அபகரித்தது மல்லாமல் சாம்பவ
சந்தியாரை அத்திருப்பணிகளுக்குள்
பிரவேசிக்க வொட்டாமல்
நீக்கி வைத்திருப்பது தருமமா?
மாவீரன்
(இரட்டைமலை சீனிவாசன்)

OM
OF
RUNGANAYAGY
AMMALL
DEVOTED WIFE

உரிமைக்களம் கோழியாளம் - செங்கல்பட்டு

ரெட்டமலை சீனிவாசனார் மணிமண்டபம்
கிண்டி - சென்னை

கௌதம சன்னாவின் பிற புத்தகங்கள்

1. மதமாற்றத் தடைச் சட்டம் வரலாறும் விளைவுகளும் (மருதா வெளியீடு)

2. பண்டிரின் கொடை - இடஒதுக்கீடு எனும் சமூக நீதியின் மூலவரலாறு (கலகம் மற்றும் சங்கம் பதிப்பகம்)

3. க.அயோத்திதாசப் பண்டிதர் - இந்திய இலக்கியவாதிகள் வரிசை. (சாகித்ய அகாதெமி)

4. கலகத்தின் மறைபொருள் (ஆழி பதிப்பகம்)

5. குறத்தியாறு - காப்பிய புதினம் (கிழக்கு பதிப்பகம்)

6. *Dialogues On Anti-Caste Politics. Interviews with Gowthama Sannah by Dr.Hugo Gorringe & Dr.Michael A Collins* (ஆழி பதிப்பகம்)

7. அம்பேத்கரின் மனிதர் (எழிலினி பதிப்பகம்)

தொகுப்பாசிரியாராக..

7. ஆண்களின் விடுதலை - அன்னை மீனாம்பாள் உரை (பதிப்பாசிரியர்) (கரிசல் பதிப்பகம்)

8. தமிழ் உயிர் - வண்ணங்களின் அதிர்வில் ஈழத் தமிழினத் துயரம் (ஓவியர்களின் படைப்புகள் தொகுப்பி) 2009 (விடுதலைச் சிறுத்தைகள் வெளியீடு)

9. தென்னிந்தியாவின் சமூக சீர்திருத்தத்தின் தந்தை க.அயோத்திதாச பண்டிதர் நூற்றாண்டு நினைவு மலர் (விடுதலைச் சிறுத்தைகள் வெளியீடு)

10. ஆதிதிராவிடர் வரலாறு - தலைவர்கள் - ஆவணங்கள். (ஆழி பதிப்பகம்)

11. ரெட்டமலை சீனிவாசன் - எழுத்துக்களும் ஆவணங்களும் - தொகுதி 1 (ஆழி பதிப்பகம்)

12. அம்பேத்கரியம் 50 தொகுதிகள்.

⌘